സൂര്യകാന്തി

യഥാർത്ഥ നാമം ജിഷ രഹീഷ്. കോഴിക്കോട് ജില്ലയിൽ തലക്കുളത്തൂരിൽ ജനനം. അച്ഛൻ: മോഹനൻ, അമ്മ: സുഭാഷിണി, സഹോദരൻ: ജിനേഷ് മോഹൻ. സൂര്യകാന്തി എന്ന തൂലികാനാമത്തിൽ ഓൺലൈൻ മാദ്ധ്യമങ്ങളിൽ എഴുതാറുണ്ട്. ആദ്യകൃതി നാഗമാണിക്യം.

ഭർത്താവ്: രഹീഷ്

മക്കൾ: നിരഞ്ജ് മഹേശ്വർ, നൈതിഡ് മഹേശ്വർ

വിലാസം: മീത്തലെ പീടികയിൽ ഹൗസ്, വെങ്ങളം. പി. ഒ, കോരപ്പുഴ
Mob: 9037425030

Malayalam Language
Bhadrakaliyamam
(Novel)
by
Suryakanthi
♦
Published in May 2023
by Kairali Books Private Limited
Thalikkavu Road, Kannur.
Ph : 0497-2761200
Email : kairalibooksknr@gmail.com
♦
Cover Design
Prasanth Mangad
♦
Printed at
Printing Park, Tly.

Price ₹ : 300.00
15/23-24/Sl.No.1441/300/NS 18.6
ISBN 978-93-93397-75-1

ഭദ്രകാളിയാമം

സൂര്യകാന്തി

കൈരളി ബുക്സ്

1

രാവേറെ കഴിഞ്ഞിട്ടും മട്ടുപ്പാവിലെ തൂണിൽ ചാരി പുറത്തെ ഇരുട്ടിലേയ്ക്ക് മിഴികൾ നട്ടിരിക്കുകയായിരുന്നു കാളിന്ദി.

മേലേപ്പാട്ട് ശ്രീഹരിയുടെ രണ്ടാം വേളി കാളിന്ദി ദേവി.

ചാറ്റൽ മഴയുണ്ടായിരുന്നപ്പോഴും. സർപ്പക്കാവിലെ വന്മരങ്ങളുടെ ചില്ലകൾ കാറ്റിൽ ആടിയുലയുന്നുണ്ടായിരുന്നു. ചുമലിൽ ആരോ കൈ വെച്ചത് പോലെ തോന്നിയപ്പോഴാണ് അവൾ ഞെട്ടിത്തിരിഞ്ഞു നോക്കിയത്. ആരുമുണ്ടായിരുന്നില്ല. അവളൊന്നു നിശ്വസിച്ചു. ഇവിടെയെത്തിയതിൽ പിന്നെ ഇത് ആദ്യമല്ലല്ലോയെന്നായിരുന്നു അപ്പോഴവളുടെ മനസ്സിൽ. തനിച്ചാവുമ്പോഴൊക്കെ കൂടെയുണ്ടാകുന്ന ഈ അദൃശസാന്നിധ്യം.

മേലേപ്പാട്ടെത്തിയിട്ട് ഇന്നേക്കിത് നാലാം നാളാണ്. ശ്രീഹരിയുടെ ആദ്യഭാര്യ, ഇന്ദുബാലയ്ക്ക് ഇവിടെ മൂന്ന് ദിവസം തികയ്ക്കാനേ കഴിഞ്ഞുള്ളൂവെന്നവൾ ഒരുൾക്കിടിലത്തോടെയോർത്തു.

തെല്ലകലെ യക്ഷിക്കാവിൽ നിന്നേതോ പാതിരാപക്ഷിയുടെ കരച്ചിൽ ഒരുമാത്രയവളെ അസ്വസ്ഥയാക്കിയെങ്കിലും, ഉള്ളിൽ തെളിഞ്ഞ, കാവിൽ കുടികൊള്ളുന്ന യക്ഷിയമ്മയുടെ പുഞ്ചിരിതൂകുന്ന പ്രതിഷ്ഠ, കാളിന്ദിയുടെ മനസ്സിൽ തണുപ്പ് പടർത്തിയിരുന്നു.

തിരികെ ബെഡ്റൂമിലേക്കവൾ വരുമ്പോൾ ശ്രീഹരി നല്ല ഉറക്കത്തിലായിരുന്നു. ആ കിടപ്പ് നോക്കി നിൽക്കവേ അവളുടെ ചുണ്ടിലൊരു പുഞ്ചിരി തെളിഞ്ഞു.

താൻ ഉറങ്ങിയെന്നു കരുതി വന്നു കിടന്നതാണ്. പക്ഷെ കാളിന്ദിയുടെ ഉറക്കം നഷ്ടമായിട്ട് ദിവസങ്ങൾ കഴിഞ്ഞുവല്ലോ. കൃത്യമായി പറഞ്ഞാൽ, അന്ന് ആ വാർത്തയുമായി ശങ്കരമാമ്മ വീട്ടിലെത്തിയ ദിവസം.

ഞായറാഴ്ചയായത് കൊണ്ട് രാവിലെ വലിയ തിരക്കില്ലായിരുന്നു. പ്രാതലൊക്കെ കഴിഞ്ഞു, തയ്ക്കാനുള്ളതുമായി ഇരിക്കാൻ തുടങ്ങുമ്പോഴാണ്, കോലായിൽ ആരോ സംസാരിക്കുന്നത് കേട്ടത്.

ശങ്കരമാമ്മയാണ്...

അമ്മയുടെ അകന്ന ബന്ധത്തിലുള്ളതാണ്. എന്തെങ്കിലും കാര്യമി

ല്ലാതെ ആള് വരില്ല.

അച്ഛന്റെയും ശങ്കരമാമ്മയുടെയും ശബ്ദത്തിനിടെ,അമ്മയുടെ പതിഞ്ഞ ശബ്ദവും കേൾക്കാൻ തുടങ്ങിയതോടെ കാളിന്ദി പതിയെ എഴുന്നേറ്റു ഉമ്മറത്തേയ്ക്ക് നടന്നു. അമ്മയ്ക്കരികെ വാതിൽക്കൽ നന്ദികയും നിൽപ്പുണ്ട്.

'രണ്ടാംകെട്ടാണെങ്കിലെന്താ.വേളികഴിഞ്ഞു അധികനാളൊന്നും ആയില്ല്യാലോ. മൂന്നാം നാളിൽ ആ കുട്ടി മരിച്ചു.മേലേപ്പാട്ട് നിന്നും ഇങ്ങനൊരു ആലോചന വരാന്ന് വെച്ചാല്ന്ന്ന്നെ സുകൃതംന്ന് വിചാരിച്ചോളാ'

ശങ്കരമ്മാമ്മ എണീറ്റ് മുറുക്കാൻ പുറത്തേയ്ക്ക് നീട്ടി തുപ്പി.നെഞ്ചിലെ നരച്ച രോമങ്ങൾ ഉഴിഞ്ഞു കൊണ്ടു ദൈന്യതയോടെ ഇരിക്കുന്ന അച്ഛനെയൊന്ന് നോക്കി...

'ന്നാലും ആദ്യ ഭാര്യ മരിച്ചൊരാളെന്നു പറയുമ്പോ. ഇപ്പളത്തെ കുട്ട്യോളല്ലേ..?'

അച്ഛൻ പതിയെ പറഞ്ഞു...

'ഹാ അതൊക്കെ ഇത്രേം സാരാക്കണോ? ആലോചിക്കാനൊന്നൂല്ല്യാ വാസൂ. ഇട്ടുമൂടാനുള്ള സ്വത്തുണ്ട് മേലേപ്പാട്ട് ഇല്ലത്ത്. പോരാത്തേന് പയ്യൻ സർക്കാരുദ്യോഗസ്ഥനും, സ്വപ്നം കാണാൻ പറ്റോ?'

മേലേപ്പാട്ട് ശ്രീഹരിയുടെ വിവാഹാലോചന. അതും തനിയ്ക്ക്. കാളിന്ദി കേട്ടത് വിശ്വസിക്കാനാവാതെ നിന്നു പോയി. ഒരു തീരുമാനം പറയാനാവാതെയിരിപ്പായിരുന്നു വാസുദേവൻ നമ്പൂതിരി.

'വന്നു കയറിയ മഹാലക്ഷ്മിയെ തട്ടിക്കളയരുത് വാസുദേവാ. ഇവിടുത്തെ കാര്യങ്ങളൊക്കെ അവർക്കറിയാം. താഴെള്ള കുട്ട്യോളുടെ പഠിത്തോം മറ്റുള്ള കാര്യങ്ങളുമൊക്കെ അവരേറ്റെടുത്തോളുംത്രേ.'

'കള്ളക്കിളവൻ, എന്തോ നക്കാപ്പിച്ച തടയും, അതിനുള്ള വെപ്രാളവാ'

ശങ്കരമ്മാമ്മ പിന്നെയും പറഞ്ഞപ്പോൾ നന്ദിക പിറുപിറുത്തു. അത് ശരി തന്നെയാണ്. എന്തെങ്കിലും കാര്യമില്ലാതെ ശങ്കരമ്മാമ്മ ഇതിനിറങ്ങി പുറപ്പെടില്ല.

'എന്നാ പിന്നെ ഞാനിറങ്ങുവാ.നിങ്ങളൊരു തീരുമാനമാക്കി വൈകാതെ ന്നെ അറിയിക്ക്യാ. അവർക്ക് ശ്ശി തിടുക്കംണ്ട്. രാജേശ്വരിയമ്മയ്ക്ക് ആ വീഴ്ചയോടെ ഇപ്പോൾ ഒന്നിനും വയ്യാ. ആ ഇളയകുട്ടിയ്ക്കാണേൽ ആരുടേലും സഹായമില്ല്യാതെ പറ്റില്ല്യല്ലോ.'

ശങ്കരമ്മാമ പുറത്തേയ്ക്കിറങ്ങാൻ തുടങ്ങുന്നതിനിടെ പറഞ്ഞു. അച്ഛനും അമ്മയും ഉടനടി സമ്മതം പറയാത്തത് ആൾക്ക് മുഷിച്ചിലുണ്ടാക്കിയെന്ന് വ്യക്തമാണ്.

നിസ്സഹായതയോടെ ഇരിക്കുന്ന അച്ഛനെ കണ്ടതും കാളിന്ദിയ്ക്ക് വല്ലായ്മ തോന്നി.

പാവമാണ്.കാലത്തിനൊത്ത് ജീവിക്കാൻ കഴിയാത്തത് കൊണ്ട് ദാരിദ്ര്യത്താൽ വലയുന്ന മനുഷ്യൻ. ഇത് എന്റേതാണ്, എനിയ്ക്ക് വേണം. എന്ന് ഉറപ്പിച്ചു പറയാനുള്ള ആർജ്ജവമില്ല. മുഖം കറുപ്പിച്ചു സംസാരിക്കാനും അറിയില്ല. അത് തന്നെയായിരുന്നു എന്നും അച്ഛന്റെ പ്രശ്നവും.

അമ്മ അച്ഛനരികിലേയ്ക്ക് നടക്കുന്നത് കണ്ടതും അവൾ തിരിഞ്ഞു അടുക്കളയിലേയ്ക്ക് നടന്നു.മനസ്സിലെ മരവിപ്പ് അപ്പോഴും മാറിയിരുന്നില്ല.

ഇന്ദുബാലയെ ജീവന് തുല്യം പ്രണയിച്ചവന് തന്നെ ഇഷ്ടപ്പെടാൻ കഴിയുമോ ?

ഒരിക്കലും തിരിച്ചൊരു നോട്ടം പോലും കിട്ടിയിട്ടില്ലെങ്കിലും ഇന്നും ഹരിയേട്ടനോടുള്ള പ്രണയം ഉള്ളിൽ കൊണ്ട് നടക്കുന്നില്ലേ താൻ. ശ്രീഹരിയുടെയും ഇന്ദുബാലയുടെയും പ്രണയത്തിന്റെ ആഴത്തെ പറ്റി ശരിക്കും അറിയാവുന്ന കാളിന്ദിയുടെ മനസ്സ് പല വിധ ചിന്തകളാൽ വലഞ്ഞു.

മനസ്സ് ഓർമ്മകളിൽ മുഴുകുമ്പോൾ കാളിന്ദിയുടെ മിഴികൾ, ബെഡ് ലാമ്പിന്റെ നേർത്ത വെളിച്ചത്തിൽ, ഉറങ്ങുന്ന ശ്രീഹരിയിൽ തന്നെയായിരുന്നു.

ഒരു പത്താം ക്ലാസുകാരിയുടെ പ്രണയം. ഇന്നും തെളിമയോടെ ഓർമ്മയുണ്ട്. പഠിത്തത്തിൽ കേമിയൊന്നും ആയിരുന്നില്ല. തട്ടിമുട്ടി അങ്ങ് പോവും. പരീക്ഷയെന്ന് കേൾക്കുന്നതേ പേടിയാണ്. കണക്ക് മാഷ് പരീക്ഷ പറഞ്ഞ അന്നാണ്, കുളിച്ചു രാവിലെ തന്നെ അമ്പലത്തിലേക്കോടിയത്.

ശ്രീകോവിലിനുള്ളിലേക്ക് കയറുമ്പോഴേ കേട്ടിരുന്നു, ഇടയ്ക്കയുടെ താളത്തിനൊപ്പം, സോപാന സംഗീതവും. ആ ശബ്ദം മനസ്സിലായിരുന്നു അലയടിച്ചത്. കണ്ണുകളടച്ചിട്ടാണ് പാടുന്നത്. ഇടയ്ക്കയുടെ താളത്തിൽ ലയിച്ചങ്ങു പാടുന്നത് പോലെ. നീണ്ട മുടിയിഴകളും താടിയും. ഇടയ്ക്കിടെ തുറന്നടയുന്ന ആ കണ്ണുകളും.

നടവാതിൽ തുറക്കുന്ന ശബ്ദം കേട്ടപ്പോഴാണ്, അതുവരെ ആ മുഖത്തേക്ക് നോക്കി നിൽക്കുകയായിരുന്നുവെന്ന് ജാള്യതയോടെ തിരിച്ചറിഞ്ഞത്. മെല്ലെ നീങ്ങി നിന്ന് കണ്ണുകളടച്ചു തൊഴുമ്പോൾ ആധിയായിരുന്നു.

അയാളെ നോക്കി നിന്നേന് ദേവി കോപിക്ക്യോ.?

തൊഴുതിറങ്ങുമ്പോൾ വാതിലിനപ്പുറം നിന്നിരുന്ന അച്ഛന്റെ ശബ്ദം കേട്ടു.

'പെങ്ങളൂട്ടിയ്ക്ക് വല്ല വ്യത്യാസോംണ്ടോ ഹരി..?'

'ഇല്ല്യ തിരുമേനി.. അങ്ങനെന്നെ...'

ആ ശബ്ദം... ഷർട്ട് ഒരു ചുമലിൽ ഇട്ടിട്ടുണ്ട്... കൈയിൽ ഇലച്ചീന്തിൽ പ്രസാദവും.

'സാരല്ല്യാ, ല്ലാം ദേവി കാണണ്ണ്ടല്ലോ. ഒക്കേറ്റിനും ഒരു വഴിണ്ടാവും.'

അച്ഛന്റെ വാക്കുകൾ കേട്ടപ്പോൾ മനസ്സിലോർത്തു. വർഷങ്ങളായി ദേവിയെ പൂജിക്കുന്ന അച്ഛന്റെ പ്രാർത്ഥനയെന്താണോ ദേവി കേൾക്കാത്തത്..? കാരണവന്മാർ ബാക്കി വെച്ച ദാരിദ്ര്യവും, വല്യ പ്രായ വ്യത്യാസമില്ലാതെ മൂന്ന് പെണ്മക്കളും.

'ഹാ... ഇന്ന് കുട്ടിയ്ക്ക് പരീക്ഷ ണ്ട് ല്ലെ...?'

പായസപാത്രം കയ്യിലേക്ക് വെക്കുമ്പോൾ അച്ഛൻ ചോദിച്ചു. പതിയെ തലയാട്ടി...

'പരീക്ഷള്ള ദിവസം ആളിവിടിണ്ടാകും.'

അച്ഛൻ അയാളെ നോക്കി പറഞ്ഞപ്പോൾ, നേർത്തൊരു പുഞ്ചിരിയോടെ ആ കണ്ണുകൾ തേടിയെത്തി. ചമ്മലോടെ മുഖം കുനിച്ചു.

മതിൽക്കെട്ടിനു പുറത്തെത്തിയപ്പോൾ കണ്ടു, ഷർട്ടൊക്കെയിട്ട് ബൈക്കിൽ കയറിപ്പോവുന്നയാളെ. പിന്നീട് പലയിടത്തും വെച്ച് കണ്ടു. പക്ഷെ ആ മിഴികളൊരിക്കലും തന്നെ തേടിയെത്തിയിരുന്നില്ല. പക്ഷെ തന്റെ വളർച്ചയ്ക്കൊപ്പം ആ ഇഷ്ടവും വളർന്നു വന്നു... മേലെപ്പാട്ട് മനയ്ക്കലെ ഒരേയൊരു സന്തതിയാണെന്നറിയാമായിരുന്നു. എന്നാലും വഴികളിലൊക്കെ മിഴികൾ ആ രൂപം പരതിക്കൊണ്ടേയിരുന്നു. ഇടയ്ക്കയുടെ തുടിയിലും, ആ ശബ്ദത്തിലും, ദേവിയോട് പറയാൻ ചെന്നതൊക്കെ പലപ്പോഴും മറന്നു.

ആരോടെങ്കിലും പറയാൻ മടിച്ച പ്രണയം, കാളിന്ദിയുടെ മനസ്സിൽ നിന്നും ചുരണ്ടിയെടുത്തത് അവളായിരുന്നു. ഇന്ദുബാല. ഇന്ദുവിന് മാത്രമേ തന്റെ മനസ്സിലെ ഇഷ്ടം അറിയാമായിരുന്നുള്ളൂ. പക്ഷെ, തന്റെ പ്രണയത്തെ സ്വന്തമാക്കിയതും ഇന്ദുബാലയായിരുന്നു.

കാളിന്ദി ഒന്ന് നിശ്വസിച്ചു. പണ്ടൊക്കെ ആഗ്രഹിച്ചിട്ടുണ്ട്, ഇന്ദുവിനെ പോലെ സുന്ദരിയായിരുന്നുവെങ്കിലെന്ന്. മേലെപ്പാട്ട് ശ്രീഹരിയ്ക്ക് യോജിച്ചവളായി പിറന്നിരുന്നുവെങ്കിലെന്ന്. കൗമാരം മുതലേ, മനസ്സിൽ കൊണ്ട് നടന്നിട്ടുണ്ടെങ്കിലും സ്വന്തമാക്കണമെന്നൊന്നും ഒരിക്കലും ആഗ്രഹിച്ചിട്ടില്ല. അതിനുള്ള അർഹതയൊന്നും ദരിദ്രനാരായണനായ വാസുദേവൻ നമ്പൂതിരിയുടെ മകൾക്കില്ലെന്ന് അറിയാവുന്നത് കൊണ്ട് തന്നെ. സമ്പത്ത് കൊണ്ടും സൗന്ദര്യം കൊണ്ടും വിദ്യാഭ്യാസം കൊണ്ടും

ശ്രീഹരിയ്ക്ക് ചേർന്നവൾ തന്നെയായിരുന്നു ഇന്ദുബാല.

ചുണ്ടുകളിൽ തെളിഞ്ഞൊരു വരണ്ട ചിരിയോടെ, കാളിന്ദി മിഴികൾ ചേർത്തടച്ചു.

അന്ന് രാത്രി അത്താഴം കഴിച്ചു കഴിഞ്ഞു, അച്ഛൻ തന്നെ കോലായിലേയ്ക്ക് വിളിപ്പിച്ചപ്പോഴേ കാര്യമെന്താവുമെന്ന് കാളിന്ദിയ്ക്ക് മനസ്സിലായിരുന്നു.

'അങ്ങനെ കാന്ദ്യേച്ചിയുടെ വർഷങ്ങളായുള്ള മൗനരാഗം സഫലമാകാൻ പോണൂ...'

പൂമുഖത്തേയ്ക്ക് നടക്കുന്ന കാളിന്ദിയ്ക്ക് അരികിലെത്തി,കാതോരം, ശബ്ദംതാഴ്ത്തി, നന്ദ പറഞ്ഞതും അവൾ വീണ്ടും ഞെട്ടിയിരുന്നു. തരിച്ചു നിൽക്കുന്ന കാളിന്ദിയെ നോക്കി കണ്ണിറുക്കി,ചിരിയോടെ നന്ദ അപ്പുറത്തേയ്ക്ക് നടന്നു.

സംശയങ്ങൾ തിങ്ങിയ മനസ്സുമായി കാളിന്ദിയും. തനിയ്ക്ക് ശ്രീഹരിയോട് പ്രണയമായിരുന്നുവെന്ന് അറിയാമായിരുന്ന ഒരേയൊരാൾ അവളായിരുന്നു. ഇന്ദുബാല. മേലേപ്പാട്ട് ശ്രീഹരിയുടെ കാമുകിയും പിന്നീട് ഭാര്യയുമായി തീർന്നിരുന്നവൾ. വേളി കഴിഞ്ഞു മൂന്നാം നാൾ ദുർമരണമടഞ്ഞവൾ. ഇന്ദുബാല... പിന്നെ നന്ദ പറഞ്ഞത് ?

'ഇതിലിപ്പോന്താ ഇത്ര ആലോചിക്കാൻ... കാന്ദി മോൾക്ക് ഇതിലും വലിയൊരു സൗഭാഗ്യം വരാനുണ്ടോ..?'

അമ്മ പറയുന്നത് കാളിന്ദി കേട്ടു. കാളിന്ദിയുടെ ചുണ്ടുകളിൽ ഒരു വരണ്ട ചിരി തെളിഞ്ഞു. ശരിയാണ്. പറയത്തക്ക സൗന്ദര്യമോ പഠിപ്പോയില്ല. എടുപ്പത് സമ്പത്തുമില്ല. സമൂഹത്തിന്റെ കണ്ണുകളിൽ, വിവാഹകമ്പോളത്തിൽ മൂല്യം കുറഞ്ഞവളാണ്. അവളുടെ അഭിപ്രായം ആരായാൻ..?

'ന്നാലും കുട്ട്യോട് ഒന്ന് ചോദിക്കണ്ടേ സരസേ..?'

അച്ഛന്റെ വാക്കുകളിലെ നിസ്സഹായത കാളിന്ദിയുടെ ഉള്ളുലച്ചു.

'അവൾക്കെതിർപ്പൊന്നും ഉണ്ടാവില്ല്യാ..'

അമ്മയാണ്. ഇന്ന് വരെ ഒന്നിലും എതിരഭിപ്രായം പറയാത്തവൾക്ക് അഭിപ്രായം ഉണ്ടെന്ന് തന്നെ ആരും ചിന്തിക്കില്ല.

'ചേച്ചിയ്ക്ക് സമ്മതമാണ് അച്ഛാ...'

നന്ദിക പറയുന്നത് കേട്ടതും അച്ഛന്റെ മുഖത്തെ ആശ്വാസം കാളിന്ദി കണ്ടു. ഒന്നും പറയാതെ അവൾ തിരിഞ്ഞു നടന്നു. കണ്ണുകൾ പുകയുന്നുണ്ട്. സമ്മതമല്ലെന്ന് നൂറാവർത്തി മനസ്സ് അലറിപ്പറയുന്നുണ്ട്. ശ്രീഹരിയുടെ മുഖം മനസ്സിൽ തെളിഞ്ഞതും കാളിന്ദി അസ്വസ്ഥതയോടെ തല കുടഞ്ഞു.

'മേലേപ്പാട്ട് ശ്രീഹരി ഈ ഇന്ദുബാലയ്ക്കുള്ളതാണ്. ഇനി നിന്റെയൊരു നോട്ടം പോലും അയാളിലേയ്ക്ക് എത്തരുത്.'

ഇന്ദുവിന്റെ വാക്കുകൾ ഇപ്പോഴും കാതിൽ അലയടിക്കുന്നുണ്ട്. താക്കീതായിരുന്നു. ശ്രീഹരിയുടെ അവകാശിയുടെ.കാളിന്ദി ശ്രീഹരിയെ പ്രണയിച്ചിട്ടുണ്ട്.പക്ഷെ ഒരിക്കലും ആഗ്രഹിച്ചിട്ടില്ല.

പക്വതയില്ലാത്ത പ്രായത്തിൽ, ഇടയ്ക്കെപ്പോഴൊക്കെയോ മനസ്സറിയാതെ, അർഹിക്കാത്തതിനെ തിരഞ്ഞപ്പോൾ, ആ മായാവലയത്തിൽ നിന്നും പുറത്ത് കടത്തിയതും, തന്റെ നിലയെന്താണെന്ന് ബോധ്യപ്പെടുത്തിയതും ഇന്ദുവിന്റെ വാക്കുകളായിരുന്നു. ആദ്യം കേട്ടപ്പോൾ ഉള്ളു പിടഞ്ഞെങ്കിലും, തന്നോടുള്ള സ്നേഹം കൊണ്ട്, പിന്നീട് താൻ വേദനിക്കാതിരിക്കാൻ വേണ്ടിയാവും അവളങ്ങനെ പറഞ്ഞതെന്ന് അന്ന് കരുതി.

പക്ഷെ...

ശ്രീഹരി തന്റെ സ്വന്തമാണെന്ന് ഇന്ദു തന്റെ മുഖത്തടിച്ചത് പോലെ പറഞ്ഞ ആ നിമിഷം, മറക്കാനാവില്ല.കാളിന്ദി ആദ്യമായി കോമാളിയെ പോലെ നിന്നത് അന്നായിരുന്നു.

പക്ഷെ മോഹിച്ചു സ്വന്തമാക്കിയിട്ടും ഇന്ദുബാലയ്ക്ക് അയാളോടൊപ്പം ജീവിക്കാൻ കഴിഞ്ഞില്ല.

ഇന്നിപ്പോൾ ശ്രീഹരി തന്നെ വിവാഹം ആലോചിക്കുന്നു.ഇന്ദുവിന്റെ ആത്മാവ് പോലും സഹിക്കില്ല.ഇന്ദുവിനെ തോൽപ്പിക്കണമെന്ന് ഒരിക്കലും തോന്നിയിരുന്നില്ല. സാധിക്കില്ലെന്ന് അറിയാമായിരുന്നു. ഇന്ദുബാലയ്ക്ക് മുൻപിൽ ഒരു പുൽക്കൊടിയുടെ പോലും വിലയില്ല കാളിന്ദിയ്ക്ക്. ഇന്ദുവിന്റെ തന്നെ വാക്കുകൾ.

എല്ലാത്തിനുമുപരി, അതിസുന്ദരിയായിരുന്ന ഇന്ദുബാലയെ പ്രണയിച്ച ശ്രീഹരി, തന്നെ രണ്ടാമതൊന്ന് നോക്കുക പോലുമില്ലെന്ന് കാളിന്ദിയ്ക്ക് നന്നായി അറിയാം. അയാളുടെ അപ്പച്ചിയെയും സഹോദരിയെയും പരിചരിക്കുകയെന്നതിനപ്പുറം മറ്റൊന്നും അവിടെ തന്നെ കാത്തിരിപ്പുണ്ടാവില്ല. പക്ഷെ അച്ഛന്റെ ദയനീയ രൂപം ഉള്ളിൽ തെളിഞ്ഞതും കാളിന്ദിയ്ക്ക് എങ്ങോട്ടെങ്കിലും ഓടിപ്പോവാൻ തോന്നി. താൻ സമ്മതം മൂളിയാൽ ഈ കുടുംബം രക്ഷപ്പെടും. പക്ഷേ... അതിനു പകരമായി തനിയ്ക്ക് കൊടുക്കേണ്ടി വരുന്നത്. ശ്രീഹരി ഒരിക്കലും തന്റെ മനസ്സിലെ ഇഷ്ടം അറിഞ്ഞിട്ടില്ലെന്ന് ഉറപ്പുണ്ട്. ഇന്ദു പറഞ്ഞിട്ടുണ്ടാവില്ല. പക്ഷെ അയാളുടെ ഭാര്യാപദം സ്വീകരിക്കാനും വയ്യ.

പൊടുന്നനെ മറ്റൊരു ചിന്ത കാളിന്ദിയെ വലയം ചെയ്തു.നന്ദയുടെ വാക്കുകൾ, കാന്ത്യേച്ചിയുടെ മൗനരാഗം. അവളെങ്ങിനെ?

'എന്താണ് കല്യാണപ്പെണ്ണിന് ഒരാലോചന?'

കള്ളിച്ചിരിയോടെ നന്ദ പിറകിൽ നിന്നും ചോദിച്ചതും കാളിന്ദി ഞെട്ടി. അവൾ ധൃതിയിൽ തിരിഞ്ഞു നന്ദയെ നോക്കി.

'എന്താ നീ നേരത്തെ പറഞ്ഞത്..?'

'ഞാൻ എന്ത് പറഞ്ഞൂന്നാ...?'

നന്ദയുടെ മുഖത്തെ കുസൃതി കാളിന്ദിയെ ചൊടിപ്പിച്ചു.

'കളിക്കല്ലേ നന്ദേ, എന്തൊക്കെയാ നീ നേരത്തെ വിളിച്ചു പറഞ്ഞത്...?'

'എന്തേ, ഞാൻ പറഞ്ഞത് സത്യമല്ലേ? കാന്ദ്യേച്ചി വർഷങ്ങളായി മനസ്സിൽ കൊണ്ട് നടക്കുന്നയാളല്ലേ മേലേപ്പാട്ട് ശ്രീഹരി...?'

കാളിന്ദിയുടെ മിഴികളിൽ നോക്കി ഉറച്ച ശബ്ദത്തിൽ നന്ദ ചോദിച്ചതും അവളൊന്ന് പതറി.

'പറയ് കാന്ദ്യേച്ചി...?'

നന്ദ വിടാനുള്ള ഭാവമില്ലായിരുന്നു. വിളറിപ്പോയ മുഖം മറച്ചു പിടിയ്ക്കാനായി കാളിന്ദി, ധൃതിയിൽ തിരിഞ്ഞു,കഴുകാനുള്ള പാത്രങ്ങൾ എടുത്തു.

'എന്തൊക്കെയാ കുട്ടി നീ ഈ പറയണേ..? നിന്നോടാരാ ഈ വിഡ്ഢിത്തങ്ങളൊക്കെ പറഞ്ഞത്?'

'കീർത്തി'

കാളിന്ദിയുടെ ഉള്ളിലൂടെ ഒരു മിന്നൽപ്പിണർ കടന്നു പോയി.കീർത്തി. ഇന്ദുവിന്റെ അമ്മയുടെ അനിയത്തിയുടെ മകളാണ് കീർത്തി. നന്ദയുടെ ഏറ്റവും അടുത്ത കൂട്ടുകാരി.

'കീർത്തിയോ?'

'കാന്ദ്യേച്ചിയുടെ പ്രിയപ്പെട്ട കൂട്ടുകാരി തന്നെ ഒരിക്കൽ പറഞ്ഞതാണ്, അവളോട്, അഷ്ടിയ്ക്ക് വകയില്ലാത്ത ഇല്ലത്തെ കാളിന്ദി, മേലേപ്പാട്ട് മനയ്ക്കലെ ശ്രീഹരിയെ പ്രണയിച്ച കഥ.'

നന്ദയുടെ ശബ്ദത്തിൽ,ദേഷ്യവും പുച്ഛവുമൊക്കെ കലർന്നിരുന്നു. അവൾക്കൊരിക്കലും ഇന്ദുവിനെ ഇഷ്ടമായിരുന്നില്ല. വർഷങ്ങൾക്ക് ശേഷം, ഒരിക്കൽ കൂടെ കാളിന്ദിയുടെ മനസ്സിലൂടെ, ഒരു ഈർച്ചവാൾ കടന്നു പോയി.

ഒരിക്കൽ ഇന്ദു നൽകിയ മുറിവ് ഇന്നും പൂർണ്ണമായും ഉണങ്ങിയിട്ടില്ല. വിശ്വസിച്ചു, മനസ്സ് തുറന്നു കാണിച്ചവൾ, വെറുമൊരു കോമാളിയായാണ് തന്നെ കണ്ടിരുന്നതെന്ന തിരിച്ചറിവ്, വലിയൊരു നോവായിരുന്നു.

'കാലത്തിന്റെ തിരിച്ചടിയാണ് കാന്ദ്യേച്ചി. മേലേപ്പാട്ട് ശ്രീഹരിയോ

ടൊപ്പമുള്ള ജീവിതം വിധിച്ചത് കാളിന്ദിയ്ക്കാണ്.'

വല്ലാത്തൊരു കടുപ്പമുണ്ടായിരുന്നു നന്ദയുടെ ശബ്ദത്തിന്.

'അരുത് മോളെ.. മരിച്ചു പോയവരെ പറ്റി.'

'അതെന്താ, മരിച്ചു പോയെന്ന് വെച്ച്, ചെയ്ത തെറ്റ് തെറ്റല്ലാതെയാവുമോ?'

കാളിന്ദി പൂർത്തിയാക്കും മുൻപേ നന്ദ പറഞ്ഞിരുന്നു.

'കൂടെ നടന്നു ചതിക്കുകയല്ലായിരുന്നോ ചേച്ചിയെ.'

കാളിന്ദിയ്ക്ക് ഒന്നും പറയാനുണ്ടായിരുന്നില്ല.നന്ദയോട് പറഞ്ഞു ജയിക്കാനാവില്ല. വെട്ടൊന്ന് തുണ്ടം രണ്ട് എന്ന സ്വഭാവമാണ്. ആരോടായാലും. പെട്ടന്ന് ഒന്നും പൊറുക്കുകയും മറക്കുകയും ചെയ്യുന്ന കൂട്ടത്തിലല്ല.

കാളിന്ദി ഒന്നും പറഞ്ഞില്ല.

'ചേച്ചി.. ചേച്ചിയ്ക്ക് ഇഷ്ടല്ലേ...?'

തെല്ലൊരു സംശയത്തോടെ നന്ദ അവളെ നോക്കി. കാളിന്ദി മിണ്ടിയില്ല.

'അന്ന് ഇന്ദുച്ചേച്ചി, കീർത്തിയോട് അങ്ങനെയൊക്കെ പറഞ്ഞുവെന്ന് അറിഞ്ഞപ്പോൾ തന്നെ എനിയ്ക്ക് സങ്കടമായിരുന്നു. ഇപ്പോൾ കാന്ദ്യേച്ചി ആഗ്രഹിച്ചയാളെ തന്നെ കിട്ടാൻ പോകുവല്ലേ. അതാണ് ഞാൻ ഒന്നും ആലോചിക്കാതെ,ചേച്ചിയ്ക്ക് സമ്മതമാണെന്ന് പറഞ്ഞത്.'

കാളിന്ദിയുടെ ഭാവം കണ്ടു പരുങ്ങലോടെ നന്ദ പറഞ്ഞു.കാളിന്ദി ഒരു ചിരി വരുത്തി വെച്ചിരുന്നു.

'എനിയ്ക്ക് സമ്മതമാണ്.ഇനി അതാലോചിച്ചു നില്ക്കാതെ, പോയിരുന്നു പഠിക്കാൻ നോക്ക്.'

പൊടുന്നനെ, നന്ദ പിറകിലൂടെ കാളിന്ദിയെ കെട്ടിപ്പിടിച്ചു കവിളിൽ ഉമ്മയും കൊടുത്തു.പിന്നെ പിന്തിരിഞ്ഞോടി.

അവളുടെ പ്രവൃത്തിയിൽ കാളിന്ദിയുടെ ചുണ്ടിൽ ഒരു ചിരി തെളിഞ്ഞെങ്കിലും അടുത്ത നിമിഷം അത് മാഞ്ഞിരുന്നു.

ഞാനേ പ്രണയിച്ചിട്ടുള്ളൂ.

ശ്രീഹരി ഇന്ദുവിനെ മറന്നു, മറ്റൊരാളെ സ്വീകരിക്കുമെന്ന് കരുതാൻ വയ്യ എന്നാലും കാളിന്ദിയ്ക്ക് സമ്മതമാണ്.

അമ്മയുടെ വെറും ഔപചാരികമായ ചോദ്യത്തിന്, തനിയ്ക്ക് സമ്മതമാണെന്നതിനപ്പുറം, വിവാഹത്തെപറ്റിയുള്ള ഒരു ചർച്ചയിലും അവൾ പങ്കെടുത്തില്ല. അതിനൊന്നും ചെവി കൊടുക്കാൻ പോയതുമില്ല. പക്ഷെ ഉള്ളിൽ ഒരു അഗ്നി പർവതം പുകയുന്നുണ്ടായിരുന്നു.

കീർത്തിയോട് ആ കാര്യം പങ്കിട്ടുവെങ്കിൽ, ചിലപ്പോൾ, ശ്രീഹരിയോടും, വലിയൊരു തമാശയെന്ന മട്ടിൽ,എന്നെങ്കിലും തന്റെ ഇഷ്ടം ഇന്ദു പറഞ്ഞിട്ടുണ്ടാകുമോ?

അങ്ങനെ ചിന്തിച്ചപ്പോൾ തന്നെ,അതിലും ഭേദം,ഇന്ദു തന്നെ കൊല്ലുന്നതായിരുന്നുവെന്ന് കാളിന്ദിയ്ക്ക് തോന്നി.

മനസ്സിൽ നിറയെ ശ്രീഹരിയും ഇന്ദുവുമായിരുന്നു.അവരുടെ പ്രണയനിമിഷങ്ങൾ. പലപ്പോഴും, തന്നെ കാണിയ്ക്കാൻ എന്നത് പോലെയുള്ള ഇന്ദുവിന്റെ പ്രകടനങ്ങൾ.

ഓർമ്മകളിൽ നീറി, എപ്പോഴോ കാളിന്ദിയും ഉറക്കത്തിലേയ്ക്ക് വഴുതി വീണിരുന്നു.

സമ്പത്തും പ്രതാപവുമൊക്കെയുള്ള തറവാട്ടിലായിരുന്നു ജനിച്ചതും വളർന്നതുമൊക്കെയെങ്കിലും, താൻപോരായ്മ കാരണം, വേളി കഴിഞ്ഞു കുഞ്ഞുങ്ങളും പിറന്നതോടെ,വാസുദേവൻ നമ്പൂതിരിയ്ക്ക് കഷ്ടപ്പാടുകൾ മാത്രമേ ഉണ്ടായിട്ടുള്ളൂ..

എന്നെങ്കിലും താൻ പൂജിക്കുന്ന ദൈവങ്ങൾ, തന്റെ സങ്കടങ്ങൾക്ക് പരിഹാരമേകുമെന്ന വിശ്വാസത്തിലാണ് വാസുദേവൻ. അദ്ദേഹത്തിന്റെ മൂത്ത മകളാണ് കാളിന്ദിദേവി.അരയൊപ്പം നീണ്ടിടതൂർന്ന മുടിയുണ്ടെന്നൊഴിച്ചാൽ, എടുത്തു പറയത്തക്ക പ്രത്യേകതകളൊന്നുമില്ലാത്ത, വെളുത്തു കൊലുന്നനെയുള്ളൊരു പെൺകുട്ടി.വിദ്യാഭ്യാസത്തിലും ആളല്പം പുറകിൽ തന്നെയായിരുന്നു. പഠനത്തിൽ പിന്നോക്കമായിരുന്നത് കൊണ്ട് തന്നെ, പ്ലസ്ടു കഴിഞ്ഞതിൽ പിന്നെയവൾ തുടർന്നു പഠിയ്ക്കാൻ കൂട്ടാക്കിയതുമില്ല. അംഗൻവാടി ടീച്ചറാണ് കാളിന്ദി.

രണ്ടാമത്തേത് നന്ദികാദേവി. കാണാൻ മൂവരിലും സുന്ദരിയാണ്, പഠിയ്ക്കാൻ മിടുക്കിയും. എഞ്ചിനീയറിങ്ങിന് പഠിയ്ക്കുന്നു. ഈ ദാരിദ്ര്യത്തിൽ നിന്നും കര കയറണമെന്ന ഒറ്റ ലക്ഷ്യമേ ആൾക്കുള്ളൂ. മനസ്സിലുള്ള കാര്യങ്ങൾ ആളും തരവും നോക്കാതെ വെട്ടിത്തുറന്നു പറയുമെങ്കിലും കുടുംബസ്നേഹമൊക്കെയുണ്ട്. ചിന്നുവെന്ന് വിളിയ്ക്കുന്ന വിന്ദുജദേവി. ഏറ്റവും ഇളവൾ, നന്ദയെപോലെ കാണാൻ സുന്ദരിയും പഠിക്കാൻ മിടുക്കിയും തന്നെയാണ്. ഡിഗ്രി ഒന്നാം വർഷക്കാരി.

മേലെപ്പാട്ടുകാരുടെ കീഴിലുള്ള ക്ഷേത്രത്തിലെ ശാന്തിക്കാരനായ വാസുദേവൻ നമ്പൂതിരിയ്ക്ക് കിട്ടുന്ന തുച്ഛമായ വരുമാനത്തോടൊപ്പം കാളിന്ദിയുടെ വരുമാനം കൊണ്ട് കൂടിയാണ് ആ കുടുംബം തട്ടി മുട്ടി കഴിഞ്ഞു പോവുന്നത്.

2

'ഹരി എഴുന്നേറ്റില്ല്യേ കാന്ദീ, വൈകിയല്ലോ? '

പ്രാതൽ വിളമ്പിവെച്ചിട്ടും ആള് താഴേയ്ക്ക് എത്തിയില്ലെന്ന് കണ്ടാണ് രാജേശ്വരിയമ്മ കാളിന്ദിയോട് ചോദിച്ചത്.അവളാദ്യമൊന്ന് പരുങ്ങിയെങ്കിലും മറുപടി കൊടുത്തിരുന്നു.

'ഞാനൊന്ന് പോയി നോക്കട്ടെ അപ്പച്ചി.'

അതും പറഞ്ഞു മുകളിലേയ്ക്കുള്ള ഗോവണിപ്പടികൾ കയറാൻ തുടങ്ങുമ്പോൾ, കാളിന്ദിയുടെ മനസ്സിൽ വേളിയുറപ്പിച്ചതിനു ശേഷം ശ്രീഹരിയെ മുഖാമുഖം കണ്ട ആ ദിവസമായിരുന്നു.

അന്ന് വൈകുന്നേരം, അംഗൻവാടിയിൽ നിന്നും തിരികെ വരുമ്പോൾ, പെട്ടെന്നൊരു തോന്നലിലാണ്, കാളിന്ദി ഇടവഴിയുടെ അപ്പുറത്തെ വയലിറമ്പിലൂടെ നേരെ നടന്നത്.

ഇത്തിരി നടക്കാനുണ്ടായിരുന്നുവെങ്കിലും, വൈകാതെ അവളവിടെയെത്തിയിരുന്നു. നിറയെ വന്മരങ്ങൾ തണൽ വീഴ്ത്തിയ കാവിനുള്ളിലേയ്ക്ക് കയറുമ്പോൾ, ഓർമ്മകൾ അവളെ വലയം ചെയ്തു.

യക്ഷിക്കാവ്. ഇതും മേലേപ്പാട്ടുകാരുടെ വകയാണ്. ഇതിനപ്പുറത്തെ ഇടവഴി കടന്നാൽ മേലേപ്പാട്ട് തറവാടാണ്.പണ്ടെങ്ങോ, ഒടുങ്ങാത്ത പകയുമായി, മേലേപ്പാട്ടുകാരുടെ സർവ്വനാശത്തിനിറങ്ങിയ യക്ഷിയമ്മയെ തളച്ച ആൽമരം, ഇപ്പോഴും, ഇതിനുള്ളിൽ തലയെടുപ്പോടെ നിൽക്കുന്നുണ്ട്.

സർവ്വസംഹാരിണി ഭാവത്തിൽ നിന്നും മാതൃഭാവത്തിലേയ്ക്കാണ് യക്ഷിയമ്മയെ കാവിൽ കുടിയിരുത്തിയതെന്നാണ് വിശ്വാസം. മേലേപ്പാട്ടുകാർക്ക് മാത്രമായിരുന്നില്ല, ആ ഗ്രാമത്തിനാകവേ അമ്മയായിരുന്നു യക്ഷിയമ്മ. കാലം കടന്നു പോകുന്നതിനിടയിൽ, യക്ഷിക്കാവിൽ തിരി വെപ്പും ചടങ്ങുകളുമൊക്കെ മുടങ്ങി. എന്നാലും ഇപ്പോഴും, പലരും യക്ഷിക്കാവിൽ തിരിവെച്ചു പ്രാർത്ഥിക്കാറുണ്ട്. ആത്മാർത്ഥമായ പ്രാർത്ഥന യക്ഷിയമ്മ കേൾക്കുമെന്നാണ് വിശ്വാസം

സ്കൂളിലെ പരീക്ഷയിൽ ജയിക്കാനാണ് ആദ്യമായി ഇവിടെ അപേക്ഷ സമർപ്പിച്ചത്. എന്തായാലും ആ പരീക്ഷ വലിയ തട്ട് കേട് കൂടാതെ

പാസായപ്പോൾ യക്ഷിയമ്മയോട് ഒരിഷ്ടം തോന്നി. താൻ തന്നെയാണ് അവൾക്ക് താല്പര്യം ഇല്ലാതിരുന്നിട്ടും ഇന്ദുവിനെയും കൂട്ടി ആദ്യം ഇവിടെ വന്നത്. നിറയെ കാടും മരങ്ങളുമൊക്കെ ആയത് കൊണ്ടു അധികമാരും ഈ ഭാഗത്തേക്ക് വരാറില്ലെന്ന് മാത്രമല്ല. തനിച്ചു വരുന്നത് ആരെങ്കിലും കണ്ടാൽ നല്ല വഴക്കും കേൾക്കും.

ഇവിടെയിങ്ങനെ ഇരിയ്ക്കാൻ തനിക്കേറെ ഇഷ്ടമായിരുന്നു. ഇന്ദു കളിയാക്കും. എന്നാലും കൂടെ വരുമായിരുന്നു.

അവസാനമായി ഇവിടെ വന്ന ദിവസം ഓർത്തപ്പോൾ, കാളിന്ദിയുടെ ഉള്ളിലൊരു വിറയലുണ്ടായി.

ആ കാഴ്ച്ച. യക്ഷിക്കാവിന്റെ ഉള്ളിലേയ്ക്കുള്ള താഴത്തെ പടിയിൽ ആലിംഗനബദ്ധരായി നിൽക്കുന്ന ശ്രീഹരിയും ഇന്ദുബാലയും. നിന്നിടത്ത് തറഞ്ഞ് പോയിരുന്നു താൻ. അനങ്ങാനാവാതെ. അവർ തന്നെ കണ്ടില്ലെന്ന് ആശ്വസിച്ചു, തിരികെ നടക്കാൻ തുടങ്ങുമ്പോഴാണ്, ഹരിയേട്ടന്റെ കരവലയത്തിനിടയിലൂടെ തന്റെ നേരെ നീളുന്ന, ഇന്ദുവിന്റെ തിളങ്ങുന്ന മിഴികൾ കണ്ടത്. ഞൊടിയിടെ, ആ ചുണ്ടുകളിൽ മിന്നി മാഞ്ഞ പരിഹാസം കണ്ണിൽ പെട്ടു പോയതും.

കൂടപ്പിറപ്പിനെ പോലെ കരുതിയ പ്രിയ തോഴിയെ പൂർണ്ണമായും മനസ്സിലാക്കിയത് അന്നായിരുന്നു. ധൃതിയിൽ തിരിഞ്ഞു നടക്കുമ്പോൾ കണ്ണുകൾ നിറയുന്നുണ്ടായിരുന്നു. കാലിൽ ഉരയുന്ന കാട്ടു ചെടികളിലെ മുള്ളുകൾ തന്നെ വേദനിപ്പിച്ചിരുന്നില്ല. മനസ്സ് മുറിഞ്ഞു ചോരയൊഴുകുന്നുണ്ടായിരുന്നു.

യക്ഷിയമ്മയോട് പോലും പിണക്കം തോന്നിയിരുന്നു. ശ്രീഹരിയെ തനിയ്ക്ക് തരണമെന്ന് ഒരിക്കലും പ്രാർത്ഥിച്ചിട്ടില്ല. പക്ഷെ ചതിക്കപ്പെട്ടത് പൊറുക്കാനാവുമായിരുന്നില്ല.

പിന്നീടൊരിക്കലും ഈ വഴി വന്നിട്ടില്ല.

ആ ഓർമ്മകളിൽ കാളിന്ദിയൊന്ന് കിതച്ചു. പിന്നെ പതിയെ പടികൾ കയറി. പണ്ട് വന്നത് പോലെയല്ല, പടവുകൾ പോലും കാട്ടുചെടികൾ കയ്യടക്കിയിരിക്കുന്നു. പഴയത് പോലെ ആരുമിപ്പോൾ വരാറില്ലെന്ന് തോന്നുന്നു.

കാട്ടുചെടികളെ വകഞ്ഞു മാറ്റി ഉള്ളിലേയ്ക്ക് കടക്കുമ്പോൾ കാളിന്ദിയ്ക്ക് ഒട്ടും ഭയം തോന്നിയില്ല. മുൻപും അങ്ങനെയായിരുന്നു. ഇവിടെ വരുമ്പോൾ, കൂടെ ആരോ ഉണ്ടെന്ന തോന്നലാണ്. കരുതൽ പോലെ..

മറ്റുള്ളവർ ഭയപ്പാടോടെ കാണുന്ന യക്ഷിയമ്മയെ പേടി തോന്നിയിട്ടില്ല.

ഇന്ദുവിന്റെ വിശ്വാസവഞ്ചനയ്ക്ക് കൂട്ട് നിന്നുവെന്നൊരു തോന്നലി

ലാണ് പിണങ്ങിയത്. കേൾക്കുന്നവർക്ക് ബാലിശമെന്ന് തോന്നാമെങ്കിലും. മുകളിലെ പടികളിൽ പടർന്നു കേറിയ കാട്ടുവള്ളികളിലെ ഇലകൾക്കിടയിൽ, നിറയെ പൊഴിഞ്ഞു കിടക്കുന്ന ചുവന്ന തുള്ളികൾ.

പടികൾക്ക് തൊട്ട് മുകളിലെ ആ വലിയ മഞ്ചാടി മരം. ആൽത്തറയിൽ നിറയെ കരിയിലകൾ മൂടിക്കിടക്കുന്നു. കൽവിളക്കിലെ ഒറ്റച്ചിരാത് പൊടിപിടിച്ചു കിടന്നിരുന്നു. കാലങ്ങളായി ആരുമിങ്ങോട്ട് കയറാത്തത് പോലെ.

ആൽമരത്തിനോട് ചേർന്നുള്ള, യക്ഷിയമ്മയുടെ കരിങ്കലിൽ കൊത്തിയ പ്രതിഷ്ഠയ്ക്ക് മുൻപിൽ, കാളിന്ദി ഏറെ നേരമങ്ങിനെ നിന്നു. ചുറ്റുപാടും കാടു പിടിച്ചു കിടക്കുന്നുവെങ്കിലും ആ പ്രതിമയ്ക്ക് മാത്രം ഒരു കുഴപ്പവുമില്ല. ആ മുഖത്തെ പുഞ്ചിരി തനിയ്ക്ക് വേണ്ടിയുള്ളതാണെന്ന് തോന്നി അവൾക്ക്.

ഒന്നും ചോദിക്കാനും പറയാനുമുണ്ടായിരുന്നില്ല. പതിയെ പിന്തിരിഞ്ഞു നടക്കുമ്പോൾ കാളിന്ദിയുടെ കവിളുകൾ നനഞ്ഞിരുന്നു.

'കാളിന്ദി'

ആരോ വിളിച്ചുവോ..?

പിന്തിരിഞ്ഞു നോക്കുമ്പോൾ, ചിരി തൂകി നിൽക്കുന്ന യക്ഷിയമ്മയുടെ കരിങ്കൽ പ്രതിമയല്ലാതെ മറ്റൊന്നും കണ്ടില്ല.

എന്തൊക്കെയോ ആലോചനയിൽ, പടികൾ ഇറങ്ങാൻ തുടങ്ങുമ്പോഴാണ്, താഴെ, ഇലഞ്ഞിമരത്തിൽ ചാരി, കൈകെട്ടി, തന്നെയും കാത്തെന്നത് പോലെ നിൽക്കുന്നയാളെ കണ്ടത്. കാളിന്ദിയുടെ ഉള്ളിലൂടെ ഒരു മിന്നൽപിണർ കടന്നു പോയി.

മേലേപ്പാട്ട് ശ്രീഹരി

ശ്രീഹരി തന്നെ കാത്ത് നിൽക്കുകയാണെന്ന് തോന്നിയതും കാളിന്ദിയുടെ ഉള്ളൊന്ന് വിറച്ചു. ചുവടൊന്ന് പിഴച്ചു. പടികളിൽ ഒന്നു തെന്നിയതും ഹരി മുന്നോട്ടാഞ്ഞത് അവൾ കണ്ടിരുന്നു. കാലിൽ കുരുങ്ങിയ വള്ളിപ്പടർപ്പ് അടർത്തി മാറ്റിയവൾ, പതിയെ പടികൾ ഇറങ്ങി, തലയുയർത്താതെ.

ഹൃദയം വല്ലാതെ മിടിയ്ക്കുന്നുണ്ട്. ഉള്ളം കൈ വിയർത്തു തുടങ്ങിയിട്ടുണ്ട്. പണ്ടെങ്ങോ നീട്ടിയിരുന്ന പുഞ്ചിരികൾക്കപ്പുറം ഒരു വാക്ക് പോലും സംസാരിച്ചിട്ടില്ല.

പതിയെ മാഞ്ഞു പോയ ആ ചിരികൾക്ക് പിന്നിലെ കാരണം ഇന്ദുവായിരുന്നെന്ന് അറിയാം.

'ഹരിയേട്ടന്റെ മുൻപിലും, നീയൊരു കോമാളിയാവണ്ടല്ലോന്ന് വെച്ച് നിന്റെ ദിവ്യ പ്രേമം ഞാൻ ആളോട് പറഞ്ഞിട്ടൊന്നുമില്ല്യ. ഇനി പറയാ

നൊട്ട് പോണുമില്ല്യാ. ഒരു കൗതുകത്തിന്റെ പേരിൽ പോലും ആ കണ്ണുകൾ നിന്റെ നേരെ നീളുന്നത് എനിയ്ക്ക് സഹിക്കില്ല്യ കാന്ദീ.'

ഒരു ഔദാര്യം പോലെ, ശ്രീഹരിയുടെ താലിയുമണിഞ്ഞു മുൻപിൽ വന്നു നിന്നു ഇന്ദുബാല പറഞ്ഞ വാക്കുകൾ.

പ്രിയ തോഴിയുടെ വിശ്വാസവഞ്ചനയിൽ തകർന്നു പോയ മനസ്സ് ആ വാക്കുകളിൽ മുറുകെ പിടിച്ചിരുന്നു.

ലോകത്ത് മറ്റാരറിഞ്ഞാലും ശ്രീഹരി ഒരിക്കലും തന്റെ ഇഷ്ടം അറിയാൻ ഇടവരരുതെന്നായിരുന്നു പ്രാർത്ഥന. ആരുടെ മുൻപിൽ തല താഴ്ത്തി നിൽക്കേണ്ടി വന്നാലും ഹരിയേട്ടന് മുൻപിൽ ഒരു കോമാളിയാവാൻ വയ്യ.

'കാളിന്ദി ..?'

ആ വിളി കേട്ടപ്പോഴാണ് മുഖമുയർത്തിയത്.

സോപാന സംഗീതത്തിൽ, ആദ്യം മയങ്ങിയത് ഈ ശബ്ദത്തിലായിരുന്നു. അത്രമേൽ ഗാംഭീര്യമുണ്ടായിരുന്നു ആ സ്വരത്തിന്. ആളെ പോലെ തന്നെ. ആദ്യത്തെ കാഴ്ച്ചയിൽ തന്നെ, ആരുമൊന്ന് നോക്കിപ്പോവും ശ്രീഹരിയെ. നല്ല ഉയരവും അതിനൊത്ത വണ്ണവും. അഴകാർന്ന മുഖത്തെ സ്ഥായി ഭാവം ഗൗരവമാണെങ്കിലും, ആ മിഴികളിൽ ഒരു ചിരി തെളിഞ്ഞു നിൽക്കാറുണ്ടായിരുന്നു. മനസ്സിനുള്ളിലോളം കടന്നെത്തുമെന്ന് ഭയന്ന്, മുൻപിൽ എത്തുമ്പോഴൊക്കെ ആ മിഴികളെ നേരിടാൻ മടിച്ചിട്ടുണ്ട്.

എപ്പോഴും ഭംഗിയായി വെട്ടിയൊതുക്കി വെച്ചുകൊണ്ടിരുന്ന താടിയും മുടിയുമൊക്കെ അനുസരണയില്ലാതെന്നോണം പടർന്നു കയറിയിട്ടുണ്ട്. കണ്ണുകളിൽ ആ പഴയ തിളക്കമില്ല. ഒരു തരം നിർവികാരതയാണ് മുഖത്ത്. ഇന്ദുബാലയായിരുന്നു എന്തു കൊണ്ടും ശ്രീഹരിയ്ക്ക് യോജിച്ചവൾ. അയാൾക്കരികെ നിൽക്കുമ്പോൾ കാളിന്ദിയ്ക്ക് അങ്ങനെ തോന്നി. അപകർഷതാ ബോധത്തിന്റെ അലകൾ വന്നു മൂടുന്നത് അവളറിഞ്ഞു.

'ഇയാൾ എന്തിനാ ഈ ആളും മനുഷ്യനും ഇല്ലാത്തിടത്ത് വന്നത്..?'

നിറഞ്ഞ ഗൗരവമായിരുന്നു ശബ്ദത്തിൽ.

'അത്... ഞാൻ യക്ഷിയമ്മയെ'

കാളിന്ദി പതിയെ മിഴികൾ മാത്രം ഉയർത്തി ഹരിയെ നോക്കി..

'ഇങ്ങോട്ടൊന്നും ഇപ്പോൾ ആരും വരാറില്ലെടോ. ഈ കാടുപിടിച്ചു കിടക്കുന്നയിടത്ത്, അതും തനിച്ച്.'

ശാസനയോടെയുള്ള ശബ്ദം.

'താൻ ഇങ്ങോട്ടേക്ക് തിരിയുന്നത് റോഡിൽ വെച്ച് കണ്ടത് കൊണ്ടു

പിറകെ വന്നതാണ് ഞാൻ.'

കാളിന്ദി കുറ്റം ചെയ്ത കുട്ടിയെ പോലെ നിന്നു.

'എന്തായാലും തന്നെ കണ്ടത് നന്നായി. ഒന്നു സംസാരിക്കണമെന്ന് കരുതിയിരുന്നു.'

അവളുടെ മനസ്സ് വീണ്ടും ചാഞ്ചാടി തുടങ്ങിയിരുന്നു. ശ്രീഹരി പതിയെ തിരിഞ്ഞു നിന്നു.

'തീരുമാനങ്ങളൊക്കെ അപ്പച്ചിയുടേതായിരുന്നു. ഇനിയൊരു വിവാഹം വേണ്ടെന്ന് ഉറപ്പിച്ച എന്നെ കടമയുടെയും കടപ്പാടിന്റെയും പൂട്ടിട്ട് പൂട്ടി.'

ഹരിയുടെ ശബ്ദം ചിലമ്പിച്ചത് അവളറിഞ്ഞു. ഹൃദയത്തിൽ എന്തോ കുത്തിക്കയറുന്നു.

'എനിക്കറിയാം. തന്റെ അച്ഛന്റെ നിസ്സഹായാവസ്ഥയെ മുതലെടുത്തതാണ്. താനും അത് കൊണ്ടുതന്നെയാണ് ഇതിനു സമ്മതിച്ചതെന്നും എനിക്കറിയാം. പക്ഷെ കാളിന്ദി...'

പറഞ്ഞു കൊണ്ടു ശ്രീഹരി പെട്ടെന്ന് തിരിഞ്ഞു നോക്കിയതും, ഹരിയുടെ പിറകിൽ അവനെ തന്നെ നോക്കി നിൽക്കുകയായിരുന്ന കാളിന്ദിയൊന്നു പതറി.

'എന്റെ മനസ്സിൽ നിന്നും അവളെ... ഇന്ദുവിനെ ഇറക്കിവിടാൻ എനിക്കൊരിക്കലും കഴിയില്ല.'

പ്രതീക്ഷിച്ചതായിരുന്നുവെങ്കിലും എന്തിനോ കാളിന്ദിയ്ക്ക് വേദനിച്ചു. ശ്രീഹരി പതിയെ അവൾക്കരികിലേയ്ക്ക് ചുവടുകൾ വെച്ചു.

'പൂർണ്ണസമ്മതത്തോടെയാവില്ല താനും ഇതിന് സമ്മതിച്ചതെന്ന് എനിക്കറിയാം. മനസ്സിൽ മറ്റൊരാളെ വെച്ച് എന്നെ സ്വീകരിക്കാൻ തനിയ്ക്കും ബുദ്ധിമുട്ടാവും.'

കാളിന്ദി ഞെട്ടലോടെ മുഖമുയർത്തി ഹരിയെ നോക്കി. അവൾക്കൊന്നും മനസ്സിലായില്ല. അവളുടെ ഭാവം കണ്ടാവും ഒരു വാടിയ ചിരിത്തുണ്ട് ഹരിയുടെ അധരങ്ങളിൽ പതിഞ്ഞിരുന്നു.

'എനിക്കറിയാടോ.. ഇന്ദു പറഞ്ഞിട്ടുണ്ട് തന്റെ പ്രണയത്തെ പറ്റി.'

കാളിന്ദി ശബ്ദിക്കാനാവാതെ ഹരിയെ നോക്കി.

എന്റെ പ്രണയം?

ഇന്ദു എന്താണ് പറഞ്ഞത് ?

എന്റെ പ്രണയം. അത് നിങ്ങളായിരുന്നല്ലോ?

പറയാത്ത വാക്കുകൾ മനസ്സിൽ കിടന്നു പിടഞ്ഞു കൊണ്ടേയിരുന്നു.

'എനിയ്ക്ക് തന്നെ മനസ്സിലാവും. തന്റെ അതേ അവസ്ഥയാണ് എനിയ്ക്കും. താൻ അല്ലെങ്കിൽ മറ്റൊരാളെ, എനിയ്ക്കും വേളി കഴിക്കേണ്ടി

വരും.'

കാളിന്ദിയെ തന്നെ നോക്കിയാണ് പറയുന്നത്. അവൾ അപ്പോഴും ആശയക്കുഴപ്പത്തിലായിരുന്നു.

'വിവാഹം കഴിഞ്ഞാലും എന്റെ പ്രണയം ഒരിക്കലും കാളിന്ദിയാവില്ല. അത് പോലെ തന്നിൽ നിന്നും ഞാനും ഒന്നും പ്രതീക്ഷിക്കുന്നില്ല.'

വീണ്ടും തിരിഞ്ഞു നിന്നുകൊണ്ടാണ് ശ്രീഹരി പറഞ്ഞത്. ശാന്തമായിരുന്നു ആ ശബ്ദം.

'തന്നോട് വെറുപ്പോ ദേഷ്യമോ ഒന്നും എനിയ്ക്കില്ല. ഒരുമിച്ചു താമസിക്കേണ്ടി വരുന്ന രണ്ടു പേർക്കിടയിലുള്ള സൗഹൃദത്തിനപ്പുറം ഒന്നും നമ്മുടെ ജീവിതത്തിൽ ഉണ്ടാവില്ല.'

അവൾ മിഴികൾ ഇറുകെ അടച്ചു തുറന്നു.

'ഇതൊന്നും തന്നോട് ആദ്യമേ തുറന്നു സംസാരിച്ചില്ലെങ്കിൽ ശരിയാവില്ലെന്ന് തോന്നി. വേളിയ്ക്ക് മുൻപേ എന്റെ മനസ്സ് താൻ അറിയണമെന്നും.'

കാളിന്ദിയ്ക്ക് അവനരികിൽ നിന്നും എങ്ങോട്ടെങ്കിലും ഓടിപ്പോവൻ തോന്നി.

'ഇനി തനിയ്ക്ക് എന്ത് തീരുമാനം വേണമെങ്കിലുമെടുക്കാം.'

അവൾക്ക് ദേഷ്യമാണ് തോന്നിയത്.

'വേളി ഉറപ്പിച്ചതിനു ശേഷമാണോ ഇങ്ങനെയൊരു സംസാരം വേണമെന്ന് ഹരിയേട്ടന് തോന്നിയത്..?'

ഇത്തവണ ഞെട്ടിയത് ശ്രീഹരിയായിരുന്നു.

'വേളി ഉറപ്പിക്കാനോ.. ആലോചിച്ചുവെന്നല്ലേയുള്ളൂ..?'

കാളിന്ദിയുടെ ചുണ്ടുകൾ പുച്ഛത്തിൽ ഒന്ന് കോടി.

'പൂവോത്ത് മനയ്ക്കൽ വാസുദേവൻ നമ്പൂതിരിയും മേലെപ്പാട്ട് മനയ്ക്കൽ രാജേശ്വരിയമ്മയും മക്കളുടെ വേളി പറഞ്ഞുറപ്പിച്ചു. ഈ വരുന്ന ഞായറാഴ്ചയാണ് ആ ശുഭമുഹൂർത്തം.'

കാളിന്ദിയുടെ ശബ്ദത്തിലെ പരിഹാസത്തേക്കാൾ ആ വാർത്ത തന്നെയായിരുന്നു ഹരിയെ ഞെട്ടിച്ചത്.

'അടുത്ത... അടുത്തയാഴ്ചയോ... ഞാൻ... ഞാനറിഞ്ഞിട്ടില്ലെടോ.'

അവളൊന്നും മിണ്ടിയില്ല.

'അപ്പച്ചി കുറച്ചായി വേളിയെ ചൊല്ലി പ്രശ്നമുണ്ടാക്കുന്നു. മനയ്ക്കലെ സാഹചര്യവും മോശമാണ്. അപ്പച്ചി പറയുന്നതും കാര്യം തന്നെയാണ്. എങ്കിലും എന്റെ സ്വാർത്ഥതയ്ക്ക് വേണ്ടി ഒരാളെ കൂടെ ഇതിലേക്ക് വലിച്ചിടാൻ തോന്നിയില്ല. പക്ഷെ കാര്യങ്ങൾ കുറെയൊക്കെ തനിയ്ക്കും അറിയാമല്ലോ. അതുകൊണ്ടാണ് വേളിക്കാര്യം അപ്പച്ചിയുടെ ഇ

ഷ്ടത്തിന് ഞാൻ വിട്ട് കൊടുത്തത്.'

ഹരി ഒന്ന് നിശ്വസിച്ചു, പിന്നെ കാളിന്ദിയെ നോക്കി.

'ഇയാളുടെ കാര്യം അപ്പച്ചി സൂചിപ്പിച്ചിരുന്നെങ്കിലും ഞാനത് കാര്യമായി എടുത്തിരുന്നില്ല. നിങ്ങൾക്ക് വേളിയ്ക്ക് എതിർപ്പൊന്നും ഇല്ലെന്ന് അപ്പച്ചി പറഞ്ഞതല്ലാതെ എനിയ്ക്കൊന്നും അറിയില്ല.'

കാളിന്ദിയെ ഒന്ന് നോക്കി, ഹരി കൂട്ടിച്ചേർത്തു.

'ഞാൻ... ഞാനൊന്നും അന്വേഷിച്ചിട്ടില്ല എന്നതാണ് സത്യം.'

അവൾ മുഖമുയർത്തി അവനെ നോക്കി..

'എന്നാൽ അറിഞ്ഞോളൂ. ആ കച്ചവടം ഉറപ്പിച്ചു. എന്റെ ജീവിതത്തിനു പകരം എന്റെ അച്ഛന്റെ കടങ്ങളൊക്കെ തീർക്കാമെന്നും അനിയത്തിമാരുടെ പഠനച്ചിലവുകൾ ഏറ്റെടുക്കാമെന്നും മേലേപ്പാട്ടെ രാജേശ്വരിയമ്മ വാഗ്ദാനം ചെയ്തിട്ടുണ്ട്. കൂടാതെ വേളിയ്ക്ക് അണിയാനുള്ള വസ്ത്രങ്ങളും ആഭരണങ്ങളും അടക്കമെല്ലാം മേലേപ്പാട്ട് മനയ്ക്കൽ നിന്നും തന്നെയാണ്. എന്റെ ജോലി തുടരാനാവില്ലെന്നും പറയാതെ പറഞ്ഞു വെച്ചിട്ടുണ്ട്.'

ആരോടൊക്കെയോ ഉള്ള കാളിന്ദിയുടെ അമർഷം മുഴുവനും ആ വാക്കുകളിൽ തെളിഞ്ഞിരുന്നു. ശ്രീഹരിയ്ക്ക് അമ്പരപ്പായിരുന്നു. അവളിൽ നിന്നും ഇങ്ങനെയൊരു സംസാരം അയാൾ പ്രതീക്ഷിച്ചതേയില്ല. തെല്ലൊരു കൗതുകത്തോടെയാണ് ഹരി അവളുടെ വാക്കുകൾ ശ്രദ്ധിച്ചത്. പതിഞ്ഞ സ്വഭാവമുള്ള, മുഖത്തേക്ക് പോലും നോക്കാതെ നടക്കുന്ന പെൺകുട്ടിയിൽ നിന്നും ഈ വാക്കുകളൊന്നും വരുമെന്ന് ശ്രീഹരി വിചാരിച്ചിരുന്നില്ല.

'ഹരിയേട്ടനെ പോലെ കടമകളും കടപ്പാടുകളും കൊണ്ടു ബന്ധിച്ചതാണ് എന്നെയും. ഒട്ടും ഇഷ്ടമില്ലാതെ തന്നെ. പക്ഷെ ഇനി എനിയ്ക്ക് ഇതിൽ നിന്നും പിന്തിരിയാൻ സാധിക്കില്ല. കൂടുതൽ എന്തെങ്കിലും ഉണ്ടെങ്കിൽ ഹരിയേട്ടന് അച്ഛനോട് സംസാരിക്കാം.'

ഉറച്ച ശബ്ദത്തിൽ പറഞ്ഞു, അയാളെ ഒന്ന് നോക്കി, നടക്കാൻ തുടങ്ങിയെങ്കിലും കാളിന്ദി പൊടുന്നനെ പിന്തിരിഞ്ഞു നിന്നു.

'ഒരു കാര്യം കൂടെ, ഇന്ദുബാല ഹരിയേട്ടനോട് എന്താണ് പറഞ്ഞതെന്ന് എനിയ്ക്കറിയില്ല. പക്ഷെ എനിയ്ക്കാരോടും പ്രണയമൊന്നും തോന്നിയിട്ടില്ല. എന്റെ മനസ്സിലും മറ്റാരുമില്ല.'

പറഞ്ഞതും അവൾ പിന്തിരിഞ്ഞു നടന്നിരുന്നു. കള്ളം പറഞ്ഞതിന്റെ ഒരു വിറയൽ ഉള്ളിലുണ്ടായിരുന്നു. പക്ഷെ പറയാതെ വയ്യായിരുന്നു. എന്തിനെന്നറിയാതെ കാളിന്ദിയുടെ കണ്ണുകൾ നിറയുന്നുണ്ടായിരുന്നു. സങ്കടവും ദേഷ്യവും കൊണ്ടു അധരങ്ങൾ വിറപൂണ്ടിരുന്നു.

പ്രതീക്ഷിച്ചതാണ്... അറിയാവുന്നതാണ്... ശ്രീഹരിയ്ക്ക് ഇന്ദുബാലയെ മറക്കാനാവില്ലെന്ന്.

പക്ഷെ മുൻപിൽ വന്നു നിന്ന് പറഞ്ഞപ്പോൾ നിയന്ത്രണം വിട്ട് പോയി. എന്തൊക്കെയാണ് പറഞ്ഞതെന്ന് പോലും ഓർമ്മയില്ല.

ഒരുപാട് വട്ടം മുറിപ്പെട്ടുപോയ മനസ്സിന്റെ പ്രതിഷേധമാവാം.

ജീവിതത്തിൽ ആദ്യമായാണ് ഒരാളോട് ഇങ്ങനെ അറുത്തു മുറിച്ചു സംസാരിക്കുന്നത് അതും ഏറെ പ്രിയപ്പെട്ട ഒരാളോട്.

ശ്രീഹരി പറഞ്ഞതിൽ തെറ്റൊന്നും ഇല്ലെന്ന് കാളിന്ദിയ്ക്കും അറിയാമായിരുന്നു. അയാളുടെ മനസ്സിലുള്ള കാര്യങ്ങൾ അയാൾ തുറന്നു പറഞ്ഞു. മാന്യമായി തന്നെ. വൈകിപ്പോയെങ്കിലും. അയാളത് അറിഞ്ഞതുമില്ല.

പിന്നെയെന്താണ് തനിയ്ക്ക് നിയന്ത്രിക്കാൻ കഴിയാതെ പോയത്?

ഇന്ദു കള്ളം പറഞ്ഞുവെന്ന് അറിഞ്ഞതു കൊണ്ടോ..? തന്റെ പ്രണയം ഒരിക്കലും ഹരിയേട്ടൻ അറിയരുതെന്ന് തന്നെയല്ലേ ആഗ്രഹിച്ചത്? എന്നിട്ടും തന്റെ മനസ്സിൽ മറ്റൊരാളുണ്ടെന്ന് ആ നാവിൽ നിന്നും കേട്ടപ്പോൾ നൊന്തത്, എന്തിനാണ്..?

താൻ എന്തുകൊണ്ടാണ് അങ്ങനെ പെരുമാറിയതെന്ന് ആലോചിച്ചു കൊണ്ടാണ് കാളിന്ദി നടന്നകന്നത്. ശ്രീഹരി അപ്പോഴും അതേ നിൽപ്പായിരുന്നു. കാളിന്ദി അവസാനം പറഞ്ഞു പോയ വാക്കുകളായിരുന്നു മനസ്സിൽ. പിന്നെയെന്തിനാണ് ഇന്ദു അന്ന് കാളിന്ദിയെ പറ്റി അങ്ങനെയൊക്കെ പറഞ്ഞത്..?

കാളിന്ദിയുടെ മനസ്സിൽ മറ്റൊരാളുണ്ടെന്നത് ഒരാശ്വാസമായിരുന്നോ?

കൂടെ കൂട്ടേണ്ടി വന്നാലും തന്നിൽ നിന്നും അവളൊന്നും പ്രതീക്ഷിക്കുകയില്ലെന്ന ആശ്വാസം..?

വയലേലകൾക്കരികിലൂടെ നടന്നകലുന്നവളെ നോക്കി അവനങ്ങിനെ നിന്നു. താൻ കരുതിയതോ, കണ്ടതോ, അറിഞ്ഞതോ, അല്ല കാളിന്ദിയെന്ന പെൺകുട്ടിയെന്ന് ശ്രീഹരിയ്ക്ക് തോന്നി.

പൊടുന്നനെ യക്ഷിക്കാവിലൊരു കാറ്റ് ആഞ്ഞടിച്ചു. അത് ശ്രീഹരിയുടെ മുടിയിഴകളെയും വസ്ത്രങ്ങളെയും ഉലച്ചു കൊണ്ടു കടന്നുപോയി.

യക്ഷിക്കാവിലെ മഞ്ചാടി മരത്തിലെ മഞ്ചാടിമണികൾ പൊഴിഞ്ഞു കൊണ്ടേയിരുന്നു. രക്തത്തുള്ളികൾ പോലെ.

3

മ്ുകളിലേയ്ക്കുള്ള ഗോവണിപ്പടികൾ കയറാൻ തുടങ്ങുമ്പോഴാണ് ഇടനാഴിയ്ക്കപ്പുറത്ത് നിന്നും ആ തേങ്ങിക്കരച്ചിൽ കാളിന്ദിയുടെ കാതുകളിലെത്തിയത്. അവളൊന്നു പകച്ചു ചുറ്റും നോക്കി...

അല്ല. ഭാമയുടെ അറയിൽ നിന്നുമല്ല ആ കരച്ചിൽ. പിന്നെ...?

ഇടനാഴിയ്ക്കപ്പുറത്തുള്ള അറവാതിലുകളെല്ലാം അടഞ്ഞുകിടക്കുകയാണ്. ആ അറകളൊന്നും ആരും ഉപയോഗിക്കുന്നുമില്ല.

എന്തു ചെയ്യണമെന്നറിയാതെയവൾ ഗോവണിപ്പടികളിൽ നിൽക്കവേ പതിയെ ആ തേങ്ങൽ നിലച്ചിരുന്നു. പൊടുന്നനെ എവിടുന്നെന്നില്ലാതെ കാളിന്ദിയെ തൊട്ടു തലോടിപ്പോയ കാറ്റിൽ കൈതപ്പൂമണം കലർന്നിരുന്നു. ആരുടെയോ സാമീപ്യം അനുഭവപ്പെട്ടപ്പോഴാണവൾ ഞെട്ടിത്തിരിഞ്ഞു നോക്കിയത്. ആരുമില്ല.പിറകിലെ ഗോവണിപ്പടികളും കടന്നവളുടെ നോട്ടം, മങ്ങിയ വെളിച്ചം തങ്ങി നിൽക്കുന്ന ഇടനാഴിയിലോളമെത്തി. തോന്നിയതാവണം.

വീണ്ടും ഗോവണിപ്പടികൾ കയറാൻ തുടങ്ങുമ്പോഴാണ് ശ്രീഹരി വരുന്നത് കാളിന്ദി കണ്ടത്. അവൾ ധൃതിയിൽ തിരികെ ഇറങ്ങി നടന്നിരുന്നു. അവൾക്ക് പിറകെ ഹരിയും ഡൈനിങ്ഹാളിൽ എത്തിയിരുന്നു.

ഭാമയ്ക്ക് കഴിയ്ക്കാനുള്ളത് കാളിന്ദി വിളമ്പിവെച്ചിരുന്നു. ശ്രീഹരിയെ മാത്രമേ ഇപ്പോൾ ഭാമ അടുപ്പിക്കാറുള്ളൂ. അത് കൊണ്ടു ഭാമയുടെ കാര്യങ്ങൾ നോക്കുന്നതും ഹരി തന്നെയാണ്.ഹരി ഇഡ്ഡലിയും സാമ്പാറും വിളമ്പിയ പ്ലേറ്റ് എടുത്തപ്പോഴേക്കും, കാളിന്ദി ഗ്ലാസിൽ ചായയും പകർന്നെടുത്തിരുന്നു. ഹരി അതിനായി കൈ നീട്ടിയെങ്കിലും അവൾ കൊടുത്തില്ല.

'ഞാൻ കൊണ്ട് വരാം...'

വലിയ തെളിച്ചമില്ലാതെ, അവളെ ഒന്ന് നോക്കി, ആള് ഒരു നടത്തമായിരുന്നു...

'ഇങ്ങേരെന്താ വല്ല വായുഗുളികയ്ക്കോ മറ്റോ പോവാണോ ആവോ..?'

നടക്കുന്നതിനിടയിൽ കാളിന്ദി പിറുപിറുത്തു. ശ്രീഹരി ഒന്ന് തിരിഞ്ഞു നോക്കിയപ്പോൾ അവളൊന്നു ഞെട്ടി.

'കേട്ടോ ഭഗവാനെ ?'

കാളിന്ദി മനസ്സിൽ പറഞ്ഞു. അറവാതിൽക്കൽ എത്തിയതും, ഹരി അവളെ തല ചെരിച്ചൊന്ന് നോക്കി.

'അപ്പച്ചി അങ്ങനെ പലതും പറയും. ഇയാൾക്ക് പേടിയുണ്ടെങ്കിൽ വരണ്ട.'

'എനിയ്ക്ക് പേടിയൊന്നുമില്ല്യ. ഞാൻ വരുന്നത് കൊണ്ടു, ഹരിയേട്ടന് എന്തേലും ബുദ്ധിമുട്ട് ഉണ്ടെങ്കിൽ പറഞ്ഞാൽ മതി...'

എടുത്തടിച്ചത് പോലെയുള്ള മറുപടി കേട്ട് ശ്രീഹരിയൊന്ന് പകച്ചു. അവളെ തറച്ചു നോക്കി, അയാൾ കയ്യിലെ പ്ലേറ്റ് വാതിലനടുത്തുള്ള മേശപ്പുറത്ത് വെച്ചു. പിന്നെ പതിയെ ആ വാതിൽ തുറന്നു. ഇരുട്ട് വീണ അറയ്ക്കുള്ളിൽ, പുറത്തേയ്ക്ക് തുറന്നിട്ട ജാലകത്തിലൂടെ വരുന്ന നേർത്തവെളിച്ചമേയുള്ളൂ.

'ഇവിടെ നിന്നാൽ മതി.'

അമർത്തിയ ശബ്ദത്തിൽ, കാളിന്ദിയോട് വാതിൽക്കൽ നിൽക്കാൻ പറഞ്ഞു ഹരി അകത്തേയ്ക്ക് കയറി. ചുമരിനോട് ചേർത്തിട്ട കട്ടിലിൽ, ചുരുണ്ടു കൂടിയിരിക്കുന്ന രൂപത്തെ കാളിന്ദി കണ്ടു. നീണ്ട മുടി അഴിഞ്ഞു ചിതറിക്കിടക്കുന്നുണ്ട്.

പണ്ട് അമ്പലത്തിൽ വെച്ച്, പലപ്പോഴും കണ്ടിട്ടുള്ള, സൗമ്യമായി ചിരിക്കുന്ന, അതിസുന്ദരിയായിരുന്ന പെൺകുട്ടിയുടെ മുഖം, കാളിന്ദിയുടെ മനസ്സിൽ തെളിഞ്ഞു.

അവളുടെ നിഴൽ രൂപമാണ് ആ കട്ടിലിൽ ഇരിക്കുന്നതെന്ന് അവൾക്ക് തോന്നിപ്പോയി. വാതിൽ തുറക്കുന്ന ശബ്ദം കേട്ടാവും ഭാമയുടെ മിഴികൾ അവർക്ക് നേരെ തിരിഞ്ഞിരുന്നു.

ശ്രീഹരിയെ കണ്ടു, ഒരു മാത്രയൊന്നു വിടർന്ന മിഴികൾ, അവന് പിന്നിൽ, വാതിൽക്കൽ നിൽക്കുന്നവളെ കണ്ടാവുമൊന്ന് പിടഞ്ഞത്. ഹരി അടുത്തേയ്ക്ക് ചെന്ന് കട്ടിലിൽ ഇരിക്കുമ്പോഴും, എന്തൊക്കെയോ പറഞ്ഞു, പ്ലേറ്റിലെ ചോറ് ഉരുളകളാക്കി, വായിൽ വെച്ചുകൊടുക്കുമ്പോഴും, യാതൊരുവിധ പ്രതിഷേധവുമില്ലാതെ, അനുസരണയോടെ ഇരിക്കുന്നവളുടെ മിഴികൾ പക്ഷെ, വാതിൽക്കൽ നിന്നിരുന്ന കാളിന്ദിയിൽ തന്നെയായിരുന്നു.

കണ്ണെടുക്കാതെ ഭാമ കാളിന്ദിയെ തന്നെ നോക്കിയിരിക്കുന്നത് കണ്ടാണ്, ശ്രീഹരി അവളെ നോക്കി, തെല്ലൊരു മടിയോടെയാണെങ്കിലും ഭാമയോടായി പറഞ്ഞത്.

'അത്... അത് മോളുടെ ഏട്ടത്തിയമ്മയാണ്. കാളിന്ദി.'

ഹരി പറഞ്ഞത് മനസ്സിലാകാത്ത വണ്ണം, ആ നോട്ടം വീണ്ടും പതറി പതറി കാളിന്ദിയിലെത്തി നിന്നു. പിന്നെയവളെ നോക്കി, ഭാമ നിഷേധാർത്ഥത്തിൽ തലയാട്ടി. അടുത്ത നിമിഷമവൾ ഒറ്റ നിലവിളിയായിരുന്നു.

മുറിവേറ്റ പക്ഷിയുടെ കരച്ചിൽ പോലെ, ആ നിലവിളി കാളിന്ദിയുടെ മനസ്സിൽ തറഞ്ഞു കയറിയിരുന്നു. അപ്പോഴാണ് ഭാമയുടെ കാ ലിൽ നിന്നും നീളുന്ന, കട്ടിലിന്റെയറ്റത്തു ബന്ധിച്ചിരിക്കുന്ന ചങ്ങല കാളിന്ദി കണ്ടത്.

ഒരു തളർച്ചയോടെയവൾ വാതിലിലേയ്ക്ക് ചാരി നിന്നു. നിസ്സഹായ യായ ഒരു പെണ്ണ്.

സ്വന്തം മനസ്സ് കൈമോശം വന്നവൾ. ആദ്യമായാണ് ഈ അവസ്ഥയിൽ കാണുന്നതെങ്കിലും, കാളിന്ദിയ്ക്ക് ഭാമയോട് വല്ലാത്തൊരു ആത്മബന്ധം തോന്നി. സഹതാപമായിരുന്നില്ല. അതിനപ്പുറം, മറ്റെന്തോ, നിർവചിക്കാനാവാത്തൊരു ബന്ധം.

ശ്രീഹരി അവളെ കഴിപ്പിച്ചു കഴിഞ്ഞു, തിരികെ വരുന്നത് വരെ കാളിന്ദി അങ്ങനെ തന്നെ നിന്നു. ഹരി തിരികെ പുറത്തേയ്ക്ക് ഇറങ്ങുമ്പോഴും, അവരെ നോക്കി ഒരു ശില പോലെ ആ കട്ടിലിൽ ഇരിപ്പുണ്ടായിരുന്നു ഭാമ.

'ഇയാളെ കണ്ട പരിഭ്രമത്തിൽ അടങ്ങിയിരുന്നതാണ് ഇന്ന്.'

പറയുന്നതിനിടെ, ഹരി വാതിൽ ചാരാൻ തുടങ്ങും മുൻപേ തന്നെ, അവന്റെ കയ്യിലെ പ്ലേറ്റും ഗ്ലാസും വാങ്ങി നടന്നിരുന്നു കാളിന്ദി.

പൊടുന്നനെ, അവളെ കടന്നു ധൃതിയിൽ മുൻപോട്ട് നടക്കുന്നതിനിടെ ഹരി തല ചെരിച്ചു കാളിന്ദിയെ ഒന്ന് നോക്കി.

'പോയിട്ടു കുറച്ചു ധൃതിയുണ്ട്. ഈ വായുഗുളിക വാങ്ങണ്ടേ.'

ഒരു നിമിഷം അന്തിച്ചു നിന്നവളെ കണ്ടു ചിരിയടക്കി ശ്രീഹരി നടന്നു പോയിരുന്നു. തെല്ലൊരു ജാള്യതയോടെ കാളിന്ദിയും.

വേറെ ജോലിയൊന്നും ഇല്ലാത്തത് കൊണ്ടു ഹരി ഓഫീസിലേയ്ക്ക് പോയി, കുറച്ചു കഴിഞ്ഞപ്പോൾ കാളിന്ദി പുറത്തേയ്ക്ക് നടന്നു. അടുക്കളജോലിയ്ക്ക് ആളുകളുണ്ടവിടെ. അടുത്തിടെയൊരു വീഴ്ചയുണ്ടായതിന്റെ ബാക്കിപത്രമായുണ്ടായ കാല്വേദന കാരണം രാജേശ്വരിയമ്മ മിക്കപ്പോഴും കിടപ്പാണ്.

അകത്തളത്തിൽ കൂടെ നടക്കുന്നതിനിടെ, അടച്ചിട്ട അറവാതിലുകൾ കണ്ടു. അതിനടുത്തൊന്നും പോയി തിരിഞ്ഞു കളിയ്ക്കരുതെന്ന്, ആദ്യമേ തന്നെ രാജേശ്വരിയമ്മ താക്കീത് ചെയ്തിരുന്നത് കൊണ്ടു, കാളിന്ദി അങ്ങോട്ട് നോക്കിയതേയില്ല. നീണ്ട ഇടനാഴിയിലൂടെ, കൈകൾ മാറിൽ

പിണച്ചു വെച്ചവൾ പതിയെ നടന്നു. ഇടയ്ക്ക് ഉരുളൻ തൂണുകളിൽ ചാരി പുറത്തേയ്ക്ക് നോക്കി നിന്നു.

പതിയെ നടന്നു ചെന്നെത്തിയത് കുളത്തിനരികെയാണ്. വിടർന്ന മിഴികളോടെ, ചുറ്റും നോക്കി കാളിന്ദി മെല്ലെ പടവുകളിറങ്ങി. താഴെയൊരു പടവിലിരുന്നു.

പച്ച നിറമുള്ള വെള്ളം, താഴെയുള്ള പടവുകളിൽ തട്ടി ഇളകിക്കൊണ്ടിരിക്കുന്നുണ്ട്. കുളത്തിന്റെ അങ്ങേയറ്റത്ത്, ഒരു കോണിൽ നിറയെ താമരപ്പൂക്കൾ വിടർന്നു നിൽപ്പുണ്ട്. നേർത്ത കാറ്റ്, അവളുടെ മുടിയിഴകളെ തഴുകുന്നുണ്ടായിരുന്നു. പെട്ടന്ന്, അരികിൽ ആരോ വന്നിരുന്നത് പോലെ കാളിന്ദിയ്ക്ക് തോന്നി. പക്ഷെ അവളുടെ അടുത്താരും ഉണ്ടായിരുന്നില്ല.

കാളിന്ദിയുടെ മനസ്സിൽ അപ്പോൾ ഇന്ദുവും ഹരിയുമായിരുന്നു. ഇന്ദുബാലയുടെ മരണം. അതിനെ ചുറ്റിയുള്ള ദുരൂഹതകൾ.

ഒരു പുലർവേളയിൽ, മേലെപ്പാട്ടെ യക്ഷിക്കാവിനുള്ളിലാണ്, മരിച്ചു മരവിച്ചു കിടന്നിരുന്ന ഇന്ദുവിനെ കണ്ടെത്തിയതെന്നാണ് കേട്ടിട്ടുള്ളത്. കാര്യകാരണങ്ങൾ ഇന്നും അജ്ഞാതമാണ്. എങ്ങനെയാണ്, ഇന്ദുബാല ആ അസമയത്ത് അവിടെ എത്തിയതെന്നടക്കം. തറവാട്ടിനുള്ളിൽ നിന്നും കാണാതായ ഇന്ദുവിനെ തിരഞ്ഞുള്ള അന്വേഷണം അവസാനിച്ചത് യക്ഷിക്കാവിലായിരുന്നത്രെ.

ഇന്ദുവിന്റെ അച്ഛന്റെ സ്വാധീനത്തിൽ, അന്വേഷണങ്ങളൊക്കെ നടന്നെങ്കിലും അതൊന്നും എവിടെയും എത്തിയില്ല. ഇന്ദുബാല ശരീരത്തിന്റെ ഒരു ഭാഗം പോലെ കൊണ്ടുനടന്നിരുന്ന മൊബൈൽ ഫോൺ കണ്ടെത്താനുമായില്ല.

എന്തൊക്കെ കുറ്റങ്ങൾ ഉണ്ടായിരുന്നുവെങ്കിലും ഇന്ദുവിന് ഹരിയോടുള്ള പ്രണയം ആത്മാർത്ഥമായിരുന്നു. ഭ്രാന്തമായ പ്രണയം തന്നെയായിരുന്നു അത്.

ഹരിയേട്ടനും അങ്ങനെ തന്നെയായിരുന്നിരിക്കണം. എന്നിട്ടും, ഇരുവർക്കും ഒരുമിച്ചു ജീവിക്കാനാകാതെ പോയി.

ഇന്ദുവിനോട്, പണ്ട് എപ്പോഴൊക്കെയോ നീരസം തോന്നിയിട്ടുണ്ടെന്നാലിപ്പുറം, അവർക്ക് ഒരുമിച്ചു ജീവിക്കാൻ കഴിയാതെ പോയതിൽ സങ്കടമേയുള്ളൂ.

അത്രമേൽ പ്രണയിച്ചിരുന്നവർ.

വിധി മറിച്ചായിരുന്നുവെങ്കിൽ, തനിയ്ക്ക് ഇതിനിടയിൽ വന്നു കയറേണ്ടി വരുമായിരുന്നില്ല. ഓരോ വട്ടവും, ഹരിയേട്ടന്റെ മുൻപിൽ നിൽ

ക്കേണ്ടി വരുമ്പോൾ വല്ലാത്ത ശ്വാസം മുട്ടലാണ്.

ഏറെ നേരം ആലോചനയോടെ ഇരുന്നതിനു ശേഷം കാളിന്ദി പതിയെ എഴുന്നേറ്റു. പിന്നെ തിരികെ നടന്നു. അവൾ എഴുന്നേറ്റ് നടക്കുമ്പോൾ, കാളിന്ദിയ്ക്ക് പിറകിലായി കുളത്തിലെ വെള്ളം ഇളകി മറിയുന്നുണ്ടായിരുന്നു.താമരവള്ളികൾ ആടിയുലയുന്നുണ്ടായിരുന്നു.

പ്രത്യേകിച്ചൊന്നും സംഭവിക്കാതെ ദിവസങ്ങൾ കൊഴിഞ്ഞു വീണു. ശ്രീഹരി പ്രത്യേകിച്ച് ദേഷ്യമോ വെറുപ്പോ ഒന്നും കാണിച്ചില്ല. പക്ഷെ ഇങ്ങനെയൊരുവൾ ഇവിടെയുണ്ടെന്നുള്ള പരിഗണനയുമില്ല.

ഓഫീസിൽ നിന്നും വന്നാൽ നേരെ, മുകളിലുള്ള വായനാമുറിയിൽ അടയിരിക്കും ആള്. കഴിക്കാൻ വേണ്ടിയും ഭാമയ്ക്ക് ഭക്ഷണം കൊടുക്കാൻ വേണ്ടിയുമാണ് താഴേയ്ക്ക് വരിക. അത്യാവശ്യത്തിന് മാത്രമുള്ള സംസാരം.

കാളിന്ദി കിടക്കാനായി ബെഡ്റൂമിൽ ചെല്ലുമ്പോൾ ശ്രീഹരി അവിടെയുണ്ടാകാറില്ല. എന്നാൽ പുലർച്ചെ അവൾ എഴുന്നേൽക്കുമ്പോൾ കട്ടിലിനോരത്ത് മൂടിപ്പുതച്ചു കിടപ്പുണ്ടാകുമവൻ.

വൈകുന്നേരം വിളിച്ചൊന്നും പറയാതെയാണ് അച്ഛനും അമ്മയും അനിയത്തിമാരും വന്നത്. ശ്രീഹരി വീട്ടിലുണ്ടായിരുന്നു. കാളിന്ദിയ്ക്ക് ആകെ വെപ്രാളമായിരുന്നു, അവരോടുള്ള ഹരിയുടെ മനോഭാവമോർത്ത്.

ഹരിയും ശങ്കരിയമ്മയും കാര്യമായി തന്നെ അവരെ സ്വീകരിക്കുകയും സംസാരിക്കുകയുമൊക്കെ ചെയ്തതോടെ തന്നെ, അവളുടെ മനസ്സിലെ, പകുതി ഭാരം കുറഞ്ഞിരുന്നു.

നന്ദയോടും ചിന്നുവിനോടും ഒരു മടിയുമില്ലാതെ ശ്രീഹരി സംസാരിക്കുന്നുണ്ടായിരുന്നു.

ഹരിയേട്ടനെ, ക്ലാസ്സിൽ പോകുമ്പോൾ വഴിയിൽ വെച്ച് കാണാറുണ്ടെന്നും ചിലപ്പോഴൊക്കെ വണ്ടിയിൽ ഡ്രോപ്പ് ചെയ്യാറുമുണ്ടെന്നുമൊക്കെ, നന്ദയും ചിന്നുവും പറഞ്ഞപ്പോൾ താനിതൊന്നും അറിഞ്ഞിട്ടില്ലെന്ന് ഭാവിച്ചില്ല കാളിന്ദി.

തന്നോട് മാത്രമാണ് ഹരിയേട്ടൻ അകലം പാലിക്കുന്നത്. നോവുന്നുണ്ടോ ?

ഇല്ലെന്ന് പറയാനാവില്ല. തന്നെ ഇഷ്ടമാവാത്തത് കൊണ്ടാവും. എങ്ങനെ പറയും, ഇന്ദുബാലയുടെ സ്ഥാനം പിടിച്ചു വാങ്ങാൻ ഒരിക്കലും കാളിന്ദി വരില്ലെന്ന്? അവളത് ആഗ്രഹിക്കുന്നില്ലെന്ന്.

ശ്രീഹരിയോട് ഒന്നൂടെ അകന്നുനിൽക്കാൻ കാളിന്ദിയുടെ മനസ്സ് തയ്യാ

റെടുക്കുകയായിരുന്നു.

അച്ഛൻ പോകാനായി തിരക്ക് കൂട്ടിയപ്പോഴാണ് കാളിന്ദി നന്ദയേയും ചിന്നുവിനെയും നോക്കി ചെന്നത്. ഹരിയോടൊപ്പം മുകളിലെ ബാൽക്കണിയിലായിരുന്നവർ.

'ഹരിയേട്ടന് ഞങ്ങളുടെ കാന്ദ്യേച്ചിയെ ഇഷ്ടായോ..?'

ബാൽക്കണിയിൽ നിന്നും ചിന്നുവിന്റെ ശബ്ദം കേട്ടതും, കാളിന്ദി പിടിച്ചു കെട്ടിയത് പോലെ നിന്നു പോയി.

'ഈ കുട്ടി ഇത് എന്തെല്ലാമാണ് ചോദിക്കുന്നത് ?'

ആദ്യം ശ്രീഹരിയുടെ ആ പതിഞ്ഞ ചിരിയാണ് കേട്ടത്.

'അതിന് തന്റെ ചേച്ചി എന്തെങ്കിലും സംസാരിച്ചിട്ട് വേണ്ടേ..?'

ആ വാക്കുകൾ കേട്ടതും കാളിന്ദിയുടെ ചുണ്ടുകൾ ഒന്ന് കൂർത്തു..

'ഓ വാ തോരാതെ സംസാരിക്കുന്ന ഒരാള്...'

അവൾ പിറുപിറുത്തു..

'കാന്ദ്യേച്ചി അങ്ങനെയാ. ഞങ്ങളെ പോലൊന്നുമല്ല. ഒരുപാടൊന്നും സംസാരിക്കില്ല. എല്ലാം ഉള്ളിൽ വെക്കുകയേയുള്ളു.'

നന്ദയാണ് പറഞ്ഞത്.

'അതത്ര നല്ല സ്വഭാവമൊന്നുമല്ല നന്ദ. ഉള്ളിലുള്ളത് വെട്ടിത്തുറന്നു പറയുന്നവരെയാണ് എനിക്കിഷ്ടം.'

കാളിന്ദിയ്ക്ക് വല്ലാതെ ഈർഷ്യ വന്നു തുടങ്ങിയിരുന്നു.

'പക്ഷെ ഞങ്ങടെ കാന്ദ്യേച്ചി പാവാട്ടോ ഹരിയേട്ടാ. എനിക്കേറ്റവും ഇഷ്ടം എന്റെ കാന്ദ്യേച്ചിയെ തന്നെയാണ്.'

ചിന്നുവിന്റെ സംസാരം കേട്ടതും കാളിന്ദിയിൽ നേർത്തൊരു ചിരി വന്നിരുന്നു.

'ഓഹ്.. ഇയാളുടെ കാന്ദ്യേച്ചി പാവം തന്നെ. സമ്മതിച്ചു.'

ശ്രീഹരിയുടെ ശബ്ദം അവൾ കേട്ടു. നന്ദ എന്തോ പറഞ്ഞതിന് ആള് ചിരിയ്ക്കുന്നതും അവൾ കണ്ടു

പണ്ടെന്നോ കണ്ടതാണ്. ആ ചിരി. എന്ത് ഭംഗിയാണ്. ആ കവിളുകളെ മറയ്ക്കുന്ന താടിരോമങ്ങൾക്കിടയിൽ നുണക്കുഴികൾ തെളിയുന്നുണ്ട്.

ഒന്ന് രണ്ടു നിമിഷം സ്വയം മറന്നവളങ്ങനെ നിന്നുപോയി. ശ്രീഹരിയെ പ്രണയിച്ച ആ പഴയ പാവാടക്കാരി മാത്രമായിരുന്നു അപ്പോൾ കാളിന്ദി..

'നന്ദ'

മൂന്ന് പേരും ഒരുപോലെ അവളെ നോക്കി.

'അച്ഛൻ വിളിയ്ക്കുന്നു'

കാളിന്ദി തിരിഞ്ഞു നടക്കുമ്പോൾ ചിന്നു പിറകെ ഓടിവന്നു.

'ഇതാണല്ലേ ഹരിയേട്ടന്റെയും കാന്ദ്യേച്ചിയുടെയും മുറി.'

അവരുടെ മുറിയുടെ മുൻപിലെത്തിയപ്പോൾ ചിന്നുവിന്റെ ചോദ്യം കേട്ടതും ഉള്ളിലെന്തോ കൊളുത്തി വലിച്ചു. ഹരിയുടെ നോട്ടം തന്നിലെത്തിയത് അറിഞ്ഞതും, കാളിന്ദി അവിടെ നിന്നും എത്രയും പെട്ടെന്ന് മാറിപ്പോവാനാണ് ആഗ്രഹിച്ചത്.

ചിന്നു മുറിയിലേയ്ക്ക് കയറിയതും കാളിന്ദിയ്ക്കും പുറകെ ചെല്ലാതിരിക്കാൻ നിർവ്വാഹമില്ലായിരുന്നു. ശ്രീഹരിയുടെ നോട്ടം തന്നിലെത്തുന്നത് അവൾ അറിഞ്ഞതായി ഭാവിച്ചില്ല.

അച്ഛനും അമ്മയും മനസ്സ് നിറഞ്ഞാണ് മടങ്ങിയത്. മകൾക്കിവിടെ സുഖമാണ്.

4

സന്ധ്യയ്ക്ക്, പൂമുഖത്തും സർപ്പക്കാവിലും വിളക്ക് വെച്ചത് കാളിന്ദി തന്നെയായിരുന്നു.

അവൾ കാവിൽ വിളക്ക് വെച്ചു തിരികെ വരുമ്പോൾ, ശ്രീഹരി മുകളിലെ ബാൽക്കണിയിലുണ്ടായിരുന്നു. അവന്റെ മനസ്സിലപ്പോൾ ഇന്ദുബാലയുടെ ചിരിയ്ക്കുന്ന മുഖമായിരുന്നു

അത്താഴം കഴിച്ചു കഴിഞ്ഞു, ഹരി ഭാമയ്ക്കുള്ള ഭക്ഷണവും എടുത്തു നടക്കുമ്പോൾ, ഒന്നും പറയാതെ തന്നെ കാളിന്ദിയും അവനെ അനുഗമിച്ചിരുന്നു. അവളെയൊന്ന് തലചെരിച്ചു നോക്കിയതല്ലാതെ, ഹരി പ്രത്യേകിച്ചു ഒന്നും പറഞ്ഞില്ല.

ശ്രീഹരി വാതിൽ തുറന്നു, അകത്തേയ്ക്ക് കയറിയപ്പോഴും, കാളിന്ദി പഴയത് പോലെ വാതിൽക്കൽ തന്നെ നിന്നതേയുള്ളൂ.

ഉച്ചയ്ക്കത്തെ പോലെ ഭാമ അത്രയ്ക്ക് സൗമ്യയായിരുന്നില്ല. വല്ലാതെ അസ്വസ്ഥയായിരുന്നവൾ. ഹരി വാരി കൊടുക്കുന്ന ഭക്ഷണം, പല തവണയായി അവൾ തട്ടിക്കളയുന്നുണ്ടായിരുന്നു.

ഇടയ്ക്കിടെ, തന്റെ നേരെ സംശയത്തോടെ നീളുന്ന ഭാമയുടെ മിഴികളും കാളിന്ദി കാണുന്നുണ്ടായിരുന്നു. തന്റെ സാമീപ്യമാണോ, ഭാമയുടെ അസ്വസ്ഥതയ്ക്ക് കാരണമെന്ന ചിന്തയിലായിരുന്നവൾ.

ഹരി ക്ഷമയോടെ, ഒരു കൊച്ചു കുഞ്ഞിനോടെന്ന പോലെ ഭാമയോട് സംസാരിക്കുന്നതും, അവളെ ഊട്ടുന്നതും കാളിന്ദി നോക്കി നിന്നു. ഇത് വരെ കാണാത്ത, അറിയാത്ത, മറ്റൊരു ശ്രീഹരിയെയാണ് അവളവിടെ കണ്ടത്. ഭാമയുടെ വാശികൾക്കിടയിൽ, നിസ്സഹായതയും സങ്കടവും കടിച്ചമർത്തുന്നൊരാൾ.

മുഷിഞ്ഞ വസ്ത്രങ്ങളും ജട പിടിച്ചു തുടങ്ങുന്ന നീണ്ട മുടിയും. ഭാമയെ കണ്ടപ്പോൾ കാളിന്ദിയ്ക്ക് സങ്കടം തോന്നി. എന്തൊരു ഭംഗിയായിരുന്നു അവളെ കാണാൻ. നോക്കി നിൽക്കാൻ തോന്നുന്ന, പ്രസരിപ്പുള്ളൊരു പെൺകുട്ടിയായിരുന്നു ഭാമ.

എങ്ങിനെയാണ് അവൾ ഇങ്ങനെയായതെന്നും, പുറത്ത് അധികമാർക്കും അറിയില്ല.

അല്ലെങ്കിലും മേലെപ്പാട്ട് മനയ്ക്കലെ കാര്യങ്ങൾ പുറം ലോകം അറിയുന്നത് വിരളമാണ്. നിഗൂഢതകളുടെ ഈറ്റില്ലമാണ് ഈ മനയെന്ന് കാളിന്ദിയ്ക്ക് പലപ്പോഴും തോന്നിയിട്ടുണ്ട്

'ചിലപ്പോൾ അവൾ വല്ലാതെ വയലന്റാവും. അപ്പച്ചിയെയും ഇന്ദുവിനെയുമൊക്കെ ഉപദ്രവിച്ചിട്ടുണ്ട്.'

വാതിൽ ചാരി പുറത്തേക്കിറങ്ങുമ്പോൾ അവളെ നോക്കാതെയാണ് ഹരി പറഞ്ഞത്.

'ഇന്ദുവിനെ ' എന്നുള്ളത് കാളിന്ദിയുടെ കേൾവിയിൽ തങ്ങി നിന്നു.

ഇന്ദു, വേളിയ്ക്കും ഏറെ മുൻപേ തന്നെ, മേലേപ്പാട്ട് വരാറുണ്ടായിരുന്നുവെന്ന് കാളിന്ദിയും അറിഞ്ഞതാണ്.

'ഭാമയ്ക്ക് ആഹാരം മാത്രമല്ല ആവശ്യം.'

പാത്രങ്ങളുമായി നടക്കുന്നതിനിടയിൽ, പൊടുന്നനെ, കാളിന്ദി പറഞ്ഞപ്പോൾ അമ്പരപ്പോടെ ശ്രീഹരി അവളെ തിരിഞ്ഞു നോക്കി.

'ഭാമയുടെ ട്രീറ്റ്മെന്റ് ഇപ്പോഴും നടക്കുന്നുണ്ട്. ഹോസ്പിറ്റലിലെ അന്തരീക്ഷത്തേക്കാൾ അവൾക്ക് നല്ലത് ഇവിടെയാണെന്ന് ഡോക്ടർ പറഞ്ഞത് കൊണ്ടാണ്.'

'അതല്ല ഞാൻ ഉദ്ദേശിച്ചത്. അവൾക്ക് ഒരു സ്ത്രീയുടെ സാമീപ്യം ആവശ്യമുണ്ട്. ഇപ്പോഴത്തെ അവസ്ഥയിൽ, അപ്പച്ചിയ്ക്ക് അതിനു കഴിയില്ല.'

ഹരി അവളെയൊന്ന് നോക്കി.

'ഭാമ അങ്ങനെ ആരെയും അടുപ്പിക്കില്ലെടോ. ഇപ്പോൾ കാണുന്ന ഈ ശാന്തതയൊന്നും കണക്കാക്കേണ്ട. അവളുടെ യഥാർത്ഥ ഭാവം കണ്ടിട്ടുള്ളവർ ആരായാലും ഒന്ന് പേടിയ്ക്കും. ഇന്ദുവിന് പോലും ഭയമായിരുന്നു.'

കാളിന്ദിയ്ക്ക് വല്ലാത്തൊരു ഈർഷ്യ തോന്നി.

'ഇന്ദുബാലയല്ല കാളിന്ദി. എനിയ്ക്ക് പേടിയൊന്നുമില്ല്യ.'

പെട്ടെന്ന് അവളങ്ങിനെ പറഞ്ഞതും, ഹരിയ്ക്ക് മറുപടിയൊന്നും ഉണ്ടായിരുന്നില്ല.

'പിന്നെ, മനസ്സിലുള്ളത് വെട്ടിത്തുറന്നു പറഞ്ഞു തന്നെയാണ് എനിയ്ക്ക് ശീലം.'

ശരിക്കും, ശ്രീഹരിയുടെ തലയിലെ കിളികൾ പറന്നത് അപ്പോഴായിരുന്നു.

അപ്പോൾ, അത് ഇവൾ കേട്ടായിരുന്നോ..?

കാളിന്ദി ഹരിയെ കടന്നു മുൻപോട്ട് നടന്നിരുന്നു. പതിയെ ശ്രീഹരി

യുടെ ചുണ്ടുകളിൽ ഒരു ചിരി വിരിഞ്ഞിരുന്നു. കൗതുകം മറ്റെന്തിനോ വഴി മാറി തുടങ്ങിയിരുന്നു. അവൻ പോലും അറിയാതെ.

'ചില ഇഷ്ടങ്ങൾ അങ്ങിനെയാണ്. തീർത്തും ഇല്ലാതായെന്ന് തോന്നുമെങ്കിലും ഒരു ചാറ്റൽ മഴ മതിയാവും, വീണ്ടും തളിരിടാനും പടർന്നു പന്തലിയ്ക്കാനും.'

കാളിന്ദി മേല് കഴുകി, മുകളിലെ മുറിയിൽ ചെന്നപ്പോൾ ആളവിടെ ഇല്ലായിരുന്നു.

രാവിലെ ഉണർന്നപ്പോൾ, കട്ടിലിന്റെ മറ്റേയറ്റത്തു മൂടിപ്പുതച്ചു, തലയിണയും കെട്ടിപ്പിടിച്ചു കമിഴ്ന്നു കിടക്കുന്നവനെ കണ്ടു.

അവൾക്ക് അഭിമുഖമായായിരുന്നു മുഖം, മുഖം പാതിയും കൈക്കുള്ളിൽ മറഞ്ഞിരുന്നുവെങ്കിലും, പീലികൾ തിങ്ങിയ, പാതി ചിമ്മിയ മിഴികളും, നീളൻ മുടിയിഴകൾ വീണു കിടക്കുന്ന നെറ്റിത്തടവും കാണാമായിരുന്നു.

മിഴികൾ മാറ്റാതെ, തെല്ലു നേരം അവളങ്ങിനെ കിടന്നു. ഉള്ളിലെ പ്രണയം വീണ്ടും, മനസ്സിൽ ഓളങ്ങൾ തീർക്കുന്നത് കാളിന്ദി അറിയുന്നുണ്ടായിരുന്നു.

ശ്രീഹരിയോടുള്ള തന്റെ പ്രണയം ഒരിക്കലും അവസാനിക്കില്ലെന്നും.

ആ നെറ്റിയിലേക്ക് പാറി വീണു കിടക്കുന്ന മുടിയിഴകൾ, ഒതുക്കി വെയ്ക്കാനായി, അറിയാതെ കൈ ഒന്നനങ്ങിയെങ്കിലും കാളിന്ദി നിയന്ത്രിച്ചു നിർത്തിയിരുന്നു.

'ഹാ പ്രണയമേ, നോവ് മാത്രം നിറയ്ക്കുന്നെൻ ഹൃത്തിൽ നീയെന്നും. അടരുവാൻ വയ്യെനിയ്ക്കിന്നും നീയാം ഒറ്റക്കൊളുത്തിൽ നിന്നും, വ്യഥാ പിടഞ്ഞു തീരുവാനല്ലാതെ.'

ഒന്ന് നിശ്വസിച്ചവൾ എഴുന്നേറ്റിരുന്നു. അഴിഞ്ഞുലഞ്ഞ നീണ്ട മുടി വാരിക്കെട്ടി. പിന്നെ ഒരിക്കൽ കൂടെ ഹരിയെ നോക്കി പതിയെ എഴുന്നേറ്റു.

രാവിലെ പ്രാതൽ കഴിഞ്ഞു കാളിന്ദി ചെല്ലുമ്പോഴേയ്ക്കും, ഹരി ഭക്ഷണവുമായി ഭാമയ്ക്കരികിൽ ഇരിപ്പുണ്ടായിരുന്നു. കാളിന്ദി ചായഗ്ലാസ്, അവിടെ കണ്ട മേശയിൽ വെച്ചു വീണ്ടും പുറത്തേക്കിറങ്ങിയപ്പോൾ, ഹരിയൊന്ന് തിരിഞ്ഞു നോക്കിനിരുന്നു.

പക്ഷെ, അധികം വൈകാതെ തന്നെയവൾ, മുറി വൃത്തിയാക്കാനുള്ള ചൂലും മറ്റുമായി വന്നപ്പോൾ, ഹരി തെല്ലാശ്ചര്യത്തോടെ അവളെ തന്നെ നോക്കുന്നുണ്ടായിരുന്നു.

ഭക്ഷണാവശിഷ്ടങ്ങൾ ചിതറിക്കിടന്നിരുന്ന മുറിയിൽ മടുപ്പിക്കുന്ന

ഗന്ധമായിരുന്നു.

മുറിയിൽ തന്നെ ബാത്റൂമുണ്ടെങ്കിലും, അതിന്റെ വാതിൽ അവൾ കാണുമ്പോഴൊക്കെ തുറന്നു കിടക്കുകയായിരുന്നു.

യാതൊരു മടുപ്പും കൂടാതെ, മുറിയുടെ മുക്കും മൂലയുമൊക്കെ അവൾ അടിച്ചു വൃത്തിയാക്കുന്നത് കണ്ടപ്പോൾ ഹരിയുടെ മുഖഭാവം മാറിയിരുന്നു.

കാളിന്ദിയുടെ ഓരോ പ്രവൃത്തിയും സസൂക്ഷ്മം വീക്ഷിച്ചെന്നോണം ഭാമയും കണ്ണെടുക്കാതെ കാളിന്ദിയെ തന്നെ നോക്കിയിരിക്കുകയായിരുന്നു.

മുറി വൃത്തിയാക്കി, ബാത്റൂമും ഒന്നു കഴുകി കാളിന്ദി വരുമ്പോഴേക്കും ഹരി ഭാമയ്ക്ക് ഭക്ഷണം കൊടുത്തു കഴിഞ്ഞിരുന്നു. ചില ദിവസങ്ങളിൽ, യാതൊരു പിടിവാശിയും ഇല്ലാതെ, കൊടുക്കുന്നത് എല്ലാം ഒരു മടിയും കാണിക്കാതെ കഴിക്കും. പറയുന്നത് എല്ലാം അനുസരിക്കും.ഒരു പാവയെ പോലെ.

ചില ദിവസങ്ങളിൽ മറിച്ചും.

'ഭാമയ്ക്ക് ഒന്ന് കുളിക്കണ്ടേ?'

ഭാമയെ നോക്കി, ചിരിയോടെ കാളിന്ദി ചോദിച്ചപ്പോൾ ഹരിയാണ് ഞെട്ടിയത്. അവൻ ഇരുവരെയും മാറി മാറി നോക്കി.

തെല്ലുനേരം, ഒന്നും മിണ്ടാതെ കാളിന്ദിയെ തന്നെ നോക്കിയിരുന്ന ഭാമ വേണ്ടെന്ന് തലയാട്ടി.

ഹരിയ്ക്ക് തെല്ലാശ്ചര്യം തോന്നാതിരുന്നില്ല. ഹരിയോ, അപ്പച്ചിയോ, ഡോക്ടറോ അല്ലാതെ മറ്റാർ അടുത്ത് വന്നാലും, അലറിക്കരയുന്നവളാണ്. മിണ്ടാൻ പോയിട്ട്, ആരെയും അടുത്തേയ്ക്ക് ചെല്ലാൻ തന്നെ സമ്മതിക്കാറില്ല.

'ഏട്ടൻ പോയിട്ട് വരാം ട്ടോ. നല്ല കുട്ടിയായിട്ടിരിക്കണം.കുരുത്തക്കേടൊന്നും കാണിക്കരുത്. കേട്ടല്ലോ..?'

ഭാമ ഏട്ടന്റെ മുഖത്തേയ്ക്ക് നോക്കി, അനുസരണയോടെ, നിഷ്കളങ്കമായി തലയാട്ടുന്നുണ്ട്.അവളുടെ മുടിയിൽ തലോടി പറയുന്നവനെ, ഒരു മാത്ര കാളിന്ദി അറിയാതെ നോക്കി നിന്നുപോയി...

ഹരി എഴുന്നേറ്റ്, അവളെ നോക്കിയപ്പോഴാ ണ് കാളിന്ദി ധൃതിയിൽ തിരിഞ്ഞു നടന്നത്.

'അപ്പച്ചി ഞാനിറങ്ങുന്നു.'

അടുക്കളവാതിൽക്കൽ നിന്നും ആ ശബ്ദം കേട്ടാണ് കാളിന്ദി തിരിഞ്ഞു നോക്കിയത്.

ജോലിയ്ക്ക് പോകാനായി റെഡിയായി ഇറങ്ങിയതാണ് ആള്. രാജേശ്വരിയ്ക്ക് പിന്നാലെ, അവളും പൂമുഖത്തേയ്ക്ക് നടന്നിരുന്നു.

ബൈക്കിൽ കയറി, അപ്പച്ചിയെ നോക്കി ഒന്ന് തലയാട്ടുന്നതിനിടെ, ഒരു നോട്ടം തന്നിലും എത്തിയത് പോലെ കാളിന്ദിയ്ക്ക് തോന്നി. അല്ലെങ്കിൽ അവളങ്ങിനെ ആഗ്രഹിച്ചിരുന്നു.

സ്നേഹിക്കുകയോ ഇഷ്ടപ്പെടുകയോ ഒന്നും വേണ്ട. പരിഗണിച്ചാൽ മതി. അതേ വേണ്ടൂ.

അന്ന് ഉച്ചയ്ക്ക്, ശ്രീഹരി പതിവിലും കുറച്ചു വൈകിയാണ് ഊണ് കഴിയ്ക്കാനായി വന്നത്. ഭാമയ്ക്ക് വേണ്ടി മാത്രമാണ് ഈ വരവ്. അതും അപ്പച്ചിയ്ക്ക് ഒട്ടും വയ്യാതായതിൽ പിന്നെ. ഒന്ന് ഫ്രഷായി ഊണ് മുറിയിൽ എത്തിയപ്പോഴും, ഹരിയുടെ മിഴികൾ ചുറ്റും പരതുന്നുണ്ടായിരുന്നു.

അപ്പച്ചി മാത്രമേയുള്ളു. കാളിന്ദിയെ കാണാനില്ല. എവിടെയെന്നു ചോദിക്കണമെന്നുണ്ടെങ്കിലും, നാവിൽ ഒരു കെട്ട് വീണത് പോലെ. ഭാമയ്ക്കുള്ള ഭക്ഷണം എടുക്കുമ്പോഴാണ് അപ്പച്ചി പറഞ്ഞത്.

'കാന്ദി പോയിരുന്നു. ഭാമയ്ക്ക് ഭക്ഷണം കൊടുക്കാനായി.'

ഹരി പകപ്പോടെ അപ്പച്ചിയെ നോക്കി.

'നീ വൈകിയത് കൊണ്ട് പോയതാണ്. ഞാൻ പറഞ്ഞതാണ് പോകേണ്ടെന്ന്.'

ഹരി അസ്വസ്ഥതയോടെ മുഖം കുടഞ്ഞു. കേൾക്കാൻ ആഗ്രഹിക്കാത്ത വാക്കുകളാണ് അപ്പച്ചി പറയാൻ പോകുന്നതെന്ന് മനസ്സിലായത് പോലെ.

'ഭാമ ആ കുട്ടിയെ പിടിച്ചു തള്ളി. കട്ടിലിന്റെയറ്റത്ത് നെറ്റി തട്ടി മുറിഞ്ഞു, കുറച്ചു ചോരയൊക്കെ വന്നു.'

ഹരി അവരെയൊന്നു നോക്കി, കയ്യിലെ പ്ലേറ്റ് താഴെവെച്ചു തിരിഞ്ഞു നടന്നു. വരാന്തയിലെ ചാരുപടിയിൽ പുറത്തേയ്ക്കും നോക്കി ഇരിക്കുകയായിരുന്നു കാളിന്ദി.

'കിട്ടേണ്ടത് കിട്ടിയപ്പോൾ സമാധാനമായല്ലോ അല്ലെ..?'

ഹരിയുടെ കനത്ത ശബ്ദം കേട്ടാണ് അവൾ പിടഞ്ഞെഴുന്നേറ്റത്. നെറ്റിയിലെ ബാൻഡ് എയ്ഡിലേയ്ക്കായിരുന്നു ഹരിയുടെ മിഴികൾ.

'ഇപ്പോൾ, കുറച്ചു പേടിയൊക്കെ വന്നു കാണും കാളിന്ദിയ്ക്ക്. അല്ലേ?'

ഹരിയുടെ ശബ്ദത്തിലെ പരിഹാസം അറിഞ്ഞതും, കാളിന്ദിയുടെ ചുണ്ടുകൾ കൂർത്തു.

'എനിയ്ക്ക് പേടിയുണ്ടെന്ന് ഞാൻ പറഞ്ഞില്ലാലോ.'

അവളുടെ ശബ്ദവും കനത്തിരുന്നു.

ഹരി അവളെയൊന്ന് തറപ്പിച്ചു നോക്കി. അങ്ങനെയൊരു മറുപടി, അവനൊട്ടും പ്രതീക്ഷിച്ചിരുന്നില്ല. ഒരു നിമിഷാർദ്ധം, ഇഞ്ചി കടിച്ച കുരങ്ങിന്റേതുപോലുള്ള, ആ മുഖഭാവം കണ്ടപ്പോൾ, കാളിന്ദിയ്ക്ക് ചിരി വന്നും പോയിരുന്നു. അതവൾ അടക്കിപ്പിടിച്ചു.

പൊതുവെ, ആരോടും അങ്ങോട്ട് ഉരസാനോ, വഴക്കുണ്ടാക്കാനോ, പോവാത്ത സ്വഭാവമാണ് അവളുടെ. പക്ഷെ പരിഹാസത്തിന്റെയോ, പുച്ഛത്തിന്റെയോ അംശമെങ്കിലും, എതിരെ നില്ക്കുന്നവരുടെ സംസാരത്തിൽ ഉണ്ടെന്ന് തോന്നിയാൽ, സ്വയമറിയാതെ തന്നെ കാളിന്ദി ഭദ്രകാളിയാവും.

'എന്നാൽ പിന്നെ കിട്ടിയത് നന്നായി.'

പിറുപിറുക്കുന്നുണ്ടായിരുന്നു ശ്രീഹരി.

'എന്താ..?'

'ഒന്നുമില്ലേ.'

ശ്രീഹരി കൈ കൂപ്പി കാണിച്ചു. പിന്നെ ചോദിച്ചു.

'നല്ല വേദനയുണ്ടോ..?'

'ഇല്ല, നല്ല സുഖമുണ്ടായിരുന്നു.' എന്ന മറുപടിയാണ് നാവിൻ തുമ്പിൽ വന്നതെങ്കിലും, അവൾ ഇല്ലെന്ന് തലയാട്ടിയതേയുള്ളു.

'ഡോക്ടറുടെ അടുത്ത് പോയാലോ.?'

'വേണ്ട, അത്രക്കൊന്നും ഇല്ല്യ. ചെറിയ മുറിവാണ്.'

ഹരി തന്നെ ഉറ്റുനോക്കുന്നത് കണ്ടതും കാളിന്ദി മിഴികൾ താഴ്ത്തി.

'ഉറപ്പാണോ..?'

'ഉം.'

ഹരി വല്ലായ്മയോടെ അവളെയൊന്നു നോക്കി, പിന്നെ തിരിഞ്ഞു നടന്നു.

ആ കരുതൽ ?

ഇല്ല.

കാളിന്ദി സ്വയം തിരുത്തി. തന്റെ അനിയത്തിയിൽ നിന്നുണ്ടായ പ്രവൃത്തിയായത് കൊണ്ടുള്ള വിഷമം മാത്രം.

ആഗ്രഹിച്ചു പോവുന്നുണ്ടോ മനസ്സ് ?

ഇല്ല. അങ്ങോട്ട് ഇടിച്ചു കയറി ചെല്ലാനാവില്ല. ഒരിക്കലും.

5

ഹരി ഊണ് മുറിയിൽ എത്തുമ്പോഴേക്കും അവളും പിറകെ വന്നിരുന്നു. ഹരി, ഭാമയ്ക്കുള്ളത് പ്ലേറ്റിലേയ്ക്ക് പകർന്നെടുത്ത്, നടക്കാൻ തുടങ്ങുമ്പോൾ കാളിന്ദിയും പിറകെ ചെന്നു.

'ഉം?'

പൊടുന്നനെ ഹരി തിരിഞ്ഞു നിന്ന് ഗൗരവത്തിൽ പുരികമുയർത്തിയതും അവളൊന്ന് പകച്ചു.

'അത്... ഭാമയുടെ അടുത്തേയ്ക്ക്...ഞാൻ.'

'കിട്ടിയത് മതിയായില്ലേ...?'

അവളൊന്നും പറഞ്ഞില്ല.

'അതോ പേടിയൊന്നും ഇല്ലെന്ന് തെളിയിക്കാനോ.?'

അത് കൃത്യമായി കൊള്ളേണ്ടിടത്ത് കൊണ്ടിരുന്നു.കാളിന്ദിയുടെ നോട്ടം കൂർത്തു.

'തെളിയിച്ചിട്ട്... പരിതോഷികം വല്ലതും കിട്ടുമോ...?'

വീണ്ടും ശ്രീഹരിയ്ക്ക് ഉത്തരം മുട്ടിപ്പോയിരുന്നു.ഭദ്രകാളി തന്നെ.

'ആരുടെ മുൻപിലും എനിയ്ക്കൊന്നും തെളിയിക്കാനില്ല്യ. എനിയ്ക്ക് ഭാമയെ ഒന്ന് കാണണം. അത്രേയുള്ളൂ.'

ശാന്തമായിരുന്നു കാളിന്ദിയുടെ ശബ്ദം. ഇത്തവണ അമ്പരപ്പ് ഹരി പുറത്ത് കാണിച്ചില്ല. എന്നാലും വിട്ട് കൊടുക്കാനും തോന്നിയില്ല.

'എന്തിനാ, അവളോട് പ്രതികാരം വല്ലതും ചെയ്യാനാണോ.?'

ഹരിയുടെ ശബ്ദത്തിലെ കളിയാക്കൽ കാളിന്ദിയ്ക്ക് മനസ്സിലായിരുന്നു.

'അതേന്ന് കൂട്ടിക്കോ.'

അവളും അതേ ശൈലിയിലാണ് മറുപടി പറഞ്ഞത്. വാതിൽ തുറക്കുന്നതിനിടെ ശ്രീഹരി തല ചെരിച്ചു ഒന്ന് നോക്കിയെങ്കിലും കാളിന്ദിയുടെ നോട്ടം മറ്റെവിടെയോ ആയിരുന്നു. വാതിൽ തുറന്നതും ഭാമ പിടഞ്ഞെഴുന്നേറ്റ് നിന്നു. ഭയത്തോടെയുള്ള നോട്ടം നീണ്ടത് ഹരിയ്ക്ക് പിറകിൽ നിന്നിരുന്ന കാളിന്ദിയിലേക്കായിരുന്നു. കാലിലെ ചങ്ങല ഒന്ന് കിലുങ്ങിയിരുന്നു. ഹരിയും തിരിഞ്ഞൊന്ന് അവളെ നോക്കി.

'ഏട്ടൻ തന്നാലല്ലേ ഭാമക്കുട്ടി കഴിയ്ക്കൂ. അതാ ഞാൻ ഏട്ടനെയും

കൂട്ടി വന്നത്.'

ചിരിയോടെയുള്ള കാളിന്ദിയുടെ സംസാരം, ഭാമയെയും ഹരിയെയും ഒരു പോലെ ഞെട്ടിച്ചിരുന്നു. അവൾ ഇരുവരെയും നോക്കി ചിരിയോടെ തന്നെ നിന്നു.

'നോക്കി നിക്കാതെ അവൾക്ക് കഴിയ്ക്കാൻ കൊടുക്ക് ഹരിയേട്ടാ. അവൾക്ക് നല്ലോണം വിശക്കണുണ്ട്.ല്ലേ ഭാമക്കുട്ട്യേ.'

കാളിന്ദിയുടെ പ്രകടനത്തിൽ, പകച്ച ശ്രീഹരി ഭാമയെ നോക്കി... കണ്ണിമയ്ക്കാതെ കാളിന്ദിയെ തന്നെ നോക്കുന്നുണ്ട്.

'ഭാമക്കുട്ടീ, കഴിച്ചാലോ..?'

ഹരി പറഞ്ഞു കൊണ്ടു ഭാമയെ പിടിച്ചു കട്ടിലിലേയ്ക്ക് ഇരുത്തുമ്പോഴും, അവളുടെ നോട്ടം കാളിന്ദിയിലായിരുന്നു.തന്റെ നെറ്റിയിൽ ഒട്ടിച്ച ബാൻഡ് എയ്ഡിൽ ഭാമയുടെ മിഴികൾ തങ്ങി നില്ക്കുന്നത് കാളിന്ദി കണ്ടു. ഹരി എന്തൊക്കെയോ പതിഞ്ഞ ശബ്ദത്തിൽ പറയുന്നതും, ഭാമ തന്നെ നോക്കി തലയാട്ടുന്നതും അവൾ കാണുന്നുണ്ടായിരുന്നു. കഴിച്ചു കഴിഞ്ഞു, ഹരി ഭാമയുടെ കാലിലെ ചങ്ങല അഴിക്കുന്നത് കണ്ടപ്പോൾ കാളിന്ദിയ്ക്ക് വല്ലാത്തൊരു സങ്കടം തോന്നി ഹരിയുടെ മുഖത്തെ കല്ലിച്ച ഭാവം അവൾ കാണുന്നുണ്ടായിരുന്നു.

ഹരി ഭാമയെ ബാത്റൂമിലേയ്ക്ക് നടത്തിച്ചപ്പോൾ, തൊട്ട് പിറകെ അവളും ഉണ്ടായിരുന്നു.

'ഞാൻ കഴുകിയ്ക്കാം.'

ഹരിയ്ക്ക് പ്രതിരോധിയ്ക്കാൻ അവസരം കിട്ടുന്നതിന് മുൻപേ, കാളിന്ദി വെള്ളമെടുത്ത് ഭാമയ്ക്ക് നേരെ നീട്ടിയിരുന്നു. ഭാമ ഒന്ന് രണ്ടു നിമിഷങ്ങൾ, ചിരിയോടെ നിൽക്കുന്ന കാളിന്ദിയെ നോക്കി. അവളുടെ മിഴികൾ ഒന്ന് തിളങ്ങിയത് കാളിന്ദി കണ്ടു. അടുത്ത നിമിഷം, ഭാമ കാളിന്ദിയെ ആഞ്ഞു തള്ളിയിരുന്നു. ചുമരിൽ തലയിടിയ്ക്കുന്നതിന് മുൻപേ, ശ്രീഹരി അവളെ കൈകൾക്കുള്ളിലാക്കിയിരുന്നു. കാളിന്ദിയുടെ മുഖം അയാളുടെ ഇടനെഞ്ചിൽ അമർന്നു പോയിരുന്നു. ആ ഹൃദയതാളം അവൾ വ്യക്തമായി കേട്ടിരുന്നു.

അനങ്ങാതെ, അവരെ തന്നെ ഉറ്റു നോക്കി നിൽക്കുകയായിരുന്നു ഭാമ. അവളുടെ മുഖത്ത്, എന്തൊക്കെയോ ഭാവങ്ങൾ മിന്നി മാഞ്ഞിരുന്നു.

അടുത്ത നിമിഷം ഹരി കൈ അയച്ചതും കാളിന്ദി അവനിൽ നിന്നും അകന്നു മാറിയിരുന്നു. ഇരുവരും പരസ്പരം നോക്കിയില്ല.

'ഭാമേ...'

ഹരി ശബ്ദമുയർത്തിയതും ഭാമയുടെ മുഖത്ത് ഭയം നിറയാൻ തുടങ്ങുന്നത് കാളിന്ദി കണ്ടു.

'ഞാൻ ഇപ്പോൾ പറഞ്ഞുതന്നതെല്ലാം മറന്നു ല്ലേ..?'

ചോദിക്കുമ്പോൾ ഹരിയുടെ ശബ്ദം വല്ലാതെ ഉയർന്നിരുന്നു. ഭാമയുടെ മുഖഭാവം ശ്രദ്ധിക്കുകയായിരുന്നു കാളിന്ദി.

'സാരമില്ല്യ ഹരിയേട്ടാ. ഭാമ അറിയാതെ ചെയ്ത് പോയതാ. അല്ലെ..?'

കാളിന്ദി പൊടുന്നനെ പറഞ്ഞതും ശ്രീഹരി അവളെ രൂക്ഷമായി ഒന്ന് നോക്കി. ഭാമ നിസ്സംഗഭാവത്തോടെ ഹരിയെ നോക്കിനിന്നു. ഹരി തന്നെയാണ് ഭാമയുടെ കയ്യും മുഖവുമൊക്കെ കഴുകിച്ചത്. വെള്ളം ദേഹത്ത് വീഴുന്നത്, ആൾക്ക് ഇഷ്ടപ്പെടുന്നില്ലെന്ന് ഭാമയുടെ മുഖഭാവം വ്യക്തമാക്കുന്നുണ്ടായിരുന്നു. തിരികെ അവൾ കട്ടിലിൽ വന്നു ഇരുന്നതും, ഹരി ഭാമയുടെ മുടിയിൽ തലോടുന്നത് കാളിന്ദി കണ്ടു.ആ മിഴികളിലെ നനവും.

ഭാമയുടെ നോട്ടം, ഇടയ്ക്കിടെ അവളിൽ എത്തിയപ്പോഴൊക്കെ കാളിന്ദി ഒരു പുഞ്ചിരി തിരിച്ചു നൽകുന്നുണ്ടായിരുന്നു.

മുറിയിൽ നിന്നും പുറത്തേക്കിറങ്ങി നടക്കുമ്പോൾ ഹരി കാളിന്ദിയെ വിളിച്ചു. അവൾ അവനെ നോക്കി.

'ഇനി ഇതു പോലുള്ള വിഡ്ഢിത്തങ്ങൾ കാണിക്കരുത്.ഭാമയുടെ അടുത്ത് തനിയെ പോകരുത്.'

ഗൗരവത്തിലായിരുന്നു പറച്ചിൽ.അവൾ മിണ്ടിയില്ല.

'കേട്ടല്ലോ..?'

തെളിച്ചമില്ലാത്ത മുഖത്തോടെ ഹരിയെ നോക്കാതെ, കാളിന്ദി തലയാട്ടി.

'ഭാമ. അവൾ. അവളെന്തും ചെയ്യും. കൊല്ലാൻ പോലും.'

ഹരി തുടരാതെ നിർത്തി കാളിന്ദിയെ നോക്കി. പക്ഷെ അവളുടെ മുഖത്ത് പ്രതീക്ഷിച്ച ഞെട്ടലൊന്നും കണ്ടില്ല.

'തന്റെ ചിന്തകൾ എനിയ്ക്ക് മനസ്സിലാകും. ഭാമയുടെ ട്രീറ്റ്മെന്റ് ഞങ്ങൾ ഒരിക്കലും മുടക്കിയിട്ടില്ല. ഇടയ്ക്ക് രണ്ടു മൂന്ന് മാസത്തോളം അവൾ ഒരു മെന്റൽ ഹോസ്പിറ്റലിലായിരുന്നു. അവിടെ അടച്ചിട്ട നിലയിൽ, അവളെ കണ്ടു സഹിക്കാതെ തിരിച്ചു കൊണ്ട് വന്നതാണ്. ഒന്നുമില്ലേലും, ഇവിടെ ഞങ്ങളുടെ കൂടെയാണല്ലോ. അപരിചിതരെ കാണുന്നത് അവളുടെ അവസ്ഥ വഷളാക്കുകയേയുള്ളൂ.'

ഹരിയുടെ ശബ്ദം ഇടറിയത് കാളിന്ദി അറിഞ്ഞു.

'അവൾ ആരെയും അടുപ്പിക്കില്ല. എന്നെയും അപ്പച്ചിയെയും അവളുടെ ഡോക്ടറെയും അല്ലാതെ. അവിടെ മുറി ഒന്ന് വൃത്തിയാക്കാൻ പോ

ലും മറ്റൊരാൾക്ക് കയറാൻ കഴിയില്ല. അതിനവൾ സമ്മതിക്കില്ല. അലറി വിളിയ്ക്കും. പക്ഷെ താൻ കയറിയപ്പോൾ അവൾ പ്രതികരിച്ചതുമില്ല. അടുത്ത് ചെന്നപ്പോൾ മാത്രമാണ് തന്നെ ഉപദ്രവിച്ചതും.'

'ഞാൻ അവളെ തൊടാൻ ശ്രമിച്ചപ്പോഴാണ് രണ്ടു തവണയും എന്നെ തള്ളി മാറ്റിയത്. മനഃപൂർവം അവളെന്നെ ഉപദ്രവിച്ചിട്ടില്ല്യ.'

ഹരി തെല്ലാശ്ചര്യത്തോടെ അവളെ നോക്കി. എല്ലാവർക്കും ഭയമാണ് ഭ്രാന്തിയായ ഭാമയെ.

'എനിക്കവളെ ഭയവുമില്ല്യ...'

പറഞ്ഞിട്ട് കാളിന്ദി ഹരിയെ കടന്നു നടന്നു പോയി. ഊണ് കഴിയ്ക്കാൻ ഇരുന്നപ്പോഴും ശ്രീഹരി അസ്വസ്ഥനാണെന്ന് കാളിന്ദി കണ്ടു. എന്തൊക്കെയോ നുള്ളിപ്പെറുക്കി കഴിച്ചെന്നു വരുത്തി, എഴുന്നേറ്റു പോയിരുന്നു ആള്. ഹരി തിരികെ ഓഫീസിലേക്ക് പോകാനായി പൂമുഖത്തേയ്ക്ക് എത്തുമ്പോൾ, കാളിന്ദിയും അപ്പച്ചിയും അവിടെ ഇരിപ്പുണ്ടായിരുന്നു. ചാരുപടിയിൽ ഇരിക്കുന്ന കാളിന്ദിയോട്, കാര്യമായി എന്തോ സംസാരിക്കുകയാണ് രാജേശ്വരി.

വെറും രണ്ടു ദിവസം കൊണ്ടു കാളിന്ദി അപ്പച്ചിയെ പാട്ടിലാക്കിയെന്ന് ഹരിയ്ക്ക് തോന്നി. പുറമെ ഭാവിച്ചില്ലെങ്കിലും, ഇന്ദുവിനോട് അപ്പച്ചിയ്ക്ക് ഒരിഷ്ടക്കുറവ് ഉണ്ടായിരുന്നത് പോലെ തോന്നിയിട്ടുണ്ട് എപ്പോഴൊക്കെയോ.

മെറൂൺ കരയുള്ള മുണ്ടും നേര്യേതുമാണ് അവളുടെ വേഷം. നീണ്ട മുടി മെടഞ്ഞിട്ട് മുൻപോട്ട് എടുത്തിട്ടിട്ടുണ്ട്. നെറ്റിയിൽ ചുവന്ന വട്ടപ്പൊട്ട്. മിഴികളിൽ, പടർന്നു തുടങ്ങിയ കണ്മഷി. സീമന്ത രേഖയിൽ സിന്ദൂരവും കഴുത്തിൽ പതിഞ്ഞു കിടക്കുന്ന ആലിലത്താലിയും. അപ്പച്ചി എന്തോ പറഞ്ഞതിന് ചിരിയ്ക്കുന്നുണ്ടവൾ.

സ്വയമറിയാതെന്നോണം, കാളിന്ദിയെ നോക്കിയ ആ നിമിഷം, ശ്രീഹരിയ്ക്ക് അവളിൽ എന്തോ ഒരു ഭംഗി തോന്നി.

അടുത്ത നിമിഷം, അവൻ തല കുടഞ്ഞു. മനസ്സിൽ കുറ്റബോധം ഇരച്ചു വരുന്നത് പോലെ. ഇന്ദു.

'അപ്പച്ചി ഞാനിറങ്ങുന്നു.'

അവന്റെ ശബ്ദം കേട്ടതും കാളിന്ദി എഴുന്നേറ്റു നിന്നു. അപ്പച്ചിയുടെ മുഖത്തേയ്ക്കൊന്ന് നോക്കി ഹരി മുറ്റത്തേക്കിറങ്ങി. മുറ്റത്ത് നിർത്തിയിട്ട ബൈക്കിൽ കയറി ഗേറ്റ് കടന്നു പോകുന്നതിനിടെ, വഴി തെറ്റി പോലും ആ മിഴികൾ തന്നിലേയ്ക്ക് എത്തിയില്ലെന്ന് കാളിന്ദിയറിഞ്ഞു.

നൊന്തോ?

ഇത്തവണ മനസ്സ് കള്ളം പറഞ്ഞില്ല.

രാജേശ്വരി മയങ്ങാനായി പോയതും കാളിന്ദി പതിയെ തൊടിയിലേക്കിറങ്ങി. മൂവാണ്ടൻ മാവിനരികെയാണ് നടത്തം അവസാനിച്ചത്. അവിടെ നിന്നാൽ, തൊട്ടപ്പുറം യക്ഷിക്കാവ് കാണാം. കാളിന്ദി അവിടേയ്ക്ക് തന്നെ നോക്കി നിന്നു. അങ്ങോട്ടൊന്നു പോകാനുള്ള ആഗ്രഹം മനസ്സിനെ പിടിച്ചു കുലുക്കിയെങ്കിലും അവളത് അടക്കിപ്പിടിച്ചു.

രാത്രി തലവേദനയാണെന്നും ഭക്ഷണം വേണ്ടെന്നും പറഞ്ഞു കാളിന്ദി അത്താഴം കഴിയ്ക്കാൻ നിന്നില്ല. രാജേശ്വരിയമ്മ നേരത്തെ കഴിയ്ക്കും. ശ്രീഹരിയ്ക്കും ഭാമയ്ക്കുമുള്ള ഭക്ഷണം ഡൈനിങ് ടേബിളിൽ അടച്ചു വെച്ച്, കാളിന്ദി മുകളിലേയ്ക്കുള്ള ഗോവണിയ്ക്ക് അരികിലേയ്ക്ക് നടന്നു.

ഒരു കരച്ചിൽ.

അവളുടെ കാലുകൾ നിശ്ചലമായി.

അതെ. ഒരു പെണ്ണിന്റെ തേങ്ങിത്തേങ്ങിയുള്ള, ഉള്ളുലയ്ക്കുന്ന കരച്ചിൽ. ആദ്യം ഭാമയെ ഓർത്തെങ്കിലും, അവളുടെ അറയുടെ ഭാഗത്തു നിന്നല്ല ആ ശബ്ദമെന്ന് കാളിന്ദിയ്ക്ക് തോന്നി.

ഗോവണിപ്പടികൾക്ക്, താഴെയുള്ള ഇടനാഴിയിലെ, അരണ്ട വെളിച്ചത്തിൽ, നിരനിരയായുള്ള അറവാതിലുകൾക്ക് മുൻപിലൂടെ കാളിന്ദി നടന്നു. പലതും താഴിട്ട് പൂട്ടിയതാണ്.ഇടനാഴിയുടെ ഏറ്റവും അറ്റത്തുള്ള അറയ്ക്കടുത്ത്,ഒരു കിളിവാതിൽ കാളിന്ദി കണ്ടു.

അവൾ പതിയെ അങ്ങോട്ട് നടന്നു. ഇടനാഴിയിലെ മങ്ങിയ വെളിച്ചമേയുള്ളൂ. ആ അറയ്ക്കുള്ളിൽ നിന്നുമാണ് ശബ്ദം കേൾക്കുന്നതെന്ന് തോന്നിയതും, കാളിന്ദി ആ കിളിവാതിലിന്റെ അഴികൾക്കിടയിലൂടെ അകത്തേയ്ക്ക് നോക്കി.

ആദ്യം ഇരുട്ട് മാത്രമായിരുന്നു. പതിയെ മിഴികൾ അതുമായി പൊരുത്തപ്പെട്ടതും, ആ അറയ്ക്കുള്ളിലെ ജാലകം പുറത്തേയ്ക്ക് തുറന്നിട്ടതാണെന്ന് കാളിന്ദി കണ്ടു അതിലൂടെ നേർത്ത വെളിച്ചം അകത്തെത്തുന്നുണ്ട്. പൊടുന്നനെയാണ് ആ കാഴ്ച്ച അവളുടെ മിഴികളിൽ പതിഞ്ഞത്. ജാലകത്തിനരികെ, ചുമരിൽ ചാരി പുറത്തേയ്ക്ക് നോക്കി നിൽക്കുന്ന ഒരു പെണ്ണ്. മങ്ങിയ വെളിച്ചത്തിൽ, പാറിപ്പറക്കുന്ന നീണ്ട മുടിയിഴകളാണ് കാളിന്ദി ആദ്യം കണ്ടത്. അവളാണ് കരയുന്നതെന്ന് കാളിന്ദിയ്ക്ക് തോന്നി.

പൊടുന്നനെ, കാളിന്ദിയുടെ സാന്നിധ്യം അറിഞ്ഞതുകൊണ്ടാണോ ആ പെണ്ണ് പതിയെ തല ചെരിച്ചു പുറകോട്ട് തിരിഞ്ഞു. കാളിന്ദി ഞെട്ടലോ

ടെ രണ്ടു ചുവടുകൾ പുറകോട്ട് വെച്ചു പോയിരുന്നു. ആ മിഴികൾ. കത്തുന്ന കനൽക്കട്ടകൾ പോലെ.

'കാളിന്ദി?'

ഇടനാഴിയുടെ അറ്റത്തു നിന്നും ആ വിളി കേട്ടതും അവൾ പകപ്പോടെ തിരിഞ്ഞു നോക്കി. ഹരിയേട്ടൻ.

കാളിന്ദി വീണ്ടും ആ അറയിലേയ്ക്ക് നോക്കിയെങ്കിലും, ഇരുട്ടിൽ ഒന്നും കാണാനായില്ല. ഇപ്പോൾ പൊട്ടുമെന്ന രീതിയിൽ മിടിയ്ക്കുന്ന ഹൃദയവുമായി, ഹരിയ്ക്ക് അരികിലേയ്ക്ക് നടക്കുമ്പോൾ കാളിന്ദി കണ്ടു.

താഴിട്ട് പൂട്ടിയ ആ അറവാതിൽ. അതിനുള്ളിലെ, ജാലകവാതിലിനരികെയായിരുന്നു ആ പെണ്ണ് നിന്നിരുന്നത്.

കാളിന്ദി അതിവേഗം നടക്കുകയായിരുന്നു, അല്ല, ഓടുക തന്നെയായിരുന്നു ഹരിയ്ക്ക് അരികിലേയ്ക്ക്.

'ഇയാളെന്തിനാ അങ്ങോട്ടൊക്കെ പോയത്?'

ശബ്ദത്തിൽ നീരസം തെളിഞ്ഞു നിന്നിരുന്നു. അവളൊന്നു പരുങ്ങി.

'അത്... ഞാൻ സ്റ്റെപ്പ്സ് കയറാൻ തുടങ്ങുമ്പോഴാണ്, അവിടെ എന്തോ ഒരു ശബ്ദം കേട്ടത്, അതാണ് പോയി നോക്കിയത്.'

'ഉം...'

തൃപ്തി വരാത്ത ശബ്ദത്തിൽ ഒരു മൂളൽ... പിന്നെ പറഞ്ഞു...

'ഇവിടെ, അങ്ങനെ ശബ്ദം കേൾക്കുന്നിടത്തേയ്ക്കൊന്നും പോയി നോക്കാൻ നിക്കണ്ട, കേട്ടല്ലോ..?'

ആ ശബ്ദത്തിലെ ആജ്ഞ കാളിന്ദിയ്ക്ക് അത്ര ഇഷ്ടമായില്ല, അവൾ അവനെയൊന്ന് തുറിച്ചു നോക്കി. പറഞ്ഞത് അവൾക്കിഷ്ടമായില്ലെന്ന് ഹരിയ്ക്കും മനസ്സിലായിരുന്നു.

'എന്നെ നോക്കി പേടിപ്പിക്കാൻ നിക്കണ്ട തമ്പുരാട്ടി, ഇയാളുടെ നല്ലതിന് വേണ്ടി പറഞ്ഞതാ, കാഴ്ച്ച കാണാൻ നടന്നു, വല്ല അറ്റാക്കും വന്നു തട്ടിപ്പോയാൽ ഞാൻ സമാധാനം പറയണ്ടേ..?'

കാളിന്ദിയുടെ ചുണ്ടുകൾ കൂർത്തത് കൗതുകത്തോടെ നോക്കി നിന്നു ശ്രീഹരി.

'ഞാൻ ചെയ്യുന്നതിനൊക്കെ സമാധാനം പറയാൻ നടന്നാൽ, മേലെപ്പാട്ട് ശ്രീഹരി കുറച്ചു വിയർക്കും.'

പിറുപിറുത്ത് കൊണ്ടു കാളിന്ദി ഹരിയെ കടന്നു പോകാൻ തുടങ്ങി. പക്ഷെ ആ നിമിഷം വലം കയ്യിൽ പിടുത്തം വീണിരുന്നു.

'ഡീ..?'

അവൾ ഞെട്ടലോടെ മുഖമുയർത്തി.

'അധികം വെളച്ചിലെടുത്താലുണ്ടല്ലോ.'

കാളിന്ദി ഹരിയുടെ മുഖത്തേയ്ക്കും, അവൻ പിടിച്ച തന്റെ കയ്യിലേയ്ക്കും മാറി മാറി നോക്കി. ഹരി ഒന്ന് പതറി. ഒന്നുമാലോചിക്കാതെ ചെയ്തുപോയ പ്രവൃത്തിയായിരുന്നു. അവളുടെ പറച്ചിൽ കേട്ടപ്പോൾ പറ്റിപ്പോയതാണ്.

ഹരി, ധൃതിയിൽ അവളുടെ കൈവിട്ടു തിരിഞ്ഞു നടന്നു. ഒരു നിമിഷം അവന്റെ പോക്ക് നോക്കി നിന്നു, കാളിന്ദി പതിയെ ഗോവണിപ്പടികൾ കയറാൻ തുടങ്ങി.

'കാളിന്ദി ..?'

ഇനിയെന്താണാവോ എന്ന മട്ടിലാണ് അവൾ തിരിഞ്ഞു നോക്കിയത്.

'താൻ ഫുഡ് കഴിച്ചോ ?'

പെട്ടെന്ന് കള്ളം പറയാൻ സാധിച്ചില്ല, അവൾ ഇല്ലെന്ന് തലയാട്ടി.

'അതെന്താ..?'

'എനിയ്ക്ക് വേണ്ടാത്തത് കൊണ്ടാണ്, ഒരു തലവേദന.'

'ഉം. താനൊന്ന് വന്നേ.'

കാളിന്ദി എന്താണെന്ന അർത്ഥത്തിൽ അവനെ നോക്കി..

'അതൊക്കെയൊന്ന് എടുത്തു തന്നേ.'

പറഞ്ഞതും ആള് തിരിഞ്ഞു നടന്നിരുന്നു, അവൾ മുഖം ചുളിച്ചു തിരികെ ഇറങ്ങി..

'ഇത് പുതിയതാണല്ലോ, മുൻപ് അപ്പച്ചി പറഞ്ഞു, വിളമ്പി കൊടുക്കാൻ തുടങ്ങിയപ്പോൾ, വേണ്ട ഞാനെടുത്ത് കഴിച്ചോളാം എന്ന് പറഞ്ഞയാളാണ്. ഇതിപ്പോൾ ഒക്കെ എടുത്തു വെച്ചതാണ്, ഇനിയിപ്പോ രാജാവിന് എന്താണോ വേണ്ടത്..?'

മനസ്സിൽ പറഞ്ഞു കൊണ്ടവൾ ഊണ് മുറിയിലേയ്ക്ക് നടന്നു.

ഇപ്പോഴും കൈത്തണ്ടയിൽ, ശ്രീഹരിയുടെ കയ്യിന്റെ ചൂട് ഉണ്ടെന്ന് കാളിന്ദിയ്ക്ക് തോന്നി. അന്ന് അഗ്നിയ്ക്ക് വലം വെയ്ക്കുമ്പോഴാണ് ആ സ്പർശനം ആദ്യമായി അറിഞ്ഞത്. ഉള്ളിലെ ടെൻഷൻ കാരണമോ എന്തോ, അന്ന് തന്റെ കൈപ്പത്തി അമർത്തി പിടിച്ചിരുന്നു ആള്.

ഇന്നിപ്പോൾ, തന്റെ സംസാരം കേട്ടാണ് കയ്യിൽ പിടിച്ചു നിർത്തിയത്. അറിയാതെ പറ്റിപ്പോയതാണെന്ന് ആ മുഖം കണ്ടപ്പോൾ മനസ്സിലായിരുന്നു. അതിന്റെ ജാള്യത മറയ്ക്കാനാണ് ധൃതിയിൽ തിരിഞ്ഞു നടന്നതെന്നും.

അവൾ ഊണുമേശയ്ക്കരിൽ എത്തിയപ്പോൾ, ഒരു പ്ലേറ്റിലും കൂടെ ഭക്ഷണം വിളമ്പി വെച്ചിട്ടുണ്ട്. കഞ്ഞിയും ചമ്മന്തിയും കണ്ണിമാങ്ങാ ഉ

പ്പിലിട്ടതും ചുട്ട പപ്പടവും.

'കഴിക്ക്.'

ഹരി പറഞ്ഞപ്പോൾ കാളിന്ദി കണ്ണും മിഴിച്ചു നിന്നു.

'ഒരു തലവേദനയ്ക്ക്, അത്താഴപ്പട്ടിണി കിടക്കേണ്ട കാര്യമൊന്നുമില്ല..'

ശബ്ദത്തിൽ ഗൗരവമാണ്. ദേഷ്യം വന്നെങ്കിലും, അതടക്കി അവളും ഇരുന്നു.

'കുറച്ചേ ഞാൻ വിളമ്പിയിട്ടുള്ളൂ.'

'വല്യ കാര്യമായിപ്പോയി.'

മനസ്സിൽ പറഞ്ഞു അവനെ ഒന്ന് തുറിച്ചു നോക്കി കാളിന്ദി പതിയെ കഞ്ഞി കോരിക്കുടിച്ചു.

അവളുടെ മുഖം കണ്ടപ്പോൾ ഹരിയ്ക്ക് ചിരിയാണ് വന്നത്. നിർബന്ധിച്ചു കഴിയ്ക്കാനിരുത്തിയതിന്റെ ഇഷ്ടക്കേട് പെണ്ണിന്റെ മുഖത്ത് എഴുതി വെച്ചിട്ടുണ്ട്.

കാളിന്ദി ഒരു പ്രഹേളികയാണെന്ന് ശ്രീഹരിയ്ക്ക് തോന്നി.മനസ്സിലാക്കാൻ ആവുന്നേയില്ല ഒട്ടും.

കഴിച്ചു കഴിഞ്ഞു ഹരി ഭാമയ്ക്ക് ഭക്ഷണം കൊടുക്കാനായി പോയപ്പോൾ, പാത്രങ്ങളെല്ലാം കഴുകി എടുത്തു വെച്ച് കാളിന്ദി കിടക്കാനായി പോയി.

വീണ്ടും ഗോവണിയ്ക്കരികിലേയ്ക്ക് നടന്നപ്പോൾ അവൾക്ക് നേരത്തെ കണ്ട കാഴ്ച്ച ഓർമ്മ വന്നു. ഹരിയേട്ടന്റെ സാമീപ്യത്തിൽ അത് മറന്നു പോയിരുന്നു.

ആ പെണ്ണ്... അതും അടച്ചിട്ട മുറിയിൽ... തോന്നിയതല്ലെന്ന് ഉറപ്പാണ്... ആ കരച്ചിലിന്റെ ശബ്ദം കേട്ടതുമാണ്.

ആ ഭാഗത്തേയ്ക്ക് പോകരുതെന്നാണ് ഹരി മഹാരാജാവിന്റെ കല്പന. പലവിധ ചിന്തകളോടെ അവളെപ്പോഴോ ഉറക്കത്തിലേയ്ക്ക് വീണു...

6

രാവിലെ മുകളിൽ നിന്നും ഇറങ്ങി വരുമ്പോൾ, ആ ഇടനാഴിയിലേക്ക് കാളിന്ദിയൊന്നു കണ്ണോടിച്ചിരുന്നു. അങ്ങോട്ടൊന്നു ചെന്ന് നോക്കാൻ മനസ്സ് പറഞ്ഞെങ്കിലും അത് കേൾക്കാൻ നിന്നില്ലവൾ.

പക്ഷെ ഉച്ചയ്ക്ക് ഹരി വന്നു, ഭക്ഷണവും കഴിച്ചു പോയി, എല്ലാവരും ഉച്ചമയക്കത്തിലേയ്ക്ക് വീണപ്പോൾ അവൾ പതിയെ അകത്തളത്തിലെത്തി. ഇടനാഴിയിലൂടെ നടക്കുമ്പോൾ, അവൾ കാതോർത്തെങ്കിലും, ഒരില വീണാൽ കേൾക്കുന്നത്ര നിശ്ശബ്ദമായിരുന്നു അവിടം.

വർദ്ധിച്ച നെഞ്ചിടിപ്പോടെ കാളിന്ദി ആ കിളി വാതിലിനരികിലെത്തി. അതിന്റെ അഴികളിൽ പിടിച്ചപ്പോൾ അവളുടെ കൈയൊന്നു വിറച്ചു. മിഴികൾ അകത്തെ നേർത്ത ഇരുളുമായി പൊരുത്തപ്പെട്ടപ്പോൾ കണ്ട കാഴ്ച്ച വീണ്ടും അവളെ ഞെട്ടിച്ചിരുന്നു.

ഇന്നലെ, അകത്തും നിന്നും പുറത്തേയ്ക്ക് തുറന്നിട്ട, ആ ജനൽ പാളി അടഞ്ഞു കിടക്കുകയാണ്. ആ പെണ്ണ് നിന്നയിടം ശൂന്യമാണ്.

ഒരനക്കവും ആ അറയിലില്ല.

ഒരു മാത്ര, താൻ ഇന്നലെ കണ്ടത് വെറുമൊരു മായക്കാഴ്ച്ചയാണോയെന്ന് കാളിന്ദി സംശയിച്ചു. ഇന്നലെ കണ്ടത് പോലെ, അറവാതിൽ താഴിട്ട് പൂട്ടിയത് തന്നെ.

'അപ്പച്ചി, ഞാനൊരു കാര്യം ചോദിച്ചോട്ടെ?'

പൂമുഖത്തിരുന്നു സംസാരിക്കുന്നതിനിടെ കാളിന്ദി ചോദിച്ചപ്പോൾ രാജേശ്വരിയുടെ മുഖമൊന്നു മങ്ങിയെങ്കിലും അത് മറച്ചുവെച്ചു കൊണ്ടവർ പറഞ്ഞു.

'അതിനെന്താ കുട്ട്യേ ഒരു മുഖവുര, ചോദിച്ചോളൂ.'

'ആ ഇടനാഴിയിലെ, തെക്കേയറ്റത്തെ അറ എന്താ പൂട്ടിയിട്ടിരിക്കണേ..?'

അവരുടെ മുഖത്തെ ആശ്വാസഭാവം കാളിന്ദി കണ്ടിരുന്നില്ല.

'ഇവിടെ ഇതുപോലെ കൊറേ അറകൾ പൂട്ടിയിട്ടിരിക്കണത് കാന്ദി ശ്രദ്ധിച്ചില്ല്യേ..?'

നേർത്തൊരു ചിരിയോടെയാണ് അവർ ചോദിച്ചത്.

'അതല്ല... അത്.'

'അസാധാരണമായി വല്ലതും കാണോ, കേൾക്കോ ചെയ്തോ കുട്ടി?'

ഒട്ടും തിടുക്കമില്ലാതെയാണ് ചോദിച്ചതെങ്കിലും, കാളിന്ദിയുടെ ഉത്തരത്തിനായി അവരുടെ മനസ്സ് വെമ്പുന്നുണ്ടായിരുന്നു.

'അത് അവിടെയെന്തോ ശബ്ദം. ഒരു കരച്ചിൽ പോലെ'

ഞൊടിയിടയിൽ അവരുടെ മിഴികൾ ഒന്ന് കുറുകി. നോട്ടം കാളിന്ദിയിൽ തന്നെയായിരുന്നു. പതിയെ ഒരു ദീർഘനിശ്വാസമെടുത്ത് ഉള്ളിൽ കൂട്ടിയും കിഴിച്ചും അവർ പറഞ്ഞു.

'അത്... അത് അവളുടെ അറയായിരുന്നു.. ജാനകിയുടെ '

'ജാനകി ? '

കാളിന്ദി ആ പേരുച്ചരിച്ചു. ആ നിമിഷം, ആ അറയിൽ എന്തൊക്കെയോ പൊട്ടിത്തകരുന്ന ശബ്ദം കേൾക്കുന്നുണ്ടായിരുന്നുവെങ്കിലും അത് പൂമുഖത്തോളം എത്തിയിരുന്നില്ല.

'ഇവിടുത്തെ യക്ഷിയമ്മയുടെ കഥ കുട്ടിയ്ക്ക് അറിയാമോ..?'

'അറിയാം...'

അതറിയാത്തവരാരും ഇന്നാട്ടിലുണ്ടാവില്ല.

പണ്ടു പണ്ട്, മേലേപ്പാട്ടെ ഇളമുറക്കാരൻ ഒരു അടിയാളപ്പെണ്ണിനെ പ്രണയിച്ചു. അവളുടെ വയറ്റിൽ ഒരു ജീവൻ കുരുത്തു. എന്ത് വന്നാലും അവളെ കൈവിടില്ലെന്ന നിലപാടിൽ അയാൾ ഉറച്ചു നിന്നെങ്കിലും, കാരണവന്മാർ, ചതിയിൽപെടുത്തി, കാളിദേവിയ്ക്ക് ബലി കൊടുക്കാനെന്ന പേരിൽ, നിറഗർഭിണിയായ അവളെ കുരുതി കൊടുത്തു.

രക്തം ഒഴുകിപ്പോവുമ്പോഴും ജീവന് വേണ്ടി പിടയുന്നവളോട് ആരും ദയവ് കാണിച്ചില്ല.

കാര്യങ്ങൾ അറിഞ്ഞു, അവളുടെ പ്രണയിതാവ് എത്തുമ്പോഴേക്കും ആ ദേഹത്ത് നിന്ന് ജീവൻ കൂടൊഴിഞ്ഞു പോയിരുന്നു. ബലിത്തറയിൽ തലതല്ലി അവനും ജീവൻ വെടിഞ്ഞു.

മൂന്നാം നാൾ, മേലേപ്പാട്ട് തറവാടിന്റെ നാശം തുടങ്ങിയിരുന്നു. അടിയാള പെൺകൊടി അവിടെ തിമിർത്താടി. പ്രതികാരദാഹിയായ അവളുടെ ആത്മാവ്, എല്ലാവരും ഭയപ്പെടുന്ന ഉഗ്രരൂപിണിയായ യക്ഷിയായി മാറിയിരുന്നു.

മേലേപ്പാട്ട്, ആണുങ്ങൾ ദുർമരണമടഞ്ഞു. പ്രശ്നവശാൽ, മേലേപ്പാട്ട്, ഇനിയൊരു സന്തതി പിറക്കില്ലെന്ന് അറിഞ്ഞതും, അന്നത്തെ തറവാട്ടമ്മയും സ്ത്രീജനങ്ങളും നേർച്ചകാഴ്ച്ചകളുമായി യക്ഷിയമ്മയ്ക്ക് മുൻപിൽ സാഷ്ടാംഗം വീണു കരഞ്ഞു. തെറ്റ് ചെയ്തവരെല്ലാം ഈ

ഭൂമി വിട്ട് പോയ സ്ഥിതിക്ക്, പ്രതികാരം മതിയാക്കണമെന്ന് അപേക്ഷിച്ചു.

പൂജകളും മന്ത്രവും മാത്രം പോര, യക്ഷിയമ്മയുടെ സമ്മതം കൂടെ ഉണ്ടെങ്കിലേ, അവളെ അടക്കി നിർത്താനാവൂ എന്ന നിർദേശപ്രകാരമായിരുന്നു അത്.മേലേപ്പാട്ട് തറവാട്ടിലെ സ്ത്രീകൾ എന്നും യക്ഷിയമ്മയ്ക്ക് കീഴ്പ്പെട്ടവരായിരിക്കുമെന്ന വാഗ്ദാനത്തിൽ, യക്ഷിയമ്മയെ യക്ഷിക്കാവിൽ കുടിയിരുത്തി. മാതൃഭാവത്തിൽ.

മേലേപ്പാട്ട് തറവാടിന്റെ മാത്രമല്ല, ആ ഗ്രാമത്തിന്റെ കൂടെ കാവലാളായി മാറിയിരുന്നു യക്ഷിയമ്മ. മുടിയഴിച്ചു ചിലമ്പിട്ട് വരുന്ന യക്ഷിയമ്മയെ പലരും നേരിട്ട് കണ്ടിട്ടുണ്ടെന്നും കേട്ടിട്ടുണ്ട്. അപകടാവസ്ഥയിൽ പലർക്കും രക്ഷകയായി മാറാറുണ്ടത്രേ യക്ഷിയമ്മ.

ജാതിമതഭേദമന്യേ, ആർക്കും യക്ഷിക്കാവിൽ വരാനും പ്രാർത്ഥിക്കാനുമുള്ള അനുവാദമുണ്ടായിരുന്നു. പക്ഷെ കാലം പോകെ, തറവാട്ടിലുള്ളവരും നാട്ടുകാരും പതിയെ യക്ഷിയമ്മയെ മറന്നു തുടങ്ങി..

'പക്ഷെ യക്ഷിയമ്മയും ജാനകിയുടെ കഥയും തമ്മിൽ..?'

കാളിന്ദി സംശയത്തോടെ ശങ്കരിയമ്മയെ നോക്കി.

'ചരിത്രം ആവർത്തിച്ചു.യക്ഷിയമ്മയെ പോലെ മറ്റൊരുവൾ. ജാനകി. പക്ഷെ അവൾക്കെന്ത് പറ്റിയെന്നു ഇന്നോളം ആർക്കും അറിയില്ല്യ കുട്ടി..'

കാളിന്ദി മനസ്സിലാകാതെന്നോണം അവരെ നോക്കി.

'ഇവിടുത്തെ ഒരു ഇളമുറക്കാരൻ, പത്മനാഭൻ, ജാനകിയെന്ന് പേരുള്ള ഒരു അരയപ്പെൺകൊടിയുമായി പ്രണയത്തിലായി. അയാളുടെ വേളി നേരത്തെ തന്നെ, മേലേപ്പാട്ടെ കാരണവരുടെ മകളും, അവന്റെ മുറപ്പെണ്ണുമായ ഹേമാംബികയുമായി ഉറപ്പിച്ചുവെച്ചതായിരുന്നു. അതിസുന്ദരിയായിരുന്നു ഹേമാംബികയെങ്കിൽ, മുട്ടോളം മുടിയുള്ള ഇരുണ്ട പെൺകൊടിയായിരുന്നു ജാനകി.'

അവരൊന്നു നിശ്വസിച്ചു. പിന്നെ ഉദ്വേഗത്തോടെയിരിക്കുന്ന കാളിന്ദിയെ നോക്കി.

'കൗമാരകാലം മുതൽക്കേ മനസ്സിൽ കൊണ്ടുനടന്ന പത്മനാഭനെ മറക്കാൻ ഹേമ തയ്യാറായിരുന്നില്ല്യ. പക്ഷെ മുൻപത്തെ, ദുരനുഭവം ഉള്ളത് കൊണ്ട്, പത്മനാഭൻ ജാനകിയെ പാണിഗ്രഹണം ചെയ്തു, തറവാട്ടിൽ എത്തിയപ്പോൾ എതിർക്കാനും ആരും തുനിഞ്ഞില്ല്യ. എല്ലാറ്റിലുമുപരി, യക്ഷിയമ്മയുടെ തീവ്രഭക്തയായിരുന്നു ജാനകി. പത്മനാഭനെ എതിർക്കാനും ആർക്കും ധൈര്യമില്ലായിരുന്നു.'

'എന്നിട്ട് ?'

'പ്രത്യക്ഷത്തിൽ, ആരും വിരോധം കാണിച്ചില്ലെങ്കിലും ഒരു അരയപ്പെൺകൊടി തറവാട്ടിൽ താമസിക്കുന്നതിനോട് ആർക്കും താല്പര്യമില്ലായിരുന്നു. പത്മനാഭൻ അറിയാതെ എല്ലാത്തിൽ നിന്നും ജാനകിയെ അവർ അകറ്റി നിർത്താൻ ശ്രമിച്ചുവെങ്കിലും അവളും തന്റേടിയായിരുന്നു. പരാതിയൊന്നും പറയാതെ, പിടിച്ചു നിന്നെങ്കിലും അവിടുത്തെ അവസ്ഥ പത്മനാഭൻ മനസ്സിലാക്കി. അതിനിടെ ജാനകി ഗർഭിണിയായി. ഒരു കൊച്ചു വീട് വെച്ച് മാറാൻ അവർ തീരുമാനിച്ച ദിവസങ്ങളിലൊന്നിൽ, ജാനകിയെ കാണാതായി. പത്മനാഭൻ ഭ്രാന്ത് പിടിച്ചു അലഞ്ഞെങ്കിലും ജാനകിയുടെ ഒരു വിവരവും കിട്ടിയില്ല്യ.'

എന്തിനോ കാളിന്ദിയുടെ ഉള്ളൊന്ന് പിടഞ്ഞു.

'എന്നിട്ട് അയാളോ..?'

'അധികം വൈകാതെ ഒരു നാൾ തറവാട്ടിലെ കുളത്തിൽ പത്മനാഭന്റെ മൃതദേഹം കണ്ടെത്തി.'

'അത്. അതവരുടെ അറയായിരുന്നോ..?'

'ഉം. അവർ ഒരുമിച്ചു താമസിച്ചയിടം.'

'ഹേമാംബിക, അവർ ?'

'മാസങ്ങൾ കഴിഞ്ഞു പോയപ്പോൾ, ഒരു നാൾ, യക്ഷിക്കാവിലെ പടവുകളിൽ മരിച്ചു മരവിച്ചു കിടന്നിരുന്ന ഹേമയുടെ ദേഹം രണ്ടാം നാളാണ് കണ്ടു കിട്ടിയത്.'

കാളിന്ദി പകച്ചിരുന്നു, അല്പനേരം

'പൊതുവേ, ഹേമ യക്ഷിക്കാവിൽ പോവാറില്ലായിരുന്നത്രെ. അതിനിടയിൽ അവരുടെ അറയിൽ നിന്നും പലപ്പോഴും ഇല്ലത്തുള്ള പലരും ജാനകിയുടെ കരച്ചിൽ കേൾക്കാനും അവളെ കാണാനുമൊക്കെ തുടങ്ങി അങ്ങനെ കീഴാറ്റില്ലത്തെ വാമദേവൻ തിരുമേനിയുടെ പൂജാവിധികളോടെ ആ അറ മണിച്ചിത്രത്താഴിട്ട് പൂട്ടി. അതിൽ പിന്നെയാരുമിവിടെ അവളെ കണ്ടിട്ടോ ആ കരച്ചിൽ കേട്ടിട്ടോയില്ല്യ. '

കാളിന്ദി നെറ്റിയൊന്ന് ചുളിച്ചു.

'അപ്പോൾ താൻ കേട്ടതോ ?'

ചിന്താമഗ്നയായി ഇരുന്നിരുന്ന കാളിന്ദിയെ രാജേശ്വരി ഉറ്റു നോക്കി. താൻ അവളോട് പറഞ്ഞ കഥയിൽ മനഃപൂർവം വിട്ട് കളഞ്ഞ ചിലതുണ്ടെന്ന് അവർ ഓർക്കുകയായിരുന്നു. മേലേപ്പാട്ട് മനയ്ക്കൽ, കേട്ടുകേൾവി മാത്രമുള്ള പലതും, കാളിന്ദി ദേവി അവിടെ കാല് കുത്തിയതിനു ശേഷമാണ് യാഥാർഥ്യമാവുന്നതെന്നതായിരുന്നു അതിലൊന്ന്.

വൈകുന്നേരം ശ്രീഹരി വന്നപ്പോൾ അവനോട് കാളിന്ദിയുടെ വീട്ടിൽ

പോകുന്നതിനെ പറ്റി പറഞ്ഞിരുന്നു രാജേശ്വരി. ഹരിയുടെ താല്പര്യമില്ലായ്മ കണ്ടതും കാളിന്ദിയുടെ മനസ്സിടിഞ്ഞു. രുക്മിണി ചെറിയമ്മയും മകൻ വിനുവും മേലെപ്പാട്ടേക്ക് വരുമെന്നും ഭാമയ്ക്ക് ചെറിയ മാറ്റമുള്ളത് കൊണ്ടു അവിടെ ഒരു ദിവസം നിന്നിട്ട് വന്നാൽ മതിയെന്നും കൂടെ അപ്പച്ചി കൂട്ടിച്ചേർത്തതോടെ ശ്രീഹരിയ്ക്ക് കലി കയറി.

എന്തൊക്കെയോ പിറുപിറുത്തു കൊണ്ടു മുകളിലേയ്ക്ക് കയറിപ്പോകുന്നത് കണ്ടു. രാത്രി കഴിക്കാൻ വരാത്തത് കൊണ്ടു രാജേശ്വരി പറഞ്ഞിട്ടാണ് കാളിന്ദി തിരഞ്ഞു ചെന്നത്.

വിചാരിച്ചത് പോലെ, വായനാമുറിയിലുണ്ട് ആള്.മേശമേൽ മുഖം വെച്ച് കിടക്കുകയാണ്.

'ഹരിയേട്ടാ ?'

രണ്ടു മൂന്ന് വട്ടം വിളിച്ചപ്പോഴാണ് മുഖമുയർത്തിയത്.അവളെ രൂക്ഷമായി ഒന്ന് നോക്കി.

'അത്... കഴിന്ക്കാൻ.'

'എനിയ്ക്ക് വേണ്ട.'

ഉച്ചത്തിലാണ് പറഞ്ഞത്.

'ഞാൻ...അപ്പച്ചി പറഞ്ഞിട്ടാണ് വന്നത്...'

'വേണ്ടന്നല്ലെടി പറഞ്ഞത്.'

അലറിക്കൊണ്ട് ആള് ചാടി എഴുന്നേറ്റിരുന്നു. പോവാൻ തിരിഞ്ഞ കാളിന്ദി അടുത്ത നിമിഷം, പക്ഷെ തിരിഞ്ഞു നിന്നിരുന്നു.

'അങ്ങാടിയിൽ തോറ്റതിന് അമ്മയോട്ന്ന് പറയുന്നത് പോലെ, ആരോടോ ഉള്ള ദേഷ്യം എന്റെ നേരെ കാണിക്കണ്ട... കാളിന്ദി അതിന് നിന്ന് തരില്ല്യ.'

അവളുടെ മുഖം കൂർത്തിരുന്നു. ഒരു മാത്ര, തന്റെ പ്രശ്നങ്ങളെല്ലാം ശ്രീഹരി മറന്നും പോയിരുന്നു.

അതും പറഞ്ഞവൾ തിരിഞ്ഞു നടന്നു. ഗോവണിയ്ക്കരികിലേയ്ക്ക് നടക്കുമ്പോൾ അവൾ മെല്ലെയൊന്ന് പാളി നോക്കി.

നിന്ന നിൽപ്പിലാണ് ആള്. അങ്ങനെയൊരു മറുപടി പ്രതീക്ഷിച്ചിട്ടേയുണ്ടാവില്ല്യ.

എന്നിട്ടും ഹരി കഴിക്കാൻ വന്നിരുന്നില്ല. കാളിന്ദി ബെഡ്റൂമിൽ എത്തിയപ്പോൾ അവിടെയും ആളില്ല. അവൾ ബാൽക്കണിയിൽ നോക്കിയെങ്കിലും അവിടെയും ഹരിയെ കണ്ടില്ല. എന്നുമവൾ ഉറങ്ങിയതിന് ശേഷമാണെങ്കിലും മുറിയിൽ വന്നു കിടക്കാറുണ്ട്. തെല്ലു നേരം ആലോചിച്ചു നിന്നവൾ തിരികെ മുറിയിൽ വന്നു കട്ടിലിൽ കിടന്നു.

പക്ഷെ മനസ്സാകെ അസ്വസ്ഥമാണ്. ഹരിയേട്ടൻ..?എവിടെപ്പോയി കാണും..?

സാധാരണ താൻ കിടക്കാൻ വരുമ്പോൾ ആളിവിടെ ഉണ്ടാകാറില്ല്യ. എങ്കിലും വരുമ്പോൾ, ബാൽക്കണിയിലോ, വായനമുറിയിലോ ഹാളിലോ ഒക്കെ കാണാറുണ്ട് പലപ്പോഴും.

ഒരു സമാധാനം കിട്ടാതെ കാളിന്ദി എഴുന്നേറ്റു.തിരികെ വീണ്ടും വായനമുറിയുടെ വാതിലിനു മുൻപിൽ എത്തി. ഉള്ളിൽ നിന്നും പൂട്ടിയിട്ടുണ്ട്. അതിനുള്ളിലാണെങ്കിൽ, ഇങ്ങനെ പൂട്ടിയിട്ട് ഇരിക്കുന്നത് കണ്ടിട്ടില്ല. മുറിയുടെ ഒരു വശത്തെ ജനൽ പാളികൾ മരം കൊണ്ടുള്ളതാണെങ്കിലും മറുവശത്തു നീണ്ട ചില്ലുജാലകങ്ങളാണ്. പക്ഷെ നീളമുള്ള ജാലകവിരികൾ ഇട്ടിട്ടുള്ളത് കൊണ്ടു ഉള്ളിലേയ്ക്ക് കാണില്ല.

വേറെ വഴിയൊന്നും കാണാതെ കാളിന്ദി പതിയെ ഒന്ന് കുനിഞ്ഞു, കീഴ്ച്ചുണ്ട് കടിച്ചു, ആ വാതിൽ പഴുതിലൂടെ, ഒറ്റക്കണ്ണ് വാതിലിനോട് ചേർത്ത് പിടിച്ചു, അകത്തേയ്ക്ക് നോക്കാൻ ശ്രമിച്ചു.

അതേ നിമിഷം, ആ വാതിൽ അകത്തു നിന്നും തുറന്നു. ആദ്യം കണ്ടത് ആ നീണ്ടു വെളുത്ത കാൽപാദങ്ങളാണ്. പിന്നെ വെള്ളിക്കരയുള്ള മുണ്ടും. കാളിന്ദി ജാള്യതയോടെ നിവർന്നു.

'എന്റെ ദേവി'

അറിയാതെ അവൾ മനസ്സിൽ വിളിച്ചു പോയിരുന്നു.

'ആഹാ. വന്നു വന്നു കാളിന്ദിത്തമ്പുരാട്ടി ഒളിഞ്ഞു നോട്ടവും തുടങ്ങിയോ..?'

ദേഷ്യവും പരിഹാസവും ഒരു പോലെ തെളിഞ്ഞിരുന്നു സ്വരത്തിൽ. ഒരു മാത്ര നാവിറങ്ങി പോയെങ്കിലും, തോറ്റു കൊടുക്കാൻ കാളിന്ദി തയ്യാറായിരുന്നില്ല. അവളറിയാതെ തന്നെ ചുണ്ടുകൾ കൂർത്തു പോയിരുന്നു.

'ഞാൻ ഒളിഞ്ഞു നോക്കിയിട്ടുണ്ടെങ്കിലേ, അത് എന്റെ ഭർത്താവിനെയാണ്.'

പറഞ്ഞതും അവൾ തിരിഞ്ഞു നടന്നു.

രക്ഷപ്പെട്ടു. ഒരാശ്വാസത്തോടെ വലതുകൈ അവൾ നെഞ്ചോട് ചേർത്തു. ദ്രുതഗതിയിൽ മിടിയ്ക്കുന്നുണ്ട് ഹൃദയം. ആദ്യം ഒന്ന് പകച്ചെങ്കിലും, മുൻപത്തെ അത്ര ഞെട്ടലുണ്ടായില്ല ശ്രീഹരിയ്ക്ക്. കാളിന്ദിയെ അവൻ അളന്നു കഴിഞ്ഞിരുന്നു.

'ഹലോ..?'

പിറകിൽ നിന്നും ഗാംഭീര്യമുള്ള ആ ശബ്ദം കേട്ടതും നെഞ്ചൊന്നാളി.

'പെട്ടൂലോ ദേവി..'

ഇപ്പോൾ കാണിയ്ക്കുന്ന ഈ ശാന്തതയ്ക്കപ്പുറം, രൗദ്ര ഭാവമണിയുന്ന മറ്റൊരു മുഖമുണ്ട് ശ്രീഹരിയ്ക്ക്. ഒരിക്കൽ അതിനും സാക്ഷിയായതാണ്. അത്ര പെട്ടെന്നൊന്നും അണയാത്ത കോപാഗ്നി.

'നിനക്കിതിന്റെ വല്ല കാര്യവുമുണ്ടായിരുന്നോ കാളിന്ദി?'

മനസ്സ് വെറുതെ കുറ്റപ്പെടുത്തി. മനപ്പൂർവമല്ല. ആ ഭാവത്തിലും ശബ്ദത്തിലും പരിഹാസം കലരുമ്പോൾ സ്വയമറിയാതെ പറഞ്ഞു പോവുന്നതാണ്.

'മിസ്സിസ് കാളിന്ദി ദേവി..?'

പരിഹാസത്തിന്റെ അലയൊലിയുണ്ടായിരുന്നുവെങ്കിലും കാളിന്ദി തിരിഞ്ഞു നോക്കിപ്പോയിരുന്നു.

'നേരത്തെ പറഞ്ഞത്, എപ്പോഴും ഓർമ്മയുണ്ടായാൽ മതി എന്റെ ഭാര്യയ്ക്ക്.'

വല്ലാത്തൊരു ഭാവത്തിൽ, അവളെ ആകമാനം നോക്കി ഹരി പറഞ്ഞതും, ഇത്തവണ കിളികൾ പറന്നു പോയത് കാളിന്ദിയുടേതായിരുന്നു. ഇന്ന് വരെ അത്യാവശ്യത്തിനുള്ള സംസാരം മാത്രമേ ഇങ്ങോട്ട് ഉണ്ടായിട്ടുള്ളൂ. കളിപ്പിക്കാൻ വേണ്ടിയാണെങ്കിൽ കൂടെ ആ ഭാവം അവളെ അമ്പരപ്പിച്ചു. പക്ഷെ ഒന്ന് രണ്ടു നിമിഷങ്ങൾക്കുള്ളിൽ കാളിന്ദി സ്വയം നിയന്ത്രിച്ചു കഴിഞ്ഞിരുന്നു.

'ഞാൻ ഉറങ്ങി കഴിയുന്നത് വരെ കാത്തുനിൽക്കേണ്ട കാര്യമൊന്നുമില്ല്യ, മേലെപ്പാട്ട് ശ്രീഹരിയ്ക്ക് സ്വന്തം ബെഡ്റൂമിൽ കിടന്നുറങ്ങാൻ. കാളിന്ദി ആരെയും പിടിച്ചു തിന്നാനൊന്നും പോണില്ല്യ. ശല്യപ്പെടുത്താനും.'

'അതുറപ്പിച്ചു പറയാൻ പറ്റില്ലല്ലോ മാഡം, കാളിന്ദി ദേവിയിൽ ഒരു ഭദ്രകാളി കുടി കൊള്ളുന്നുണ്ടെന്ന് നാട്ടിൽ ഒരു ശ്രുതിയുണ്ടേയ്.'

കാളിന്ദി ശ്വാസം ഒന്നാഞ്ഞു വലിച്ചു. പിന്നെ ഹരിയെ നോക്കി കണ്ണുരുട്ടി, വെട്ടിത്തിരിഞ്ഞു നടന്നു.

'ഇതിന് മറുപടി പറയാൻ അറിയാഞ്ഞിട്ടല്ല കാളിന്ദിയ്ക്ക്. പക്ഷെ അത് നിങ്ങളെ വേദനിപ്പിക്കും. നിങ്ങൾക്ക് വേദനിയ്ക്കുമ്പോൾ അതിനപ്പുറം എന്റെ മനസ്സും നോവുന്നുണ്ട്.'

മനസ്സിൽ പറഞ്ഞുകൊണ്ടു കാളിന്ദി കട്ടിലിൽ വന്നു കിടന്നു, പുതപ്പെടുത്തു ആകമാനം മൂടിപ്പുതച്ചു കിടന്നു.

'കഴുത്തിനു ചുറ്റും നാവാണ് പെണ്ണിന്. എന്തിനും ഉരുളയ്ക്കുപ്പേരി പോലെ മറുപടി റെഡിയാണ്. എന്നാലോ അപ്പച്ചിയുടെ അടുത്ത് പഞ്ചപാവവും.'

പിറുപിറുത്തു കൊണ്ടു ഹരി പുറത്തേയ്ക് നടന്നു. ഓഫീസിൽ നിന്നും വന്ന വേഷമാണ്.

ഹരിയൊന്ന് മേല് കഴുകി മുറിയിലെത്തുമ്പോൾ ബെഡ്ലാമ്പിന്റെ വെളിച്ചത്തിൽ കട്ടിലിനോരത്ത് ഒതുങ്ങി കിടക്കുന്നവളെ കണ്ടു. ഒരു മാത്ര അവളെയൊന്ന് നോക്കി, ഒരു ദീർഘ നിശ്വാസത്തോടെ അവനും കിടന്നു.

മേലേപ്പാട്ട്, ആ അറയ്ക്കുള്ളിൽ, ജാലകവാതിലിനരികെ അഴിഞ്ഞുലഞ്ഞ മുടിയും, കണ്ണുകളിൽ അഗ്നിയുമായി പുറത്തേയ്ക്ക് നോക്കി, അവൾ നിൽക്കുന്നുണ്ടായിരുന്നു. എപ്പോഴൊക്കെയോ, ആ മിഴികൾ നിറയുന്നുമുണ്ടായിരുന്നു.

7

ഉടനെ ലീവെടുക്കാൻ പറ്റില്ലെന്നും കുറച്ചു ദിവസം കൂടെ കഴിഞ്ഞു കാളിന്ദിയുടെ വീട്ടിൽ പോകാമെന്നും രാവിലെ അപ്പച്ചിയോട് പറയുന്നത് കാളിന്ദി കേട്ടിരുന്നു. ശ്രീഹരി ഓഫീസിലേക്ക് ഇറങ്ങുമ്പോൾ അവൾ പൂമുഖത്തുണ്ടായിരുന്നു. കണ്ടിട്ടും ഒന്നും മിണ്ടാതെ പടികൾ ഇറങ്ങാൻ തുടങ്ങുമ്പോഴാണവൾ പിറുപിറുത്തത്.

'എന്തെങ്കിലുമൊരു വാക്ക് മിണ്ടിയാൽ ഇയാളുടെ വായിൽ നിന്നും മുത്ത് വല്ലോം പൊഴിയോ ആവോ..?'

'ഇന്ന് പൊഴിഞ്ഞതൊക്കെ ബാങ്ക് ലോക്കറിൽ വെച്ചിട്ട് വരുവാ. അതാണ്.'

ചെരുപ്പിടുന്നതിനിടയിൽ അവളെ നോക്കാതെയായിരുന്നു പറഞ്ഞത്. മറുപടിയൊന്നും വരാഞ്ഞു ശ്രീഹരി മുഖമുയർത്തി നോക്കുമ്പോൾ, കാളിന്ദി അവനെ തുറിച്ചു നോക്കുന്നുണ്ടായിരുന്നു.

'നോക്കി പേടിയ്പ്പിക്കാൻ നിക്കാണ്ട് പോയി വല്ല പണിയും ചെയ്യ് പെണ്ണേ. '

ഹരി വണ്ടിയ്ക്കരികിലേയ്ക്ക് നടക്കുമ്പോൾ, തിരിഞ്ഞു നോക്കാതെയാണ് പറഞ്ഞത്.

വണ്ടി ഗേറ്റ് കടക്കുമ്പോൾ, പൂമുഖത്തെ തൂണിൽ ചാരി, മുഖവും വീർപ്പിച്ചു നിന്നവളെ ശ്രീഹരി മിററിലൂടെ കണ്ടിരുന്നു. സ്വയമറിയാതെ ഒരു പുഞ്ചിരി അവന്റെ ചൊടികളിൽ വിടർന്നിരുന്നു.

ദിവസങ്ങൾ കടന്നു പോയ്ക്കൊണ്ടിരുന്നു.

പലപ്പോഴും, തന്നിൽ നിന്നും ശ്രീഹരി കഴിവതും ഒഴിഞ്ഞു മാറി നടക്കുന്നതായി തോന്നിയെങ്കിലും, കൂടുതൽ ചികിച്ചികയാൻ നിന്നില്ലവൾ. ശ്രീഹരിയോട് ജയിക്കാനായി പല തർക്കുത്തരവും പറയുമെങ്കിലും ഒന്നും പിടിച്ചു വാങ്ങുന്നത് അവളുടെ രീതിയല്ല.

അതിനിടയിൽ, പല തവണ, ആ അറയിൽ നിന്നും കരച്ചിൽ കേട്ടുവെങ്കിലും, കാളിന്ദിയ്ക്ക് അങ്ങോട്ട് ഒന്ന് പോയി നോക്കാൻ പറ്റിയില്ല. ഹരിയേട്ടനും അപ്പച്ചിയും അരുതെന്ന് വിലക്കിയിടത്ത് പോയി നോക്കി

യിട്ട്, പിടിയ്ക്കപ്പെട്ടാൽ. ആ ചിന്ത ഓരോ തവണയും അവളെ പിന്തിരിപ്പിച്ചു.

ഭാമയ്ക്ക് ഇപ്പോൾ തന്നെ കാണുമ്പോൾ പഴയ ഭയമില്ലെന്നും അവൾ തിരിച്ചറിഞ്ഞിരുന്നു. ഹരി കഴിയ്ക്കാൻ കൊടുക്കുമ്പോൾ കൂടെ ചെന്നിരിക്കുകയും ഇടയ്ക്കിടെ മുറി വൃത്തിയാക്കുകയുമൊക്കെ ചെയ്തിരുന്നു അവൾ.

ഇതിനിടയിൽ, രണ്ടു തവണ അപ്പച്ചിയും ഹരിയേട്ടനും കൂടെ അവളെ കുളിപ്പിച്ചിരുന്നു. വെള്ളം ആൾക്ക് തീരെ ഇഷ്ടമല്ല. പിടിവലി കൂടും. അതുകൊണ്ട് തന്നെ കുളിപ്പിക്കൽ കഴിഞ്ഞു രണ്ടു ദിവസം രാജേശ്വരി കിടപ്പിലായിരുന്നു. കാളിന്ദി കൂടെ നിൽക്കാമെന്ന് പറഞ്ഞിരുന്നെങ്കിലും ഹരിയാണ് അവളെ വിലക്കിയത്. കുറച്ചൂടെ കഴിഞ്ഞിട്ട് അതിനൊക്കെ തുനിഞ്ഞിറങ്ങിയാൽ മതിയെന്നവൻ കടുപ്പിച്ച് പറഞ്ഞതോടെയാണ് കാളിന്ദി പിന്മാറിയത്.

എന്തെങ്കിലും കാര്യത്തിന്, തന്നെ ആശ്രയിക്കേണ്ടി വരുമ്പോൾ ഹരിയേട്ടന് വല്ലാത്തൊരു ശ്വാസം മുട്ടലാണെന്നും അവൾ തിരിച്ചറിഞ്ഞിരുന്നു.

പിന്നെയെന്തിനാണോ തന്നെ വിലയിട്ട് വാങ്ങിയത് ?

ഭാമയെ നോക്കാനാണെങ്കിലും അപ്പച്ചിയുടെയും ഹരിയുടെയും കാര്യങ്ങളിലും ഒരു മടുപ്പോ മുടക്കമോ വരുത്തിയില്ലവൾ.

ഉച്ചയ്ക്ക് എല്ലാവരും മയങ്ങുമ്പോൾ, കാളിന്ദി തൊടിയിലും കുളക്കടവിലുമൊക്കെ ചുറ്റി നടന്നു. കുളപ്പടവിൽ ഇരിക്കുമ്പോഴൊക്കെ അരികെ ആരോ വന്നിരിക്കുന്നത് പോലെ തോന്നുമെങ്കിലും, നോക്കുമ്പോൾ ആരും ഉണ്ടാവില്ല.

തൊടിയിൽ നിൽക്കുമ്പോൾ യക്ഷിക്കാവിലേയ്ക്ക് മിഴികൾ നീളും. വേളി കഴിഞ്ഞു, ഇത് വരെ ഒന്ന് പോവാൻ പറ്റിയിട്ടില്ല.

അന്ന് രാത്രി, അത്താഴം കഴിക്കുമ്പോൾ രണ്ടും കല്പിച്ചവൾ രാജേശ്വരിയമ്മയോട് ചോദിച്ചു.

'അപ്പച്ചി, ഞാൻ, രാവിലെ യക്ഷിക്കാവിലൊന്നു പൊയ്ക്കോട്ടേ..?'

'അത് മോളെ, അങ്ങോട്ടിപ്പോളാരും പോവാറില്ലല്ലൊ.'

'ഞാൻ ഇടയ്ക്ക് പോവാറുണ്ട്. എനിയ്ക്ക് പേടിയൊന്നുമില്ല്യ. ഒന്ന് തൊഴുതിട്ട് വരാം.'

'പോവണ്ട.'

രാജേശ്വരി വീണ്ടും എന്തോ പറയാൻ തുടങ്ങുമ്പോഴാണ് വാതിൽക്കൽ നിന്നും ആ കനത്ത ശബ്ദം കേട്ടത്. ശ്രീഹരി.

അവൻ കൈ കഴുകി ഊണ് മേശയ്ക്കരികിലേയ്ക്ക് വന്നു.

'മോൾക്ക് അത്ര മോഹംണ്ടെങ്കിൽ'

രാജേശ്വരി വീണ്ടും പറയാൻ തുടങ്ങിയതും ഹരി രൂക്ഷമായി കാളിന്ദിയെ ഒന്ന് നോക്കി.

'ഇവിടുന്ന് അങ്ങോട്ട് ആരും പോണില്ല്യ.'

കാളിന്ദിയുടെ മുഖം കൂർത്തു. ഹരിയത് കണ്ടിരുന്നു.

'കാളിന്ദി തർക്കുത്തരമൊന്നും ആലോചിച്ചു ബുദ്ധിമുട്ടണ്ട, പോവേണ്ടെന്ന് പറഞ്ഞാൽ പോവണ്ട. അത്രതന്നെ.'

പതിവില്ലാത്ത ഗൗരവമുണ്ടായിരുന്നു ശ്രീഹരിയുടെ ശബ്ദത്തിന്. അതുകൊണ്ട് തന്നെയവൾ മറുത്തൊന്നും പറഞ്ഞില്ല.

'അവിടെയൊന്നാകെ, ഇടിച്ചുപൊളിച്ചു കളയാൻ പോവാ ഞാൻ.'

പൊടുന്നനെ, ഹരി അങ്ങനെ പറഞ്ഞപ്പോൾ കാളിന്ദിയും രാജേശ്വരിയും ഒരുപോലെ ഞെട്ടി. അവർ പരസ്പരം നോക്കി.

'അത് നീ മാത്രം തീരുമാനിച്ചാൽ മതിയോ.?'

രാജേശ്വരിയമ്മയുടെ ശബ്ദവും കനത്തു.

'ഈ കാര്യം, ഞാൻ മാത്രം തീരുമാനിച്ചാൽ മതി.'

'വെറുതെ വേണ്ടാത്തത് ഓരോന്ന് പറയണ്ട ഹരി.'

അപ്പച്ചി ശാസിച്ചപ്പോൾ പിന്നെ അവനൊന്നും പറഞ്ഞില്ല ഇന്ദുവിന്റെ ദുർമരണത്തോടെയാണ്, അവന്, യക്ഷിയമ്മയോടും കാവിനോടും ഇത്രയും വിരോധം വന്നത്.

ഇടയ്ക്ക്, കാളിന്ദിയിൽ കണ്ണെത്തിയപ്പോൾ ഹരി കണ്ടു, മുഖവും ചുവപ്പിച്ചു തന്നെ നോക്കി ദഹിപ്പിക്കുന്നവളെ. അവനും വിട്ടു കൊടുത്തില്ല. നിമിഷങ്ങളോളം മിഴികൾ കൊണ്ടവർ യുദ്ധം ചെയ്തു. ഹരിയുടെ മുഖത്തെ ദേഷ്യം അതേപടി കാളിന്ദിയുടെ മുഖത്തും തെളിഞ്ഞിരുന്നു. ആദ്യമായാണ് ഇങ്ങനെ ശത്രുക്കളെ പോലെ. ആരുമാരും വിട്ടു കൊടുക്കാതെ. രാജേശ്വരിയമ്മ എന്തോ പറഞ്ഞപ്പോഴാണ് ഇരുവരും നോട്ടം മാറ്റിയത്.

കാളിന്ദി പാത്രങ്ങളൊക്കെ എടുത്തു വെച്ച് വരുമ്പോഴാണ്, ഗോവണിപ്പടിയിൽ നിന്നും എന്തോ ശബ്ദം കേട്ടത്..

ധൃതിയിൽ ചെന്ന് നോക്കുമ്പോൾ, ശ്രീഹരി പടിയിലിരിക്കുന്നുണ്ട്. അപ്പച്ചി ആളുടെ കാലൊക്കെ പിടിച്ചു നോക്കുന്നുണ്ട്.

'എന്ത് പറ്റി.'

കാളിന്ദിയുടെ വേവലാതിയോടെയുള്ള ചോദ്യത്തിന് ഹരിയാണ് ഉത്തരം പറഞ്ഞത്.

'കാലൊന്ന് സ്ലിപ്പായതാണ്.'

'മോള് ചെന്ന് വെള്ളത്തിൽ ഇത്തിരി ഉപ്പിട്ട് എടുത്തോണ്ട് വാ.'

അപ്പച്ചി പറഞ്ഞത് കേട്ട് അവൾ പോകാനായി തിരിഞ്ഞു.

'അതിന്റെയൊന്നും ആവശ്യമില്ല.'

ഹരിയാണ്.

'അവിടെ അടങ്ങിയിരിക്ക് ചെക്കാ.'

അപ്പച്ചി ഹരിയെ വഴക്ക് പറഞ്ഞു.

'വീണു കിടക്കുവാണേലും അഹങ്കാരത്തിനു കുറവൊന്നൂല്യ.'

തിരിഞ്ഞു നടക്കുന്നതിനിടയിൽ കാളിന്ദി പിറുപിറുക്കുന്നത് ശ്രീഹരി കേട്ടിരുന്നു.

അവൾ കൊണ്ടുവന്ന ഉപ്പിട്ട വെള്ളം കൊണ്ടുഴിഞ്ഞു, വെള്ളത്തിൽ മുക്കിയ ഒരു തുണിക്കഷ്ണം ചുറ്റിവെച്ചു രാജേശ്വരിയമ്മ ഹരിയുടെ കാലിൽ.

'ഇനി നീര് വെക്കില്ല്യ. നിങ്ങള് ചെന്ന് കിടന്നോ.'

അതും പറഞ്ഞു അവർ തിരിഞ്ഞു നടന്നു. ഹരി പതിയെ അഴികളിൽ പിടിച്ചു എഴുന്നേറ്റു. കാലിനു ചെറിയ വേദനയുണ്ട്.

'ഓരോന്നൊക്കെ വിളിച്ചു പറയുമ്പോൾ ഓർക്കണം.'

കാളിന്ദിയുടെ സ്വരം കടുത്തിരുന്നു. ആദ്യം ഒന്ന് അമ്പരന്നെങ്കിലും ഹരി പറഞ്ഞു.

'ഓ... തന്റെ യക്ഷിയമ്മ ശിക്ഷിച്ചതാവും ല്ലേ..'

ആ സ്വരത്തിലെ പരിഹാസം കാളിന്ദിയെ വെകിളി പിടിപ്പിച്ചു. ഭദ്രകാളിയെപോലെ കലി തുള്ളി നിൽക്കുന്നവളെ കണ്ടവന് ചിരിയാണ് വന്നത്.

'കാളി..'

പിറുപിറുത്തു കൊണ്ടവൻ പതിയെ പടികൾ കയറാൻ തുടങ്ങി.

'ഓരോന്നൊക്കെ പറഞ്ഞു, കിട്ടേണ്ടത് കിട്ടുമ്പോൾ, നോവുന്നത് ബാക്കിയുള്ളോർക്കാണല്ലോ.'

അത് കേട്ടതും ഹരി തല ചെരിച്ചു അവളെ നോക്കി. ആശ്ചര്യത്തോടെ. താനെന്താണ് പറഞ്ഞതെന്ന് കാളിന്ദി അപ്പോഴാണ് ഓർത്തത്. അപ്പോഴത്തെ സങ്കടവും ദേഷ്യവുമൊക്കെ കൊണ്ട് പറഞ്ഞുപോയതാണ്. ഒന്നുമാലോചിക്കാതെ. കൗതുകത്തോടെ ഹരി നോക്കി നിൽക്കുമ്പോൾ, ചുവന്നുപോയ മുഖവുമായി കാളിന്ദി ധൃതിയിൽ തിരിഞ്ഞു നടന്നിരുന്നു. ജാള്യതയോടെ.

അവൾ പോയികഴിഞ്ഞു, ഹരി വീണ്ടും പടികൾ കയറവേ കേട്ടു.

'ഇനി എന്നെ പേടിച്ചു, ആ പുസ്തകങ്ങൾക്കിടയിൽ അടയിരിക്കേണ്ട, പോയി കിടന്നോ, ഞാനിപ്പോഴൊന്നും ഉറങ്ങാൻ വരില്ല്യ.'

ശബ്ദം മാത്രമേയുള്ളു. ആളെ കണ്ടില്ല. ഹരിയുടെ ചൊടികളിൽ ഒരു ചിരി തെളിഞ്ഞു.

ഈ പെണ്ണിനെ ഒട്ടും പിടികിട്ടുന്നില്ലാലോ.

ചില നേരം തോന്നും തന്നോട് ഒരിഷ്ടം ഉണ്ടെന്ന്. പക്ഷെ അടുത്ത നിമിഷം അതിനെ പൂർണ്ണമായും ഇല്ലാതാക്കുന്ന പ്രവൃത്തിയാവും അവളിൽ നിന്നും ഉണ്ടാവുക.

കുറേ നേരം ടിവിയ്ക്ക് മുൻപിലിരുന്നാണ് കാളിന്ദി ഉറങ്ങാനായി പോയത്. ഗോവണിപ്പടികൾ കേറുമ്പോൾ താഴെ ആ അറയിൽ നിന്നൊരു മൂളിപ്പാട്ട് കേൾക്കുന്നുണ്ട്. മിഴികൾ ഇടനാഴിയിലോളം ചെന്നെത്തിയെങ്കിലും നോട്ടം പിൻവലിച്ചു കാളിന്ദി പടികൾ കയറി.

'വേണ്ട, ഇനി അവിടെ ചെന്ന് വല്ലോം കണ്ടു നിലവിളിച്ചാൽ, ഓടി വരാനുള്ളയാള് കാല് വയ്യാതെ കിടക്കുവാണ്.'

ബെഡ്റൂമിൽ ചെന്നപ്പോൾ ശ്രീഹരി കിടക്കുന്നുണ്ടായിരുന്നു. ഉറങ്ങിയെന്നു തോന്നുന്നു.

അവൾ അല്പനേരം ആ കിടപ്പ് നോക്കി നിന്നു വലത് കൈ കുറുക്കി കണ്ണിന് മീതെ വെച്ചിട്ടുണ്ട്.

'ചത്തിട്ടില്ല...'

കാളിന്ദി ഞെട്ടി. അവൾ ഹരിയെ തുറിച്ചു നോക്കി. ആൾക്ക് ഒരു അനക്കവുമില്ല.

'ഉവ്വോ, പറഞ്ഞത് നന്നായി.'

പറഞ്ഞതും കാളിന്ദി ബാത്റൂമിലേയ്ക്ക് നടന്നിരുന്നു.

വല്ലാത്തൊരു പെണ്ണ് തന്നെ. ഒരു തൊട്ടാവാടിയാണെന്ന് കരുതിയവളാണ്. അവൾക്കിവിടെ പിടിച്ചു നിൽക്കാൻ കഴിയുമോയെന്നോർത്ത് ചെറുതല്ലാത്ത ഒരു പേടിയും ഉള്ളിലുണ്ടായിരുന്നു.

ഇതിപ്പോൾ, ഇതിനെ, വല്ല പാമ്പും കടിച്ചാൽ, പാമ്പിനെ തിരിച്ചു കടിച്ചേ ഇവളടങ്ങുള്ളൂവെന്നാണ് തോന്നുന്നത്.

ഒരു കണക്കിന് നന്നായി. ഒന്ന് പറഞ്ഞു രണ്ടാമത്തേതിന് കരയുന്നവളായിരുന്നെങ്കിൽ താൻ വലഞ്ഞേനെ. ചുമ്മാ കിടന്നു കരയുന്നത് കാണുന്നതിലും വലിയ ഈർഷ്യയില്ല തനിയ്ക്ക്. പക്ഷെ അവളുടെ പറച്ചിൽ കേട്ടപ്പോൾ ചിരിയാണ് വന്നത്. അവളുടെ യക്ഷിയമ്മ ശിക്ഷിച്ചതാണ് പോലും.

അന്നേ കരുതിയതാണ് ആ കാടു പിടിച്ചു കിടക്കുന്ന കാവ് പൊ

ളിച്ചു കളയാൻ. അപ്പച്ചി തടസ്സം നിന്നത് കൊണ്ടാണ്. അന്ന് ഇന്ദുവിന്റെ മരിച്ചു മരവിച്ച ദേഹം കണ്ടപ്പോൾ വെറുത്തു പോയതാണ് ആ സ്ഥല വും യക്ഷിയമ്മയെയും.

ഇന്ദു... പൊടുന്നനെ ശ്രീഹരിയ്ക്ക് നെഞ്ചിലൊരു കല്ലെടുത്തു വെ ച്ചത് പോലെ തോന്നി.

കാളിന്ദി വന്നതിൽ പിന്നെ താൻ ഇന്ദുവിനെ കുറിച്ചോർക്കുന്നത് കു റയുന്നുണ്ടോ..?

പതിയെ, വീണ്ടും കുറ്റബോധം കീഴ്പ്പെടുത്താൻ തുടങ്ങിയിരുന്നു ഹരിയെ.

അടുത്ത കൂട്ടുകാരിയായിരുന്നിട്ടും ഇന്ദുവിന് കാളിന്ദിയെ പറ്റി അത്ര നല്ല അഭിപ്രായമില്ലായിരുന്നു. അല്ലെങ്കിലും താൻ ആരോടെങ്കിലും അടു പ്പം കാണിക്കുന്നത് ഇന്ദുവിന് ഇഷ്ടമല്ലായിരുന്നു. അതിൽ ആൺപെൺ വ്യത്യാസമൊന്നുമില്ലായിരുന്നു താനും.

കാളിന്ദി തിരികെ വന്നു ലൈറ്റ് ഓഫ് ചെയ്തു കിടക്കുമ്പോഴും ഹരി ഇന്ദുവിനെ പറ്റിയുള്ള ഓർമ്മകളിലായിരുന്നു.

ഇന്ദുവിന് ഇവിടുത്തെ എണ്ണിയാലൊടുങ്ങാത്ത, പകല് പോലും കാര്യ മായ വെളിച്ചമെത്താത്ത, പൂട്ടിയിട്ട അറകളും കാവും കുളവും രീതിക ളുമൊന്നും ഇഷ്ടമല്ലായിരുന്നുവെന്ന് മാത്രമല്ല, ഇടയ്ക്കൊക്കെ കളിയാ ക്കാറുമുണ്ടായിരുന്നു.. ആൾക്ക് അത്യാവശ്യം നല്ല രീതിയിൽ തന്നെ ഭയവുമുണ്ടായിരുന്നു.

ഹരി പൊടുന്നനെ കാളിന്ദിയുടെ കൂസലില്ലായ്മയെ പറ്റിയോർത്തു.

ശ്രീഹരിയുടെ മനസ്സ് ഇന്ദുബാലയെയും കാളിന്ദിയേയും താരതമ്യ പ്പെടുത്തുകയായിരുന്നു. അവൻ പോലുമറിയാതെ. എന്തൊക്കെയോ ചി ന്തിച്ചു കൂട്ടി കാളിന്ദിയും ഉറക്കത്തിലേയ്ക്ക് വീണിരുന്നു.

രാവിലെ ഉണർന്നു മുടിയൊക്കെ വാരിക്കെട്ടി അവൾ എഴുന്നേൽക്കു മ്പോൾ ഹരി മൂടിപ്പുതച്ചു ഉറക്കം തന്നെയായിരുന്നു.

പ്രാതലൊക്കെ വിളമ്പി വെച്ചിട്ടും ആളെ കാണാത്തത് കൊണ്ടാണ് അപ്പച്ചി അവളോട് ഹരിയെ ചെന്നു നോക്കാൻ പറഞ്ഞത്.

തെല്ലു വേവലാതിയോടെ കാളിന്ദി മുറിയിലെത്തിയപ്പോൾ ഹരി അതേ കിടപ്പാണ്.

'ഇതെന്താ എഴുന്നേറ്റില്ല്യേ ? '

സ്വയം പറഞ്ഞു കൊണ്ടവൾ അവനരികെയെത്തി.

'ഹരിയേട്ടാ..?'

രണ്ടു മൂന്ന് വട്ടം വിളിച്ചിട്ടും, വിളി കേൾക്കാതിരുന്നപ്പോൾ തെല്ലു

മടിച്ചാണവൾ പുതപ്പ് താഴ്ത്തി നോക്കിയത്. ഹരി മുഖം ചുളിയ്ക്കുന്നത് കണ്ടതും കാളിന്ദി നെറ്റിയിൽ കൈ വെച്ചു നോക്കി. പൊള്ളുന്നുണ്ട്. പനി.

'തന്റെ യക്ഷിയമ്മ പിന്നേം പണി തന്നു.'

കണ്ണുകൾ ഇറുക്കി പിടിച്ചു വരണ്ട ശബ്ദത്തിലാണ് പറഞ്ഞത്.

'നന്നായിപ്പോയി. ഓരോന്നൊക്കെ വിളിച്ചു പറയുമ്പോൾ ഓർക്കണം.'

കടുപ്പത്തിന് ഒട്ടും കുറവില്ല പെണ്ണിന്റെ ശബ്ദത്തിൽ. മറുപടി ഇങ്ങനെയെന്തെങ്കിലുമാവുമെന്ന് കരുതിയിരുന്നു.

പിന്നെ ശബ്ദമൊന്നും കേൾക്കാതിരുന്നപ്പോൾ ഹരി മെല്ലെയൊന്ന് തിരിഞ്ഞു നോക്കി.

ങേ പോയോ ?

നല്ല തലവേദനയുമുണ്ട്. തല വെട്ടിപ്പൊളിയ്ക്കുന്നത് പോലെ തോന്നുന്നുണ്ട്. ഇനി അപ്പച്ചിയും ഇവളും ഇതിൽ പിടിച്ചു തുടങ്ങിക്കോളും. വെറുതെ അങ്ങനെയൊന്നും പറയണ്ടായിരുന്നു. ഓരോന്നാലോചിച്ചു ഏറെ നേരം അവനങ്ങിനെ കിടന്നു. എഴുന്നേൽക്കാൻ തോന്നുന്നില്ല.

പൊടുന്നനെ ചുമലിൽ ആരോ തൊട്ടു.

'ഹരിയേട്ടാ, എഴുന്നേൽക്ക്.'

ഹോ, ഭദ്രകാളി വീണ്ടും വന്നോ .?

ഹരി അസ്വസ്ഥതയോടെ മിഴികൾ പാതി തുറന്നു.

'ഇനിയെന്താ?'

'ചുക്ക് കാപ്പി'

'എനിക്കെങ്ങും വേണ്ട'

'ഓക്കേ, എന്നാൽ ഞാൻ ചെന്ന് ഭാമയ്ക്ക് കഴിയ്ക്കാൻ കൊടുക്കട്ടെ?' പറഞ്ഞതും അവൾ തിരിഞ്ഞു കഴിഞ്ഞിരുന്നു.

'ഒന്നവിടെ നിന്നേ'

ആള് മെല്ലെ എഴുന്നേൽക്കാൻ തുടങ്ങിയിരുന്നു. കാളിന്ദി ചിരി കടിച്ചു പിടിച്ചു.

'എന്താ ?'

അവൾ ഗൗരവത്തിൽ ചോദിച്ചു.

'ഇങ്ങു കൊണ്ടു വാ'

പിന്നെയും എന്തോ നാവിൽ വന്നെങ്കിലും വയ്യെന്ന് തോന്നിയത് കൊണ്ട് അവൾ കാപ്പി കൊണ്ട് കൊടുത്തു. ഹരി ഹെഡ് റെസ്റ്റിലേയ്ക്ക് ചാരിയിരുന്നു ഗ്ലാസ്സ് കയ്യിൽ വാങ്ങി. ഇടയ്ക്കിടെ മുഖം ചുളിയ്ക്കുന്നുണ്ട്.. കണ്ണുകൾ അടച്ചാണ് ഇരിപ്പ്.

'അതങ്ങ് കുടിയ്ക്ക്.'

'ഓ...'

ഹരി മെല്ലെ കാപ്പി ഊതിയൂതി കുടിച്ചു.

'ഡോക്ടറെ കാണിയ്ക്കണ്ടേ..?'

'ഓ, യക്ഷിയമ്മയുടെ ശാപം മാറ്റാനുള്ള മരുന്നൊന്നും ആരും കണ്ടുപിടിച്ചെന്ന് തോന്നുന്നില്ല...'

പറഞ്ഞതും ഹരി ഒളികണ്ണിട്ട് അവളെ നോക്കി. മുഖം കൂർത്തു വരുന്നുണ്ട്. ഹരി കാപ്പി കുടിച്ചു ഗ്ലാസ്സ് അവൾക്ക് നേരെ നീട്ടി.

'ദേ ഹരിയേട്ടാ, പിന്നേം ഓരോന്നൊക്കെ വിളിച്ചു പറയാൻ നിക്കണ്ടാട്ടോ.'

വിരലൊക്കെ ചൂണ്ടിയാണ് സംസാരം.

'ഓ, ഉത്തരവ് തമ്പുരാട്ടി, ഇനി അടിയനൊന്നു കിടന്നോട്ടെ ?'

കൈ കൂപ്പികൊണ്ട് ഹരി പറഞ്ഞതും കാളിന്ദിയുടെ മുഖമിരുണ്ടു.

'വയ്യാണ്ട് കിടക്കാണേലും അഹങ്കാരത്തിന് ഇപ്പോഴും കുറവൊന്നൂല്ല്യ...'

പിറുപിറുത്തു കൊണ്ട് പോകുന്നവളെ തല ചെരിച്ചൊന്ന് നോക്കി ഹരി വീണ്ടും കിടന്നു.

'യക്ഷിയമ്മേ...പൊറുക്കണേ...കാത്തോളണേ... എന്റെ ജീവനാണ്...'

പുറത്തേയ്ക്ക് നടക്കവേ മിഴികളടച്ചവൾ യക്ഷിയമ്മയുടെ രൂപം മനസ്സിലോർത്തു.

8

കാളിന്ദി ഉച്ചയ്ക്ക് പൊടിയരിക്കഞ്ഞിയുമായി ചെന്നതായിരുന്നു. ഹരി നോക്കാൻ പോലും കൂട്ടാക്കിയില്ല.

'എനിയ്ക്ക് വേണ്ട കാളിന്ദി'

ഇത്തവണ സ്വരം തെല്ലു കടുത്തിരുന്നു.

'വേണ്ടെങ്കിൽ വേണ്ട. ഞാൻ അപ്പച്ചിയോട് പറഞ്ഞോളാം. വയ്യാത്ത കാലും വെച്ച് അപ്പച്ചി തന്നെ ഇങ്ങോട്ട് കേറി വരട്ടെ.'

'ഡീ? '

അത് കേട്ടതും ചാടിത്തുള്ളി പോകാൻ തുടങ്ങിയവൾ തിരിഞ്ഞു നിന്നു.

'ഇയാളെന്താ എന്നെ പേടിപ്പിക്കാൻ നോക്കുന്നോ ?'

'കുറച്ചു പേടിയുള്ളത് നല്ലതാ.'

'അത് ശരിയാ, തന്നെ കുറച്ചു പേടിച്ചേ പറ്റൂ... ഭദ്രകാളി'

ആക്കിപ്പറച്ചിലോടെ ഹരി തലയിളക്കിയതും കാളിന്ദിയുടെ മുഖം മങ്ങി. അവൾ തിരിഞ്ഞു നടന്നു.

'ഡോ..?'

കാളിന്ദിയുടെ ചുവടുകൾ നിലച്ചെങ്കിലും അവൾ തിരിഞ്ഞു നോക്കിയില്ല.

'അതിവിടെ വെച്ചേയ്ക്ക്. ഇനിയിങ്ങനെ ഓരോന്നും താങ്ങിപ്പിടിച്ചോണ്ട് ഇങ്ങോട്ട് കേറി വരണ്ട, എനിക്കെന്തെങ്കിലും വേണമെങ്കിൽ ഞാൻ താഴോട്ട് വന്നോളും...'

പൊടുന്നനെ അവൾ തിരിഞ്ഞു നിന്നു.

'അയ്യോ അത് പറ്റില്ല്യ, ഇതൊക്കെ എന്നെ വാങ്ങിയപ്പോൾ കിട്ടിയ പാക്കേജിൽ ഉൾപ്പെടുന്നതാണ്. ഉത്തമഭാര്യയുടെ കടമകൾ'

കാളിന്ദി അത് പറഞ്ഞതും ഹരി അവളെയൊന്ന് വല്ലാതെ നോക്കി. ഒട്ടും പ്രതീക്ഷിക്കാതെയായത് കൊണ്ട് ആ മിഴികളെ നേരിടാനാവാതെ അവൾ നോട്ടം മാറ്റി. ശരിക്കും ഉള്ളിൽ അവളൊന്നു പതറിയിരുന്നു.

ഒന്ന് രണ്ടു നിമിഷങ്ങൾ നിശബ്ദമായി കടന്നു പോയി.

'വയ്യായ്ക ശരിക്കും കുറഞ്ഞോ..?'

ഹരി പുരികമുയർത്തി അവളെ നോക്കി.

'അത്... അപ്പച്ചി...ചോദിക്കും...'

ഹരി തല പതിയെയാട്ടി... പിന്നെ പറഞ്ഞു.

'എന്നാൽ അപ്പച്ചിയോട് പറഞ്ഞേക്ക് കുറവുണ്ടെന്ന് ഭാ.. ര്യേ...'

കാളിന്ദി ഞെട്ടി. അവനെ ഒന്ന് കൂർപ്പിച്ചു നോക്കി അവൾ തിരിഞ്ഞു നടന്നു. അതിനിടയിലാണ് പറഞ്ഞതും.

'നമുക്കിടയിലുള്ള പൊരുത്തക്കേടുകൾ നമ്മൾ മാത്രം അറിഞ്ഞാൽ മതിയെന്ന് ആദ്യം പറഞ്ഞത് ഹരിയേട്ടനാണ്. വെറുതെ അപ്പച്ചിയെ കൂടെ സങ്കടപ്പെടുത്താതിരിക്കാനാണ് ഞാനിതൊക്കെ ചെയ്യുന്നത്. കാളിന്ദി ഒരിക്കലും ആരുടേയും സ്ഥാനത്തേയ്ക്ക് കയറി വരാൻ ശ്രമിക്കില്ല്യ. ആരുടേതും തട്ടിപ്പറിച്ചും ശീലമില്ലെനിയ്ക്ക്.'

പറഞ്ഞതും അവൾ തിരിഞ്ഞു പുറത്തേയ്ക്ക് നടന്നിരുന്നു. ഹരിയുടെ മുഖവും വല്ലാതായിരുന്നു. അവൾ പറഞ്ഞതെല്ലാം അക്ഷരം പ്രതി ശരിയാണ്. തനിയ്ക്കാണ് പ്രശ്നം. കാളിന്ദിയെ പറ്റി കൂടുതൽ ചിന്തിക്കാൻ തുടങ്ങുമ്പോൾ, അവളോട് ഒരു ചായ്‌വ് ഉള്ളിലെവിടെയോ തോന്നുന്നുണ്ടെന്ന് അറിയുമ്പോൾ, പിന്നെ കുറ്റബോധമാണ്. ഇന്ദുവിനെയോർത്ത്.

പ്രണയിച്ചു തുടങ്ങിയതിൽ പിന്നെ ഇന്ദുവിനെയല്ലാതെ മറ്റൊരു പെണ്ണിനെ പറ്റി ചിന്തിച്ചിട്ടേയില്ല. അവൾ പൊയ്ക്കഴിഞ്ഞും. മറ്റൊരുവളെ ഇനിയൊരിക്കലും ഉൾക്കൊള്ളാൻ കഴിയില്ലെന്ന് തന്നെ ഉറച്ചു വിശ്വസിച്ചിരുന്നു.

എന്തൊക്കെ പറഞ്ഞാലും കാളിന്ദിയോട് ഉള്ളിലൊരു കൗതുകം നാമ്പിട്ടിട്ടുണ്ട്. തന്റെ പ്രതീക്ഷകളെയും ധാരണകളെയും പാടേ മാറ്റി മറിച്ചുള്ള അവളുടെ സംസാരവും പ്രവൃത്തികളുമൊക്കെ തന്നെ സ്വാധീനിക്കുന്നുമുണ്ട്.

മുറിയിൽ നിന്നും പുറത്തേയ്ക്ക് നടക്കുമ്പോൾ കാളിന്ദിയുടെ മിഴികൾ നിറഞ്ഞു തുളുമ്പിയിരുന്നു.

തന്റെ പ്രണയമാണ്. ഒരു വാക്ക് കൊണ്ടോ നോക്ക് കൊണ്ടോ പോലും അറിയിക്കാതെ ഉള്ളിൽ സൂക്ഷിച്ച പ്രണയം.

തെല്ലും കുറവ് വന്നിട്ടില്ല്യ ഇന്ന് വരെ.

അണിഞ്ഞിട്ടുള്ള മുഖം മൂടി ഹരിയേട്ടന് മുൻപിൽ അഴിഞ്ഞു വീഴാതിരിക്കാൻ വേണ്ടിയാണ് ഇങ്ങനെയൊക്കെ പറയുന്നതും ചെയ്യുന്നതുമൊക്കെ.

വയ്യ കാളിന്ദിയ്ക്ക്, ഇനിയൊരിക്കൽ കൂടെ കോമാളിയാകുവാൻ.

എന്നെങ്കിലും എന്നോട് കൂടെ എന്റെ പ്രണയവും മണ്ണടിയും. അത് വരെ ഹരിയേട്ടനത് തിരിച്ചറിയാൻ പാടില്ല്യ.

ഉച്ചയ്ക്ക് അപ്പച്ചിയുടെ കയ്യിൽ നിന്നും കാളിന്ദി പ്ലേറ്റ് വാങ്ങി, ഭാമയ്ക്കരികിൽ ഇരുന്നതും ഭാമ അവളെ കണ്ണെടുക്കാതെ നോക്കി.

'ഇന്ന് ഭാമക്കുട്ടിയ്ക്ക് ഏടത്തി ചോറ് തരട്ടെ..?'

മറുപടിയൊന്നും പറയാതെ ഭാമ അവളെ തന്നെ ഉറ്റു നോക്കി. കാളിന്ദി ചോറ് കുഴച്ചു ഉരുളയാക്കി, ഭാമയ്ക്ക് നേരെ നീട്ടിയെങ്കിലും ഭാമ അവളെ നോക്കിയിരുന്നതല്ലാതെ വായ തുറന്നില്ല. കാളിന്ദിയുടെ മുഖം മങ്ങി. രാജേശ്വരി, ഭാമ കാളിന്ദിയെ ഉപദ്രവിച്ചേയ്ക്കുമോയെന്ന് ഭയന്നാണ് നിന്നിരുന്നത്.

'ഭാമയ്ക്ക് ഏടത്തിയെ ഇഷ്ടായില്ലാല്ലേ. ന്നാ അപ്പച്ചി വാരിത്തരും.'

കാളിന്ദി സങ്കടത്തോടെ പറഞ്ഞു എഴുന്നേൽക്കാൻ ശ്രമിച്ചതും ഭാമ അവളുടെ കയ്യിൽ പിടിച്ചു. കാളിന്ദി ഞെട്ടലോടെ അവളെ നോക്കി. അപ്പച്ചി ഭയത്തോടെ ഒന്ന് മുന്നോട്ടാഞ്ഞു. എന്നാൽ ഇരുവരെയും അമ്പരപ്പിച്ചു കൊണ്ട്, ഭാമ കാളിന്ദിയുടെ കയ്യിലെ ചോറുരുള വായിലാക്കിയിരുന്നു.

കാളിന്ദിയുടെ മുഖം വിടർന്നു. അവൾ ഇടത് കയ്യാലേ പതിയെ ഭാമയുടെ മുടിയിൽ തലോടി. മുഖമൊന്നു മാറിയത് കണ്ടതും ധൃതിയിൽ കൈ പിൻവലിച്ചു, കാളിന്ദി ഇരു മിഴികളും ചിമ്മിക്കാട്ടി.

രാജേശ്വരിയമ്മ നേര്യതിന്റെ തുമ്പ് കൊണ്ട് മിഴികളൊപ്പി. എതിർപ്പൊന്നും കാണിക്കാതെ ഭാമ മുഴുവനും കഴിച്ചു. എങ്കിലും അവളുടെ ഉള്ളിൽ, വിശ്വാസക്കുറവിന്റെ ഒരു ചെറുകണിക ബാക്കിയുള്ളത് പോലെ കാളിന്ദിയ്ക്ക് തോന്നിയിരുന്നു. തിരികെ എഴുന്നേൽക്കാൻ തുടങ്ങിയതും വീണ്ടും ഭാമ അവളുടെ കയ്യിൽ പിടിച്ചു.

'ഏട്ത്തി..? '

ചിലമ്പിച്ച ശബ്ദം... കാറ്റ് പോലെ.

കാളിന്ദി അവളെ ഉറ്റു നോക്കി.

'കൊ... കൊല്ലും.'

ഭാമയുടെ ഭാവം കണ്ടതും കാളിന്ദിയ്ക്ക് ഉള്ളിലൂടെ ഒരു മിന്നൽപ്പിണർ കടന്നുപോയത് പോലെ തോന്നി. ഭാമയുടെ പിടുത്തം വല്ലാതെ മുറുകിയിരുന്നു.

രാജേശ്വരിയമ്മ ഭാമയുടെ കൈ പിടിച്ചു മാറ്റാൻ തുടങ്ങുമ്പോഴേയ്ക്കും കാളിന്ദി പതിഞ്ഞ ശബ്ദത്തിൽ ചോദിച്ചിരുന്നു.

'ആര് ?'

ഭാമ ഉത്തരം പറയാതെ അവളെ തന്നെ നോക്കിയിരുന്നു. പിന്നെ കാളിന്ദിയുടെ കയ്യിലെ പിടുത്തം വിട്ട്, എന്തോ ആലോചനയോടെ തല യാട്ടി സ്വയമെന്നത് പോലെ പറഞ്ഞു

'കൊ.. കൊ.. കൊല്ലും.'

'മോളിങ്ങു വാ, എപ്പോഴാ അവളുടെ മട്ട് മാറുകയെന്ന് പറയാൻ പറ്റി ല്ല്യ...'

രാജേശ്വരി ശബ്ദം താഴ്ത്തി പറഞ്ഞു.

'ഏടത്തി പോയിട്ട് പിന്നെ വരാം ട്ടോ...'

കാളിന്ദി ചിരിയോടെ പറഞ്ഞെങ്കിലും ഭാമ അവളെ ശ്രദ്ധിക്കുന്നേ യുണ്ടായിരുന്നില്ല.. അപ്പച്ചിയ്ക്ക് പിറകെ അവൾ പുറത്തിറങ്ങി വാതില ടയ്ക്കുമ്പോഴും ഭാമ ആ വാക്ക് ആവർത്തിച്ചു കൊണ്ടേയിരുന്നു.

'കൊല്ലും.'

വൈകുന്നേരം ചായ കുടിയ്ക്കാൻ ഹരി ഇറങ്ങി വന്നിരുന്നു. കാളിന്ദി ചായയോടൊപ്പം ബിസ്ക്കറ്റും കൊണ്ട് വെച്ചെങ്കിലും ഹരി മേശപ്പുറ ത്തു വെച്ചിരുന്ന ഇലയട കണ്ടു, ഒന്നെടുത്തു പൊട്ടിച്ചു അല്പം കഴി ച്ചെങ്കിലും അവനത് പിന്നെ കഴിയ്ക്കാൻ തോന്നിയില്ല. പ്ലേറ്റ് നീക്കി വെ ച്ച്, ആള് എഴുന്നേറ്റു കൈകഴുകിപ്പോയപ്പോഴാണ്, കാളിന്ദി പതിയെ ആ പ്ലേറ്റ് അരികിലേയ്ക്ക് നീക്കി വെച്ച് അതിൽ ബാക്കിയുള്ളത് കഴിച്ചത്. ആദ്യമായാണ് കഴിച്ചതിന്റെ ബാക്കി കഴിയ്ക്കുന്നത്. അതും പെട്ടെന്നു ള്ള തോന്നലിൽ.

പൊടുന്നനെ മുൻപിൽ ഒരനക്കമറിഞ്ഞു കാളിന്ദി മുഖമുയർത്തിയ തും, അവളുടെ ഉള്ളൊന്ന് വിറച്ചു. ഹരിയേട്ടൻ. വെള്ളം എടുക്കാൻ വന്ന താണെന്ന് തോന്നുന്നു ആ മുഖത്ത് ദേഷ്യം തെളിഞ്ഞു കാണാം.

'ഞാൻ കഴിച്ചതിന്റെ ബാക്കിയൊന്നും ആരും കഴിക്കുന്നത് എനിക്കി ഷ്ടമല്ല.'

ശബ്ദം ഉയർന്നിരുന്നു. അവൾ ഒന്ന് പകച്ചെങ്കിലും, പതിയെ അതിൽ ബാക്കിയുള്ള കഷ്ണം കൂടെ എടുത്ത് കഴിച്ച് മുഖമുയർത്തി ഹരിയെ നോക്കി. പനിയുടെ ചൂട് കൂടാതെ ദേഷ്യവും. മുഖമാകെ ചുവന്നിട്ടുണ്ട്.

'ഭക്ഷണം പാഴാക്കിക്കളയുന്നത് എനിയ്ക്കും ഇഷ്ടല്ല്യ ഹരിയേട്ടാ, ഇനി കഴിച്ചതിന്റെ ബാക്കി ആരും കഴിയ്ക്കാൻ പാടില്ലെങ്കിൽ, അതങ്ങ് മുഴുവനും കഴിച്ചാൽ പോരെ? പ്രശ്നം തീർന്നില്ല്യേ ?'

നിസ്സാരമായി അതും പറഞ്ഞു കാളിന്ദി പ്ലേറ്റുമെടുത്ത് നടന്നപ്പോൾ ഹരിയുടെ ദേഷ്യം പിന്നെയും കൂടിയതേയുള്ളൂ...

രാത്രി അത്താഴം കഴിക്കാനും ഹരി നേരത്തെ താഴേയ്ക്ക് വന്നിരു

ന്നു. വിളമ്പിയ കഞ്ഞി മുഴുവനും കുടിയ്ക്കാൻ കഴിയാഞ്ഞിട്ടോ എന്തോ, ഒരല്പം ബാക്കി വെച്ച് എഴുന്നേൽക്കാൻ തുടങ്ങുമ്പോൾ, എന്തോ ഓർത്തത് പോലെ ഹരി കാളിന്ദിയെ ഒന്ന് നോക്കി. പിന്നെ വീണ്ടും ഇരുന്നു ബാക്കി കൂടെ കുടിച്ചു. അവൾക്ക് ചിരി വരുന്നുണ്ടായിരുന്നു. ഹരി ആരെയും നോക്കാതെ ഗൗരവത്തിൽ ഇരുന്നു കഴിപ്പാണ്. ഒരു തുള്ളി പോലും പ്ലേറ്റിൽ അവശേഷിപ്പിച്ചിട്ടില്ല.

കഴിച്ചു കഴിഞ്ഞതും അവൻ കാളിന്ദിയെ നോക്കി. അവളൊന്നു നിഷ്കളങ്കമായി ചിരിച്ചു കാട്ടി. രൂക്ഷമായി ഒന്ന് നോക്കിയിട്ടാണ് ആള് എഴുന്നേറ്റു പോയത്. മുറിയിലേയ്ക്ക് പോകാൻ എന്തോ ഒരു മടി പോലെ. അല്പനേരമവൾ താഴെ ഹാളിൽ തത്തിക്കളിച്ചു. പിന്നെ പതിയെ നടന്നു, ഗോവണി കയറാൻ തുടങ്ങുമ്പോൾ പതിവ് പോലെ ഒരു നോട്ടം ഇടനാഴിയിലേക്കെത്തി.

മിഴികൾ പിൻവലിയ്ക്കാൻ തുടങ്ങുമ്പോഴാണ് ആ കാഴ്ച്ച കാളിന്ദി കണ്ടത്. ഇടനാഴിയിലെ അരണ്ട വെളിച്ചത്തിൽ ഇഴഞ്ഞു നീങ്ങുന്ന ഒരു കരിനാഗം. അവൾ താഴേയ്ക്കിറങ്ങി കണ്ണെടുക്കാതെ അതിനെ നോക്കി നിന്നു. ആ അറയ്ക്ക് മുൻപിൽ ഒരു മാത്ര നിന്നതൊന്ന് പത്തി വിടർത്തിയാടി. സീൽക്കാരത്തോടെ.

കാളിന്ദി അനങ്ങാൻ പോലുമാവാതെ നിന്ന് പോയി. ആരെയും ഭയപ്പെടുത്തുന്നതെങ്കിലും, മനോഹരമായ കാഴ്ചയായിരുന്നത്. വന്യമായ സൗന്ദര്യം. ആ താഴിനു നേരെയാണ് അത് പത്തി വിടർത്തിയാടുന്നതെന്ന് കാളിന്ദി കണ്ടു. പിന്നെ പതിയെ അത് ഇഴഞ്ഞു നീങ്ങി. ചുമരിലൂടെ അനായാസമത് ആ കിളിവാതിലിന്റെ അഴികളിലൂടെ അകത്തേയ്ക്കിറങ്ങുന്നത് കാളിന്ദി അവിശ്വസനീയതയോടെ നോക്കി നിന്നു. ഇതെങ്ങിനെ?

സാധാരണ ഒരു സർപ്പത്തിന് കഴിയുന്നതല്ല അത്. അകത്തേയ്ക്ക് നോക്കാൻ ആകാംക്ഷയുണ്ടെങ്കിലും ബുദ്ധി സമ്മതിച്ചില്ല. അറിഞ്ഞിടത്തോളം ആ അറയിൽ എന്തൊക്കെയോ രഹസ്യങ്ങളുണ്ട്. തിരികെ നടക്കുമ്പോൾ കാളിന്ദി ചിന്തയിലായിരുന്നു. ഭയം തെല്ലും അവളിലുണ്ടായിരുന്നില്ല.

അച്ഛന്റെ തറവാട്ടിൽ വെച്ച്, പത്താം വയസ്സിൽ, നിനയാതെ, ഒരു കാഴ്ച്ച കണ്ടതിൽ പിന്നെ, കാളിന്ദിയ്ക്ക് ഭയം തോന്നിയിട്ടില്ല. ഒന്നിനോടും... അങ്ങനെ പറയാനും ആവില്ല. അവളുടെ പ്രിയപ്പെട്ടവർ വേദനിക്കുന്നത് മാത്രം, അവൾക്കെന്നും ഭയമായിരുന്നു

ക്ഷയിച്ചു തുടങ്ങിയിരുന്നുവെങ്കിലും, വാസുദേവന്റെ തറവാട്ടില്ലം

മേലേപ്പാട്ടോളം തന്നെ പഴക്കവും പ്രൌഢിയുമുള്ളതാണ്. അവിടെയാണ് കാളിന്ദി ജനിച്ചതും ബാല്യം ചിലവഴിച്ചതും.

വാസുദേവന്റെ അമ്മ, അതായത് കാളിന്ദിയുടെ മുത്തശ്ശി, പഴം കഥകളും, ആചാരങ്ങളുമൊക്കെ, അതേ പടി അവൾക്കും പകർന്നു കൊടുത്തിരുന്നു. വെച്ചാരാധനയും ആചാരങ്ങളുമുള്ള തറവാടായിരുന്നു അതും.

ബാല്യത്തിലേ, കാളിന്ദിയ്ക്ക് അത്തരം കാര്യങ്ങളിലുള്ള താല്പര്യം കൊണ്ടാവാം മുത്തശ്ശിയ്ക്കും അവളോട് വല്ലാത്ത ഒരു അടുപ്പമായിരുന്നു. ആ ഇല്ലത്തുള്ളവർ സാത്വിക ബ്രാഹ്മണന്മാരായിരുന്നുവെങ്കിലും, ആഭിചാരക്രിയകൾ ഉൾപ്പെടെ ചെയ്യുന്നവരും അവരുടെ താവഴിയിലുണ്ടായിരുന്നു. അതിനെ പറ്റിയും അവൾക്കറിയാം. യുക്തിയ്ക്ക് നിരയ്ക്കാത്തതെന്ന് തോന്നുന്ന ചിലതൊക്കെ കണ്ടിട്ടുമുണ്ട്. അനുഭവിച്ചിട്ടുമുണ്ട്.

വർത്തമാനകാലത്തിൽ, കൃത്യമായ വിശദീകരണമില്ലാതെ ഇതൊക്കെ ആരോടെങ്കിലും പറഞ്ഞാൽ, പരിഹാസപാത്രമാവുമെന്ന് ഉറപ്പുള്ളത് കൊണ്ടാവാം, കണ്ടതും അറിഞ്ഞതുമൊന്നും അവൾ ആരോടും പങ്കുവെച്ചതുമില്ല.

നന്ദയ്ക്ക് ഇങ്ങനെയുള്ള എന്തെങ്കിലും കേൾക്കുമ്പോഴേ പുച്ഛമാണ്. അമ്മയ്ക്ക് ഭയവും. അച്ഛന് ഇങ്ങനെയുള്ള കാര്യങ്ങൾ കേൾക്കുന്നതേയിഷ്ടവുമല്ല.

സ്വന്തം മനസ്സിലെ വികാരവിചാരങ്ങൾ മറ്റുള്ളവരുമായി പങ്കുവെയ്ക്കുന്നതൊഴികെ, മറ്റൊന്നും കാളിന്ദിയെ ഭയപ്പെടുത്താറുമില്ല.

പക്ഷെ, കൗതുകം ലേശം കൂടുതലായത് കൊണ്ട് എത്ര വേണ്ടെന്ന് വെച്ചാലും മനസ്സ് അതിന് പുറകെ പോകും. അങ്ങനെ തോന്നിയൊരു കൗതുകത്തിനു പിന്നാലെയാണ്, യക്ഷിക്കാവിൽ എത്തിയതും അവിടെ യക്ഷിയമ്മയിൽ ആകൃഷ്ടയായതും വല്ലാത്തൊരു ഇഷ്ടം ആ കാവിനോട് തോന്നിയതും.

ഇന്ദുവിന്റെ ദുർമരണത്തിന് പിന്നിലും എന്തൊക്കെയോ രഹസ്യങ്ങളുണ്ടെന്ന് അവൾക്ക് തോന്നിത്തുടങ്ങിയിരുന്നു.

അറ്റമില്ലാത്ത ചിന്തകളോടെ മുറിയിൽ എത്തിയപ്പോൾ ഹരി ഉറങ്ങിയിരുന്നു. പുതച്ചു മൂടിയിട്ടുണ്ട്. അറ്റത്തു നിന്നും മാറി, ആളിപ്പോൾ കട്ടിലിന്റെ നടുക്കാണ് കിടക്കുന്നത്. ഇത്രയും ദിവസത്തിനുള്ളിൽ ഇങ്ങനെ ആദ്യമായാണ് കാണുന്നത്.

മുടിയൊക്കെ ഒന്നൊതുക്കി കെട്ടി, അവളും വന്നു കിടന്നു.

ഹരി എന്തോ പിറുപിറുക്കുന്നത് പോലെ തോന്നിയത് കൊണ്ടാണ്

അവൾ ശ്രദ്ധിച്ചു നോക്കിയത്. അതേ. ആള് ഉറക്കത്തിൽ എന്തോ സംസാരിച്ചു. സ്വപ്നം കണ്ടെന്നു തോന്നുന്നു. പക്ഷെ, പിന്നെ ഒരനക്കവുമുണ്ടായില്ല. കാളിന്ദി തെല്ലുനേരം അവനെ ഒന്ന് നോക്കിയിട്ട്, വീണ്ടും അവനെതിരെയായി, കട്ടിലിന്റെ അറ്റത്തേയ്ക്ക് കിടന്നു.

ഏറെ നേരം കഴിഞ്ഞു, വീണ്ടും ഉറക്കത്തിലേയ്ക്ക് വീഴുമ്പോഴാണ് ആരോ സ്പർശിച്ചത് പോലെ തോന്നിയത്. ഞെട്ടലോടെ മിഴികൾ തുറക്കുമ്പോഴേയ്ക്കും, ഹരിയുടെ ഇരുകൈകളും അവളെ വരിഞ്ഞു മുറുക്കിയിരുന്നു. മുഖം അവൻ കാളിന്ദിയുടെ പിൻകഴുത്തിൽ പൂഴ്ത്തിയിരുന്നു. ഒരു നിമിഷം കഴിഞ്ഞു, എന്താണ് സംഭവിച്ചതെന്ന് തിരിച്ചറിഞ്ഞതും അവളുടെ ദേഹം ഒന്നാകെ വിറച്ചു.

അവൾ മെല്ലെയൊന്ന് ഇളകിയെങ്കിലും ഹരിയുടെ കൈകൾ മുറുകിയതേയുള്ളൂ. പിന്നെയും ചുണ്ടുകൾ പിൻകഴുത്തിൽ പതിഞ്ഞു. പതിയെ ശ്രീഹരിയുടെ താടിരോമങ്ങൾ അവളെ ഇക്കിളിയിടുന്നുണ്ടായിരുന്നു.

ഒരു മാത്ര നിസ്സഹായതയോടെ കിടന്നെങ്കിലും, കാളിന്ദി കുതറാൻ തുടങ്ങുമ്പോഴാണ് ആ ശബ്ദം അവളുടെ കാതോരം പതിഞ്ഞത്

'ഇന്ദൂ...'

ഒരു കുറുകലോടെ, ഹരി വീണ്ടും വിളിച്ചതും, കാളിന്ദിയ്ക്ക് കാതുകളിൽ ഈയം ഉരുക്കി ഒഴിച്ചത് പോലെ തോന്നി. അടുത്ത നിമിഷം, സർവ്വശക്തിയുമെടുത്തവൾ ഹരിയെ കുടഞ്ഞെറിഞ്ഞു എഴുന്നേറ്റിരുന്നു.

ഒന്ന് പിറകിലേയ്ക്ക് മറിഞ്ഞു പോയ ശ്രീഹരി, തപ്പിപ്പിടിച്ചു എഴുന്നേൽക്കുമ്പോൾ, ബെഡ്‌ലാമ്പിന്റെ നേർത്ത വെളിച്ചത്തിൽ മുന്നിൽ കണ്ടത്, സംഹാരരുദ്രയെ പോലെ നിൽക്കുന്ന കാളിന്ദിയെയാണ്.

അവനൊന്നു പകച്ചു.

9

ഒന്ന് രണ്ടു നിമിഷമെടുത്തിരുന്നു ഹരിയ്ക്ക് കാര്യങ്ങൾ മനസ്സിലാകാൻ. ഇന്നലെ ഇന്ദുവിനെ പറ്റിയും തങ്ങളുടെ പ്രണയത്തെപറ്റിയുമൊക്കെ ഓർത്തു വല്ലാതെ നീറിയിരുന്നുള്ളം. എത്ര നിയന്ത്രിക്കാൻ ശ്രമിച്ചിട്ടും മനസ്സ് കാളിന്ദിയിലേയ്ക്ക് ചാഞ്ഞുപോകുന്നുവോയെന്നുള്ള കുറ്റബോധവും തന്നിൽ പിടിമുറുക്കിയിരുന്നു.

ഓരോന്നാലോചിച്ചു സങ്കടപ്പെട്ടാണ് ഉറങ്ങിയത്. ഇന്ദുവിനെ സ്വപ്നം കണ്ടത് പോലെ ഒരോർമ്മയുണ്ട്. പക്ഷെ താൻ ഇവിടെ, കാളിന്ദിയുടെ അരികിലെങ്ങിനെ എത്തിയെന്ന് ഒരു പിടിയുമില്ല ഇന്ദുവാണെന്നുള്ള തോന്നലിൽ ഇനി താൻ വല്ലതും ചെയ്തോ?

ആ തോന്നൽ മനസ്സിലെത്തിയതും ഹരിയുടെ മുഖം വിവർണ്ണമായി. അവന് കാളിന്ദിയെ നോക്കാൻ തന്നെ മടിയായി.

'കാളിന്ദി... ഐ ആം സോറി ഞാൻ.'

കാളിന്ദിയ്ക്ക് അപ്പോഴും വിറയ്ക്കുന്നുണ്ടായിരുന്നു. പതിയെ സ്വയം നിയന്ത്രിച്ചവൾ കൈകൾ പിണച്ചുവെച്ച് ഹരിയെ രൂക്ഷമായി നോക്കി.

'എന്തിന് ?'

അവളുടെ ശബ്ദത്തിന് വല്ലാത്തൊരു മൂർച്ചയുണ്ടായിരുന്നു.

'അത്. സോറി കാളിന്ദി. ഞാൻ അറിഞ്ഞു കൊണ്ടൊന്നും ചെയ്തതല്ല.'

'സോറി എന്തിനാ..? എന്നെ കെട്ടിപ്പിടിച്ചു ഉമ്മ വെച്ചതിനോ..? അതോ അതിനിടയിൽ നിങ്ങളുടെ മുൻഭാര്യയുടെ പേര് വിളിച്ചതിനോ ?'

ഒരു മാത്ര ഹരിയ്ക്ക് കാതുകൾ കൊട്ടിയടച്ചത് പോലെ തോന്നി.

'ദൈവമേ... താൻ'

ഹരി സ്വബോധത്തോടെ ചെയ്തതല്ലെന്ന് അവൾക്കുമറിയാം. പക്ഷെ ഏതു സാഹചര്യത്തിലാണെങ്കിലും, തന്നെ കെട്ടിപ്പിടിച്ചു മറ്റൊരു പെണ്ണിന്റെ പേര് വിളിച്ചത് ക്ഷമിക്കാനുള്ള ഹൃദയവിശാലതയൊന്നും അവൾക്കുണ്ടായിരുന്നില്ല.

'പണ്ട്, അച്ഛന്റെയില്ലത്ത് വെച്ച് ഞാനൊരു കാര്യം കേൾക്കാനിടയായിരുന്നു. അവിടുത്തെ വാല്ല്യക്കാരി ദേവമ്മ ചിറ്റയോട് പറഞ്ഞത്. അവ

രുടെ കെട്ട്യോൻ കള്ളും കുടിച്ചു വന്നു അവരുടെ ശരീരത്തിൽ ഭർത്താവെന്ന അധികാരം കാണിക്കുമ്പോൾ, വിളിയ്ക്കുന്നത് മുഴുവനും അയാളുടെ രഹസ്യക്കാരിയുടെ പേരായിരുന്നത്രെ. മറ്റൊരു പെണ്ണിന്റെ പേര് മന്ത്രിച്ചു കൊണ്ട് തന്നെ പ്രാപിയ്ക്കുന്ന അയാളോടൊപ്പം കിടക്കുമ്പോൾ ദേവമ്മയ്ക്ക് ചത്തു കളയാൻ തോന്നുമായിരുന്നത്രെ.'

കാളിന്ദിയുടെ ശബ്ദം ശാന്തമായിരുന്നു. ഹരിയ്ക്ക് ആദ്യം അവളെന്താണ് പറയുന്നതെന്ന് മനസ്സിലായില്ല.

'പക്ഷെ, കാളിന്ദി ഒരിക്കലും ദേവമ്മയെ പോലെ ചിന്തിക്കില്ല്യ. മറ്റൊരു പെണ്ണിന്റെ പേര് വിളിച്ചു, എന്റെ ശരീരത്തിൽ തൊടുന്നവനെ കത്തിച്ചു കളയും ഞാൻ.'

ആ അരണ്ട വെളിച്ചത്തിലും കാളിന്ദിയുടെ മിഴികളിൽ അഗ്നിയെരിയുന്നത് പോലെ തോന്നി ഹരിയ്ക്ക്. അത് തന്നെ പൊള്ളിക്കുന്നുണ്ട്.

'ഇവിടെ. ഈ ബെഡ്റൂമിൽ, മേലേപ്പാട്ട് ശ്രീഹരിയ്ക്ക് അതോർമ്മയുണ്ടാവണം. ഉറക്കത്തിലും.'

അതും പറഞ്ഞു ഹരിയെ ദഹിപ്പിക്കുന്ന ഒരു നോട്ടവും നോക്കി കാളിന്ദി വെട്ടിത്തിരിഞ്ഞു വാതിൽ തുറന്നു പുറത്തേയ്ക്ക് പോയി. ഹരിയ്ക്ക് ശബ്ദം തന്നെ നഷ്ടമായിരുന്നു.

അവളുടെ വാക്കുകൾക്ക് മുറിവേൽപ്പിക്കാനും ചോരയൊഴുക്കാനുമുള്ള മൂർച്ചയുണ്ടായിരുന്നു. ആദ്യമായാണ് കാളിന്ദിയെ ഇങ്ങനെയൊരു ഭാവത്തിൽ കാണുന്നത്. ആ ശബ്ദം പോലും മറ്റാരുടെയോ പോലെ.

'ഛെ'

ഹരി നെറ്റിയിലൊന്ന് അടിച്ചു കൊണ്ട്, തലയും താങ്ങി കട്ടിലിൽ ഇരുന്നു. താനിങ്ങനെയൊക്കെ ചെയ്തുവെന്ന് വിശ്വസിക്കാൻ പറ്റുന്നില്ല. ഇത് വരെ ഒരേ മുറിയിൽ കിടന്നിരുന്നുവെങ്കിലും, കട്ടിലിൽ മറ്റേയറ്റത്തുള്ളവളെ പറ്റിയുള്ള ബോധം എപ്പോഴും ഉള്ളിലുണ്ടായിരുന്നു. ഉറക്കത്തിൽ പോലും. കിടക്കാൻ ഒരുപാട് സ്ഥലം ഉപയോഗിച്ചുള്ള പഴയ സ്വഭാവം മാറ്റി ഒതുങ്ങി കിടക്കുന്നതും, അവൾ വന്നതിൽ പിന്നെയാണ്. ഉറങ്ങാൻ കിടന്നിരുന്ന സ്ഥാനത്ത് നിന്നും ഒരുപാടൊന്നും മാറിയല്ല ഉണ്ടാവാറുള്ളത് എഴുന്നേൽക്കുമ്പോഴും.

പക്ഷെ ഇന്ന് ? എന്താണ് ചെയ്തെന്നതും പറഞ്ഞതെന്നുമൊന്നും ഓർമ്മയില്ലെങ്കിലും, കാളിന്ദി അവളുടെ ദേഹത്ത് നിന്നാണ് തള്ളി മാറ്റിയതെന്ന് മാത്രം മനസ്സിലായി. ആ നിമിഷങ്ങളിൽ മരണമായിരുന്നു ഇതിലും ഭേദമെന്ന ചിന്തയിലായിരുന്നു ശ്രീഹരി.

ദേഷ്യത്താൽ വിറച്ചു തുള്ളുന്ന കാളിന്ദിയുടെ മുഖം മനസ്സിൽ നി

ന്നും മായുന്നില്ല. അവൾ പറഞ്ഞിട്ട് പോയത്. അതിന്റെ അർത്ഥം. ഓർക്കും തോറും ശ്രീഹരിയ്ക്ക് ഭ്രാന്ത് പിടിക്കുന്നത് പോലെ തോന്നി.

കാളിന്ദി ബാൽക്കണിയിലേയ്ക്കാണ് പോയത്. പുറത്ത് മഴ തിമർത്തു പെയ്യുന്നുണ്ട്. ഹരിയുടെ അധരങ്ങൾ ചേർന്നയിടം ഇപ്പോഴും പൊള്ളുന്നുണ്ടെന്ന് അവൾക്ക് തോന്നി.

ഇന്ദുബാല...

ഹരിയേട്ടന് അവളെ ഒരിക്കലും മറക്കാനാവില്ലെന്നറിയാം. ആ പേര് തങ്ങൾക്കിടയിൽ എന്നുമുണ്ടാകും. അതുമറിയാം.

ശ്രീഹരിയുടെ പ്രണയം അതൊരിക്കലും തന്റേതാവില്ലെന്നും.

പക്ഷെ...

ചാരുപടിയിൽ തൂണിൽ ചാരി പുറത്തെ ഇരുട്ടിലേയ്ക്ക് നോക്കിയിരിക്കുമ്പോൾ കാളിന്ദിയുടെ മിഴികൾ നിറഞ്ഞിരുന്നു.

ഹരിയേട്ടന്റെ അവഗണനയും പരിഹാസവുമൊക്കെ പ്രതീക്ഷിച്ചു തന്നെയാണ് ഈ താലി നെഞ്ചിലേറ്റിയത്.

ഒരിക്കൽ, പ്രാണനായിരുന്ന പ്രണയം കയ്യെത്തും ദൂരത്ത്, മറ്റൊരാൾ സ്വന്തമാക്കുന്നത് നിസ്സഹായതയോടെ നോക്കി നിൽക്കേണ്ടി വന്നതാണ്. സ്വന്തമാക്കണമെന്ന ചിന്ത വന്നിട്ടില്ല്യ. വീണ്ടും, ആ പ്രണയം തന്നിൽ തന്നെ വന്നു ചേർന്നെങ്കിലും, തന്റേതാണെന്ന് അവകാശപ്പെടാനോ, ചേർത്ത് നിർത്താനോ കഴിയുന്നില്ല്യ. ഉള്ളിലെ പ്രണയത്തിന് മേൽ മുഖം മൂടിയണിഞ്ഞു അഭിനയിക്കുകയാണ്.

കണ്ണീരിനിടയിലും അവളുടെ ചുണ്ടുകളിൽ ആത്മനിന്ദയോടെയുള്ള ചിരി തെളിഞ്ഞു.

മുറിയിൽ, തെല്ലുനേരം കഴിഞ്ഞു, ഹരി പതിയെ എഴുന്നേറ്റു. മുഖമൊന്നു അമർത്തി തുടച്ചു. മുണ്ട് മുറുക്കിയുടുത്തവൻ പതിയെ പുറത്തേക്കിറങ്ങി. ഹാളിലേയ്ക്ക് ഇറങ്ങിയപ്പോഴേ കണ്ടു, ബാൽക്കണിയിലെ ചാരുപടിയിൽ ഇരിക്കുന്നവളെ. രണ്ടു ചുവടുകൾ മുൻപോട്ട് വെച്ചെങ്കിലും, കാളിന്ദിയെ നേരിടാൻ മടിച്ചു, ഹരി ഹാളിലെ സോഫയിലിരുന്നു.

തൊടിയിൽ പൂത്ത ഇലഞ്ഞിയുടെയും, ചെമ്പകത്തിന്റെയും സുഗന്ധം പേറി വന്നെത്തിയ ചെറുകാറ്റ്, അവളുടെ അഴിഞ്ഞുലഞ്ഞ നീണ്ട മുടിയിഴകളെ തഴുകുന്നുണ്ടായിരുന്നു.

കാളിന്ദിയുടെ മിഴിനീർ മുത്തുകൾക്കൊപ്പം തെല്ലകലെ യക്ഷിക്കാവിലെ, മഞ്ചാടി മരത്തിൽ നിന്നും ചോരത്തുള്ളികൾ പോലെ, മഞ്ചാടി മണികൾ പൊഴിയുന്നുണ്ടായിരുന്നു

'കാളിന്ദി ?'

പൊടുന്നനെ പിറകിൽ നിന്നുമുള്ള വിളി കേട്ടവൾ ഒന്ന് പിടഞ്ഞു. പിന്നെ ധൃതിയിൽ മിഴികൾ തുടച്ചു. ഒന്നും മിണ്ടാതെ എഴുന്നേറ്റു നിന്നു. തിരിഞ്ഞു നോക്കാതെ.

'ഞാൻ അറിഞ്ഞുകൊണ്ടല്ല. ക്ഷമ ചോദിച്ചത് കൊണ്ട് ചെയ്തു പോയത് തിരുത്താനുമാവില്ല. എന്നാലും സോറി...'

കാളിന്ദി ഒന്നും പറഞ്ഞില്ല. അവൾ കരയുകയായിരുന്നുവെന്ന് ഹരിയ്ക്ക് മനസ്സിലായിരുന്നു. നെഞ്ചിൽ എന്തോ ഒരു ഭാരം പോലെ ഹരിയ്ക്ക് തോന്നി.

'ഇയാൾ വന്നു കിടക്ക്, ഞാൻ പുറത്തിരുന്നോളാം.'

അതിനും കാളിന്ദി മറുപടി പറഞ്ഞില്ല.

'കാളിന്ദി, ഇവിടെ, ഈ അസമയത്ത് പുറത്തിങ്ങനെ നിൽക്കാൻ പറ്റില്ല.'

മൂർച്ചയേറിയ വാക്കുകൾ നാവിൻ തുമ്പത്ത് വന്നുവെങ്കിലും അവളൊന്നും പറഞ്ഞില്ല.

'പ്ലീസ്.'

ഇത്തവണ ഹരിയുടെ അപേക്ഷ നിരസിക്കാൻ മനസ്സ് വന്നില്ല.. ഒരക്ഷരം മിണ്ടാതെ, മുഖമുയർത്തി നോക്കാതെ ഹരിയെ കടന്നവൾ അകത്തേയ്ക്ക് നടന്നു.

ഹരി മിഴികൾ ഇറുകെ അടച്ചൊരു ദീർഘശ്വാസമെടുത്തു. തന്നോട് പിണങ്ങിപ്പോയൊരു രാവിലാണ്, ഇന്ദുബാലയെ ശ്രീഹരിയ്ക്ക് നഷ്ടമായത്.

വയ്യ ഇനിയൊരിക്കൽ കൂടെ.. ആരെയും നഷ്ടപ്പെടുത്താൻ ഇനി ശ്രീഹരിയ്ക്ക് വയ്യാ.

അവൾ മുഖമൊന്നു കഴുകി, മുടിയും വാരിക്കെട്ടി വന്നു കിടന്നു. ഉറക്കം വരുന്നില്ല. ഹരി പിന്നെ മുറിയിലേയ്ക്ക് വന്നില്ല. പുലരാറായപ്പോഴാണ് അവളൊന്നുറങ്ങിയത്. എഴുന്നേൽക്കാൻ പതിവിലും വൈകി. പുറത്തേയ്ക്കു നടക്കുമ്പോൾ ഹാളിലെ സോഫയിൽ ചാരിക്കിടന്നുറങ്ങുന്നയാളെ കണ്ടു. ഒന്ന് നോക്കി നിന്ന് അവൾ താഴേയ്ക്കിറങ്ങി.

അന്ന് ഹരി ഭാമയ്ക്കുള്ള ഭക്ഷണവുമായി ചെന്നപ്പോൾ കണ്ടത്, കുളിയൊക്കെ കഴിഞ്ഞു, പുതിയ വസ്ത്രങ്ങളൊക്കെ ധരിച്ചു, മുടി ചീകിക്കെട്ടി, പൊട്ടും കുത്തിയിരിക്കുന്ന അനിയത്തിയെയാണ്. ഹരിയെ കണ്ടതും അവളുടെ കണ്ണുകൾ ഒന്നൂടെ വിടർന്നു. ഹരിയുടെ കൺപീലികൾ നനഞ്ഞിരുന്നു. അവൻ ഭാമയുടെ മൂർദ്ധാവിൽ ചുംബിച്ചു. മിഴി

കൾ ഉയർത്തുമ്പോൾ ശ്രീഹരി കണ്ടിരുന്നു. വാതിൽക്കൽ അവരെ നോക്കി പുഞ്ചിരിയോടെ നിൽക്കുന്ന കാളിന്ദിയെ. ഹരി കണ്ടെന്നു തോന്നിയതും ഒരക്ഷരം ഉരിയാടാതെ അവൾ തിരിഞ്ഞു നടന്നിരുന്നു.

അന്ന് രാത്രി കാളിന്ദി കിടന്നു കുറച്ചു കഴിഞ്ഞപ്പോഴാണ് ഹരി ബെഡ് റൂമിലേയ്ക്ക് വന്നത്. പുതപ്പൊക്കെ എടുത്തു പുറത്തേയ്ക്ക് നടക്കുന്നത് കണ്ടാണ് അവൾ ചോദിച്ചത്

'ഹരിയേട്ടൻ എങ്ങോട്ടാ..?'

'ഇനി ഞാൻ ഇവിടെ കിടന്നിട്ട് വേണം, ഓരോരുത്തർ തൊട്ടെന്നും പിടിച്ചെന്നുമൊക്കെ പറഞ്ഞു അലറാനും കത്തിയ്ക്കാനും.'

'ചുമ്മാ തൊട്ടതല്ല, കെട്ടിപ്പിടിച്ചു ഉമ്മ വെച്ചതാണ്. അതും മറ്റൊരാളുടെ പേരും വിളിച്ച്.'

കാളിന്ദിയുടെ ശബ്ദം കടുത്തിരുന്നു. ഹരി മിണ്ടിയില്ല. പിന്നെയും ചുവടുകൾ വെയ്ക്കാൻ തുടങ്ങുമ്പോഴാണ്.

'എനിക്കിവിടെ തനിച്ചു കിടക്കാൻ പേടിയാണ്.'

ഒന്ന് സംശയിച്ചെങ്കിലും ഹരി മുൻപോട്ട് തന്നെ നടന്നു. പൊടുന്നനെ ധൃതിയിൽ പിറകെ വന്ന കാളിന്ദി അവനെ കടന്നു മുൻപോട്ട് നടന്നു.

'എന്നാൽ പിന്നെ, ഞാൻ പോയി, താഴെ, അപ്പച്ചിയോടൊപ്പം കിടക്കാം.'

കൂസലില്ലാതെ പറഞ്ഞു കൊണ്ട് നടന്നു പോകുന്ന കാളിന്ദിയെ ശ്രീഹരി പകപ്പോടെ നോക്കി.

'കാളിന്ദി , ഒന്നവിടെ നിന്നേ.'

പിറകിൽ നിന്നുള്ള ആ വിളി പ്രതീക്ഷിച്ചുവെങ്കിലും അവൾ തെല്ലു ഗൗരവത്തോടെയാണ് തിരിഞ്ഞു നിന്നത്.

'കൂടുതൽ വിളച്ചിലെടുക്കാണ്ട് കാളിന്ദി ദേവി, തത്കാലം അകത്തു കയറിപ്പോ..'

ഗൗരവത്തിലാണ് ആള്.

'ഞാൻ പറഞ്ഞില്ല്യേ, എനിയ്ക്ക് ഒറ്റയ്ക്ക് കിടക്കാൻ പേടിയാണ്.'

'അതിനു ഇയാളോട്, ഒറ്റയ്ക്ക് കിടക്കാൻ ഞാൻ പറഞ്ഞോ..?'

കാളിന്ദി സംശയത്തോടെ അവനെ നോക്കി നിന്നു.

'ഞാനും അവിടെ വന്നു കിടന്നാൽ ഇയാളുടെ പ്രശ്നം തീർന്നോ..?'

'ഉം.'

അവൾ മൂളിക്കൊണ്ട് തലയാട്ടി.

'എന്നാ ചെല്ല്.'

അകത്തേയ്ക്ക് തല ചെരിച്ചു കാണിച്ചു, ഹരി പറഞ്ഞു. അവനെ

യൊന്ന് നോക്കി കാളിന്ദി ഹരിയെ കടന്നു അകത്തേയ്ക്ക് നടന്നു. അവന്റെ ചുണ്ടിലൊരു ചിരി തെളിഞ്ഞു.

ഇതൊരു റയർ പീസ് തന്നെ. ആ പാവം പിടിച്ച തിരുമേനിയുടെ മോളാണെന്ന് ഈ ഭദ്രകാളിയെന്ന് വിശ്വസിക്കാൻ പറ്റുന്നില്ല. നന്ദയ്ക്കാണ് കുറച്ചു കുരുത്തക്കേടുള്ളതെന്നായിരുന്നു കരുതിയത്. പക്ഷെ കാളിന്ദി ദേവിയുടെ മുൻപിൽ നന്ദിക ഒന്നുമല്ല.

ശരിക്കും കാളിന്ദി തന്നെ ഇഷ്ടപ്പെടുന്നുണ്ടോ?ചില നേരത്തെ അവളുടെ നോട്ടവും ഭാവവുമൊക്കെ കാണുമ്പോൾ അങ്ങനെ തോന്നിപ്പോവാറുണ്ട്. പക്ഷെ,അവളുടെ സ്വഭാവം പ്രവചനാതീതമാണ്. എപ്പോൾ, എങ്ങനെ പെരുമാറുമെന്ന് ഊഹിക്കാൻ വയ്യ.

നീണ്ട വരാന്തയിലെ മരയഴികളിൽ പിടിച്ചു പുറത്തെ ഇരുട്ടിലേയ്ക്ക് നോക്കി നിൽക്കുമ്പോൾ ശ്രീഹരി ചിന്തിച്ചതത്രയും കാളിന്ദിയെ പറ്റിയായിരുന്നു. ഏറെ നേരം കഴിഞ്ഞു ഹരി മുറിയിലേയ്ക്ക് വരുമ്പോൾ അവൾ ഉറങ്ങിയിരുന്നു. അപ്പുറത്തേയ്ക്ക് ചെരിഞ്ഞു കിടന്നു ഉറങ്ങുന്നവളെ, ഒന്നു നോക്കിയിട്ട് ഹരിയും കിടന്നു. അധികമൊന്നും വൈകാതെ അവനും ഉറങ്ങിയിരുന്നു.

അവൾ മരിച്ചതിൽ പിന്നെ, ഇന്ദുബാലയെ കുറിച്ചോർത്തു മനസ്സ് നീറ്റാതെ, ആദ്യമായ് ശ്രീഹരി ഉറങ്ങിയ രാത്രി.

10

കാളിന്ദിയുടെ വീട്ടിലേയ്ക്കുള്ള യാത്രയിൽ ഹരി ഡ്രൈവിങ്ങിൽ തന്നെ ശ്രദ്ധിച്ചതല്ലാതെ, അവളെ നോക്കുകയോ സംസാരിക്കുകയോ ചെയ്തില്ല. കാളിന്ദി ഗ്ലാസ്സിലൂടെ പുറത്തേയ്ക്ക് നോക്കിയിരുന്നു.ഇടയ്ക്ക് എപ്പോഴോ, അവളൊന്ന് പാളി നോക്കിയപ്പോഴും ഹരിയുടെ ശ്രദ്ധ റോഡിലാണ്.

അവളുടെ ചുണ്ടിലൊരു ചെറുചിരി തെളിഞ്ഞു. ഒരിക്കൽ ഒരുപാട് സങ്കല്പിച്ചിട്ടുണ്ട് ഇങ്ങനെയൊക്കെ. ഇന്ദുവിന് ആ മനസ്സിലുള്ള സ്ഥാനം അറിയുന്നതിന് മുൻപേ. ഒരിക്കലും സഫലമാകില്ലെന്ന് ഉറപ്പിച്ച പ്രണയം ഇന്നിതാ ഈശ്വരൻ കൈവെള്ളയിൽ വെച്ച് തന്നിരിക്കുന്നു. പക്ഷെ അനുഭവിക്കാൻ യോഗമില്ല ഈ ജന്മം. കണ്മുന്നിൽ ഉണ്ടല്ലോ, ഈ ജന്മം മുഴുവനും കൂടെയുണ്ടാകുമല്ലോ എന്നൊക്കെ ആശ്വസിക്കുമ്പോഴും, ആ അവഗണന മനസ്സിനെ പൊള്ളിയ്ക്കുന്നുമുണ്ട്.

'ഉം?'

മൂളലോടെ ഹരി തല ചെരിച്ചു, പുരികം ഉയർത്തിയപ്പോഴാണ് താൻ ആളെ നോക്കിയിരിപ്പാണെന്ന് കാളിന്ദി തിരിച്ചറിഞ്ഞത്.

'എന്താ..?'

മുഖത്തെ ജാള്യത മറച്ചുകൊണ്ടവൾ മറു ചോദ്യമെറിഞ്ഞു.

'ഇയാളല്ലേ എന്നെ നോക്കിയത്..?'

'എന്തേ, നോക്കാൻ പാടില്ല്യാ ?'

ആദ്യം ഒന്നു പകച്ചെങ്കിലും ഹരി ചിരിച്ചു

'പിന്നെന്താ. എന്റെ ഭാര്യയല്ലേ. എത്ര വേണേലും നോക്കിക്കോളൂ.'

ആക്കിയതാണെന്ന് അറിയാമെങ്കിലും, ആ ഉത്തരം അവൾ പ്രതീക്ഷിച്ചില്ല. അവളൊന്നു മുഖം കോട്ടി പുറത്തേയ്ക്ക് തന്നെ നോക്കി.

ഹരിയുടെ മിഴികൾ കാളിന്ദിയിൽ തന്നെയായിരുന്നു. നേർത്തൊരു ചിരിയോടെ. അവളെ എങ്ങനെ നേരിടണമെന്ന് ശ്രീഹരിയും പഠിച്ചു തുടങ്ങിയിരുന്നു. അതിനുമപ്പുറം, ഈ കാണുന്ന കാളിന്ദി വെറുമൊരു മുഖംമൂടിയാണെന്നുള്ള തോന്നലും അവനിൽ നാമ്പിട്ടിരുന്നു.

ഹരിയുടെ മിഴികൾ, സ്റ്റിയറിങ്ങിൽ മുറുകിയിരുന്ന തന്റെ വലത് കയ്യിലെത്തി. മോതിരവിരലിൽ അവളുടെ പേര് കൊത്തിയമോതിരം.

കാളിന്ദി

'ഹരി, പാസ്റ്റ് ഈസ് പാസ്റ്റ്, ലിവ് ഇൻ ദി പ്രസന്റ്, ദാട്സ് വാട്സ് മാറ്റേഴ്സ്.'

പവിയുടെ വാക്കുകൾ ഹരിയുടെ മനസ്സിൽ മുഴങ്ങി. പവിശങ്കർ. കുട്ടിക്കാലം മുതൽ കൂടെയുണ്ടായിരുന്നവൻ. അവനറിയാത്ത രഹസ്യങ്ങളൊന്നുമുണ്ടായിരുന്നില്ല തനിയ്ക്ക്. ഇന്ദുവിന് എപ്പോഴും പരാതിയായിരുന്നു, പവിയോട് കൂടുതൽ അടുപ്പം കാണിക്കുന്നെന്നും പറഞ്ഞു. അപ്പച്ചിയ്ക്കും, ഒരിക്കൽ ഭാമയ്ക്കുമൊക്കെ, തന്നെ പോലെ, തന്നെ പ്രിയമുള്ളവനായിരുന്നു പവി.

തന്റെയും ഇന്ദുവിന്റെയും വിവാഹത്തിന് ഒരാഴ്ച്ച മുൻപേയാണ്, അവൻ ഓസ്ട്രേലിയയ്ക്ക് പോയത്. അവന്റെ അച്ഛൻ മരിച്ചതിൽ പിന്നെ, കുടുംബഭാരം അവന്റെ ചുമലിലായിരുന്നല്ലോ.

പവിയുടെ ബന്ധുവാണ് ഇന്ദുവിന്റെ അച്ഛൻ. പക്ഷെ ഇന്ദുവും അവനും ഒരിക്കലും ചേരുമായിരുന്നില്ല. ശരിക്കും നിങ്ങൾ മുന്നാളാണോയെന്ന് താനെപ്പോഴും കളിയാക്കുമായിരുന്നു. കണ്ടാൽ രണ്ടും കടിച്ചു കീറുന്നത് പോലെയായിരുന്നു. ആദ്യമൊക്കെ ഇന്ദുവുമായുള്ള ബന്ധത്തെ അവൻ നിരുത്സാഹപ്പെടുത്തിയിരുന്നെങ്കിലും, താനതിൽ ഉറച്ചു നിൽക്കുമെന്ന് തോന്നിയത്കൊണ്ടാവും പിന്നീടൊന്നും പറയാതെയായത്.

കാളിന്ദിയുടെ കാര്യം അറിഞ്ഞതും, ഈ വിവാഹത്തിന് അപ്പച്ചിയേക്കാൾ കൂടുതൽ നിർബന്ധിച്ചതും പവിയാണ്. ഇന്ദു വിട്ട് പോയതിനു ശേഷം, ഏറ്റവും കൂടുതൽ ആഗ്രഹിച്ചതും അവന്റെ സാമീപ്യമായിരുന്നു. പക്ഷെ അവനവിടെ നിന്നും അത്ര എളുപ്പത്തിൽ തന്റെ അരികിൽ എത്താനാവുമായിരുന്നില്ല.

'ഹരി, ഇന്ദു നിന്റെ പാസ്റ്റാണ്. അതിൽ ജീവിക്കുമ്പോൾ, നിനക്കോ ചുറ്റുമുള്ളവർക്കോ സമാധാനമോ, സന്തോഷമോ ഉണ്ടാവില്ല. അതിനർത്ഥം നീയവളെ മറക്കണമെന്നല്ല. അവൾക്കുള്ള സ്ഥാനവും അവളോടുള്ള സ്നേഹവുമൊക്കെ എന്നും നിന്റെ മനസ്സിൽ ഉണ്ടാവുമെന്നറിയാം. പക്ഷെ ആ ഓർമ്മകളും സ്നേഹവുമൊക്കെ, മനസ്സിന്റെ ഒരു കോണിലേയ്ക്ക് നീ നീക്കി വെക്കണം. എന്നിട്ട് കൂടെയുള്ളവളെ അറിയാനും സ്നേഹിക്കാനും ശ്രമിക്കണം. ഇനി കാളിന്ദിയാണ് നിന്റെ ജീവിതം. അറിഞ്ഞിടത്തോളം നന്മയുള്ള ഒരു മനസ്സിന്റെ ഉടമയാണ് കാളിന്ദി.'

പവിയുടെ വാക്കുകൾ. അല്ലെങ്കിലും കാളിന്ദിയെ അവന് പണ്ടേ ഇഷ്ട മായിരുന്നു. പാവം പെങ്കൊച്ചാണത്രെ. ഹരി തല ചെരിച്ചൊന്ന് കാളി ന്ദിയെ നോക്കി. ആളെന്തോ ഗാഢമായ ആലോചനയിലാണ്. എന്താ ണോ ആ കുഞ്ഞിത്തലയിൽ വിരിയുന്നത്.

പാവം പെങ്കൊച്ച്. ഭദ്രകാളി. ആ നാവിന്റെ മൂർച്ച തനിക്കല്ലേ അ റിയൂ.

ഇറങ്ങുന്നതിനു തൊട്ട് മുൻപായിരുന്നു പവി വിളിച്ചത്. അവനോടൊന്ന് സംസാരിച്ചപ്പോൾ തന്നെ പകുതി ആശ്വാസമായിരുന്നു അവന്റെ വാക്കു കൾക്ക്, എപ്പോഴും ഒരു പോസിറ്റീവ് എനർജി തരാനുള്ള കഴിവുണ്ട്.

ടൗണിലെ മാളിൽ പോയി, കാളിന്ദിയ്ക്ക് ഉൾപ്പെടെ എല്ലാവർക്കും വസ്ത്രങ്ങളും, അവൾക്കായി പുതിയ മോഡലിൽ ഒരു ടച്ച് ഫോണും ഹരി വാങ്ങിയിരുന്നു. അവൾ ഒന്നിനും എതിർപ്പോ അഭിപ്രായമോ പറ ഞ്ഞില്ല. പറഞ്ഞിട്ടും കാര്യമില്ല. ആൾക്ക് തോന്നിയതേ ചെയ്യൂ.

മാളിൽ നിന്നും പുറത്തേയ്ക്ക് ഇറങ്ങുമ്പോഴാണ്. ഒരാൾ പൊടുന്ന നെ മുൻപിലേക്ക് വന്നത്.

'കാളിന്ദി ?'

കാളിന്ദി ഒരു നിമിഷം അയാളെ തുറിച്ചു നോക്കി. പിന്നെ പതിയെ ഒരു പരിചയഭാവം അവളിൽ തെളിഞ്ഞു.

'വിശാൽ'

അവളുടെ അധരങ്ങൾ മൊഴിഞ്ഞു. ഹരി അക്ഷമയോടെ അവരെ നോക്കി നിന്നു.

'വിശാൽ ഇപ്പോൾ നാട്ടിലാണോ..?'

'അല്ലെടോ, വന്നിട്ട് കുറച്ചു ദിവസങ്ങളായേയുള്ളൂ.'

വിശാൽ പതിയെ ഹരിയെ ഒന്ന് നോക്കി.

'വിശേഷങ്ങളെല്ലാം അറിഞ്ഞു.'

ഹരിയെ കൂടെ നോക്കിയാണ് പറഞ്ഞത്.

'കൺഗ്രാറ്റ്സ്.'

ഹരിയുടെ മുഖത്തെ സംശയഭാവം കണ്ടതും കാളിന്ദി പറഞ്ഞു.

'ഹരിയേട്ടാ, ഇത് വിശാൽ, എന്റെ സീനിയറായി പഠിച്ചതാണ്.'

ഹരിയും അവനെ നോക്കി ചിരിച്ച നിമിഷമാണ് വിശാൽ പറഞ്ഞത്.

'ഇന്ദുവിന്റെ ഒരു ബന്ധു കൂടെയാണ്. വകയിലെ ഒരു കസിൻ.'

ചിരിയോടെയാണ് വിശാൽ പറഞ്ഞതെങ്കിലും ഹരിയുടെ മുഖത്തെ തെളിച്ചം മങ്ങിയത് കാളിന്ദി വ്യക്തമായി കണ്ടിരുന്നു. വിശാലിനു നേരെ തലയൊന്നാട്ടി ഹരി.

'എന്നാൽ ഓക്കേ, കാണാം.'

വിശാൽ നീട്ടിയ കയ്യിലേയ്ക്ക് ഇഷ്ടക്കേടോടെയാണ് ഹരി കൈ ചേർത്ത് വെച്ചതെന്ന് കാളിന്ദി അറിഞ്ഞിരുന്നു. വിശാലിനോട് യാത്ര പറഞ്ഞു തിരിയുമ്പോൾ അവളോർത്തു. തന്നെ പറ്റി പറഞ്ഞത് പോലെ വിശാലിനെ പറ്റിയും ഇന്ദു എന്തെങ്കിലുമൊക്കെ ഹരിയേട്ടനോട് പറഞ്ഞു പിടിപ്പിച്ചിരിക്കും. പൂർവ്വകാമുകൻ പ്രതികാരമെങ്ങാനും ചെയ്യാൻ വന്നാൽ ഒരു മുൻകരുതൽ വേണമല്ലോ.

നടക്കുന്നതിനിടെ തിരിഞ്ഞു നോക്കുമ്പോൾ ആരോടോ സംസാരിക്കുകയാണ് വിശാൽ. തന്നെ പോലെ തന്നെ, ഇന്ദു കോമാളി വേഷം കെട്ടിച്ച മറ്റൊരാൾ. തിരികെ കാറിൽ കയറുമ്പോൾ ഹരിയുടെ മുഖത്ത് ഇങ്ങോട്ട് വന്നപ്പോഴുള്ള സൗമ്യതയൊന്നും ഇല്ലായിരുന്നു.

ഇതെന്തു പറ്റി..? ഇങ്ങേരെ കടന്നൽ കുത്തിയോ..?

'അവനോട് വലിയ അടുപ്പത്തിനൊന്നും നിക്കണ്ട, അവനാള് ശരിയല്ല..'

പെട്ടെന്ന് ഹരിയുടെ ശബ്ദം കേട്ട് നോക്കുമ്പോൾ, ആള് മുൻപിലേക്ക് നോക്കി ഡ്രൈവിംഗിൽ തന്നെ ശ്രദ്ധിക്കുകയാണ്.

'ആരോട്?'

ആരെയാണ് ഉദ്ദേശിച്ചതെന്ന് അറിയാമായിരുന്നിട്ടും അവൾ ചോദിച്ചു...

'അത്... ആ വിശാലിനോട്...'

കാളിന്ദിയ്ക്കു ദേഷ്യം വന്ന് തുടങ്ങിയിരുന്നു.

'വിശാൽ ആള് ശരിയല്ലെന്ന് ഹരിയേട്ടനോട് ആര് പറഞ്ഞു..?'

മുഖം കനപ്പിച്ചു ഇരിയ്ക്കുന്നതല്ലാതെ മറുപടിയില്ല.

'കാളിന്ദി, മറ്റൊരാളുടെ വാക്കുകളിൽ നിന്നും ആരെയും അറിയാനോ, വിലയിരുത്താനോ നിൽക്കാറില്ല ഹരിയേട്ടാ. എല്ലാ കാര്യങ്ങളിലും എനിയ്ക്ക് എന്റേതായ തീരുമാനങ്ങളും അഭിപ്രായങ്ങളുമുണ്ട്.'

കാളിന്ദിയുടെ ശബ്ദം ദൃഢമായിരുന്നു. കൂർത്ത മുന ഹരിയുടെ നെഞ്ചിൽ തന്നെ തറയ്ക്കുകയും ചെയ്തിരുന്നു. പിന്നെ ഏറെ നേരം കാറിൽ മൗനം നിറഞ്ഞിരുന്നു.

'താനെന്താ പ്ലസ്ടു കഴിഞ്ഞിട്ട് പിന്നെ പഠിയ്ക്കാതിരുന്നത്?'

ആ ചോദ്യം പ്രതീക്ഷിക്കാതിരുന്നത് കൊണ്ട് അവളൊരു നിമിഷം നിശബ്ദയായിരുന്നു.

'എല്ലാവർക്കും പഠിച്ചു ജയിക്കാനുള്ള കഴിവുണ്ടാവണമെന്നില്ല്യ.'

എടുത്തടിച്ചത് പോലുള്ള മറുപടി ഹരി ഒട്ടും പ്രതീക്ഷിച്ചിരുന്നില്ല.

വീട്ടിലെ പ്രാരാബ്ധം കാരണമാവും അവൾ തുടർന്നു പഠിയ്ക്കാതിരുന്ന തെന്നായിരുന്നു ധാരണ.

അവളുടെ ശബ്ദത്തിലോ മുഖത്തോ ഇത്തിരി പോലും നഷ്ടബോധം ഹരി കണ്ടില്ല.

'സാധിക്കില്ലെന്ന് അറിയാവുന്ന കാര്യം അംഗീകരിച്ചു കഴിഞ്ഞാൽ, വല്യ നഷ്ടബോധമൊന്നും ഉണ്ടാവില്ല്യ ഹരിയേട്ടാ... ശ്രമിച്ചിരുന്നേൽ ചിലപ്പോൾ തട്ടിമുട്ടി ഞാൻ ഡിഗ്രിവരെയൊക്കെ എത്തിയേനെ. അത് കൊണ്ട് അപ്പോൾ വല്യ മെച്ചമൊന്നും ഉണ്ടാവില്ല്യ, അച്ഛനെ കുറച്ചു കൂടെ ബുദ്ധിമുട്ടിയ്ക്കാമെന്നല്ലാതെ.'

പുറത്തേയ്ക്ക് നോക്കിയാണ് അവളുടെ സംസാരം.

'എന്നാലും തനിയ്ക്ക് പിഎസിയ്ക്കൊക്കെ ട്രൈ ചെയ്യാമായിരുന്ന ല്ലോ, ഡിഗ്രി ഒക്കെയുണ്ടാവുമ്പോൾ ഒരു ബേസ് അല്ലെടോ.'

വെറുതെ ഒന്നു ചിരിച്ചതല്ലാതെ, മറുപടി അവൾ ഒന്നും പറഞ്ഞില്ല. ഹരി വീണ്ടും അവളെ നോക്കി. ആലോചനയോടെ പുറത്തേയ്ക്ക് നോക്കി ഇരിപ്പാണവൾ. ഹരിയ്ക്ക് അവളെപ്പറ്റിയുള്ള കൗതുകം കൂടി വരി കയായിരുന്നു. അവളുടെ ഓരോ ഭാവങ്ങൾക്കും എന്തോ പ്രത്യേകത യുണ്ടെന്ന് അവന് തോന്നുന്നുണ്ടായിരുന്നു.

സന്ധ്യയാവാറായിരുന്നു അവർ കാളിന്ദിയുടെ വീട്ടിലെത്തുമ്പോൾ. എല്ലാവരുടെയും മുഖത്ത് സന്തോഷമാണ്. ദിവസങ്ങൾ കൊണ്ട് വീടാകെ മാറിപ്പോയത് പോലെ തോന്നി. കൊണ്ടുവന്ന കവറുകളൊക്കെ നന്ദയ്ക്കും ചിന്നുവിനും വിട്ടു കൊടുത്ത് അവൾ അമ്മയോടൊപ്പം അടുക്കളയിലെത്തി.

ദാരിദ്ര്യം പടിയിറങ്ങിയതിന്റെ ലക്ഷണങ്ങൾ അവിടെയും ഉണ്ടായിരുന്നു. മിക്കപ്പോഴും ഒഴിഞ്ഞു കിടന്നിരുന്ന ടിന്നുകളിൽ പലവ്യഞ്ജനങ്ങളും മറ്റും നിറഞ്ഞു കിടപ്പുണ്ട്. കാളിന്ദിയുടെ ചുണ്ടിലൊരു വരണ്ട ചിരി തെളിഞ്ഞു. തന്റെ താലിയുടെ വിലയാണ്. സങ്കടമൊന്നും തോന്നുന്നില്ല. ഒന്നും തോന്നുന്നില്ല.

തനിയ്ക്കവിടെ ശ്വാസംമുട്ടലാണെങ്കിലും ഇവിടെയുള്ളവർ സമാധാനത്തോടെ, നെഞ്ചുരുക്കാതെ കഴിയുന്നുണ്ടല്ലോ. അതിനാണ് ഈ വേഷം കെട്ടിയത്. ചേർച്ചയില്ലെന്ന് അറിഞ്ഞിട്ടും.

പഴയ വീടാണ്. ശ്രീഹരിയ്ക്ക് ഇവിടെയുള്ള സൗകര്യങ്ങൾ മതിയാവില്ലല്ലോയെന്ന അമ്മയുടെ വെപ്രാളം അവളിൽ ഈർഷ്യ നിറച്ചിരുന്നു.

വന്നത് മുതലേ നന്ദയും ചിന്നുവും ശ്രീഹരിയുടെ ഒപ്പം തന്നെയാണ്. ഹരിയും ചിരിച്ചു കളിച്ചു സംസാരിക്കുന്നുമുണ്ട്. അത്താഴം കഴിയ്

ക്കുമ്പോഴും ഹരി എല്ലാവരോടും നല്ല പോലെ സംസാരിക്കുന്നുണ്ടായിരുന്നു. എന്നാൽ കാളിന്ദി പലപ്പോഴും മൗനത്തിലൊളിച്ചു. പൊതുവെ അവൾക്ക് സംസാരം കുറവായത് കൊണ്ട് അതാരും ശ്രദ്ധിച്ചതുമില്ല.

മുറിയിൽ, കിടക്കയൊക്കെ തട്ടിക്കുടഞ്ഞു വിരിച്ചു അവൾ പുറത്തേക്കിറങ്ങി ചെല്ലുമ്പോൾ, ഹാളിൽ ടീവിയ്ക്ക് മുൻപിലിരുന്നു നന്ദയോടും ചിന്നുവിനോടും സംസാരിക്കുകയാണ് ഹരി. അച്ഛനും അമ്മയും ഉറങ്ങാനായി പോയി. സെറ്റിയിൽ, ഹരിയുടെ അടുത്തേ ഇനി ഇരിക്കാൻ സ്ഥലമുള്ളൂ, അതുതന്നെ തൊട്ടുതൊട്ട് ഇരിക്കണം. അവളുടെ വെപ്രാളം കണ്ടതും ഹരിയ്ക്ക് ചിരി വന്നിരുന്നു. അവൻ കൗതുകത്തോടെ അവളെ ഇടം കണ്ണിട്ട് നോക്കി.

'ഇങ്ങു വന്നിരിക്ക് കാന്ദ്യേച്ചി, കുറച്ചു കഴിഞ്ഞിട്ട് ഉറങ്ങിയാ മതി.'

ചിന്നു കാളിന്ദിയോടായി പറഞ്ഞു. നന്ദ തന്നെ സസൂക്ഷ്മം നിരീക്ഷിക്കുന്നത് കണ്ടതോടെ അവൾ പിന്നെ ഒന്നും ആലോചിച്ചില്ല. കണ്ണും പൂട്ടി ശ്രീഹരിയ്ക്ക് അരികെയുള്ള ഇത്തിരി സ്ഥലത്ത് അങ്ങിരുന്നു. ഹരിയും ഒന്നു ഞെട്ടാതിരുന്നില്ല. അവൾ എന്തെങ്കിലും പറഞ്ഞു ഒഴിഞ്ഞു മാറുമെന്നാണ് കരുതിയത്. കാളിന്ദി അടുത്തിരുന്നതും നേർത്തൊരു സുഗന്ധം തന്നെ പൊതിഞ്ഞത് പോലെ ഹരിയ്ക്ക് തോന്നി. പണ്ടെങ്ങോ പരിചിതമായൊരു ഗന്ധം.

അവനൊന്നവളെ പാളി നോക്കി. കൈതപ്പൂവ്. അതെ കൈതപ്പൂവിന്റെ സുഗന്ധം. ബാല്യത്തിലെങ്ങോ, തനിയ്ക്കേറെ പരിചിതമായിരുന്ന, പ്രിയങ്കരമായിരുന്ന സുഗന്ധം.

അതെ...വേണിയേടത്തിയുടെ മണം.

ഹരിയുടെ മുഖമൊന്ന് മങ്ങിയിരുന്നു.

'ആഹാ, ഏച്ചി അടുത്ത് വന്നിരുന്നതും ഹരിയേട്ടന് കണ്ണും ചെവിയുമൊന്നും ഇല്ല്യാണ്ടായോ..?'

നന്ദിക ചിരിയോടെ ചോദിച്ചപ്പോഴാണ് ഹരി അവരെ നോക്കിയത്. അവനൊന്നു പരുങ്ങി.

'നന്ദയെന്താ പറഞ്ഞത്..?'

'ഞാൻ ഒന്നു രണ്ടു ചോദിച്ചിട്ടും ഹരിയേട്ടൻ കേട്ടില്ല്യായിരുന്നേ.'

നന്ദ ഒരാക്കിച്ചിരിയോടെ പറഞ്ഞു. ചിന്നുവും കുസൃതിച്ചിരിയോടെ നോക്കുന്നുണ്ട്. അവനൊന്നു പാളി നോക്കിയപ്പോൾ കാളിന്ദിയുടെ മുഖത്തും ഒരു അടക്കിയ ചിരി കണ്ടു.

'അത്... അത് പിന്നെ നിങ്ങടെ കാന്ദ്യേച്ചി അടുത്ത് വന്നിരുന്നാൽ പിന്നെ ചുറ്റുമുള്ളതൊന്നും കാണാനോ കേൾക്കാനോ കഴിയില്ല്യാന്നേ.'

ഒരു കണ്ണിറുക്കികൊണ്ട് കള്ളച്ചിരിയോടെ ഹരി പറഞ്ഞതും കാളിന്ദിയുടെ വാ തുറന്നുപോയിരുന്നു.

'ഉം.. ഉം..'

അവൾ നോക്കുമ്പോൾ പിള്ളേര് മുക്കിയും മൂളിയും ചിരിയ്ക്കുന്നുണ്ട്. എഴുന്നേറ്റു പോകാനും ഇരിക്കാനും വയ്യാതെ കാളിന്ദി അവിടെയിരുന്നുരുകി. ഹരിയ്ക്ക് ഒരു കൂസലുമില്ല. സംസാരത്തിനിടയിൽ ആളുടെ കയ്യും കാലുമൊക്കെ അവളുടെ ദേഹത്ത് തട്ടുന്നുണ്ട്. അവൾ പരമാവധി തന്നിലേയ്ക്ക് ഒതുങ്ങിയിരിക്കാൻ ശ്രമിച്ചു കൊണ്ടിരുന്നു. നന്ദയുടെ കണ്ണിൽ പെടാതെ. അവളുടെ കാട്ടിക്കൂട്ടലുകൾ കാൺകേ, ചിരിയടക്കി ഹരി സംസാരിച്ചു കൊണ്ടേയിരുന്നു.

ഭദ്രകാളി പൂച്ചക്കുട്ടിയെ പോലെ പതുങ്ങുന്നുണ്ട്. അതവനങ്ങ് പെരുത്തിഷ്ടമായി. ഇങ്ങനെ ഹരിയോട് ചേർന്നിരിക്കുമ്പോൾ തന്നിലുണ്ടാകുന്ന മാറ്റത്തെ കാളിന്ദിയും അറിയുന്നുണ്ടായിരുന്നു. അറിയാതെ മിഴികൾ ആ ചേഷ്ഠകളെ ഒപ്പിയെടുക്കുകയാണ്. വെറുതെ ശ്രീഹരിയുടെ മുഖത്തേയ്ക്ക് നോക്കിയിരിക്കുവാൻ, സംസാരിക്കുന്നത് എന്തെന്ന് ശ്രദ്ധിക്കുന്നില്ലെങ്കിലും ഗാംഭീര്യമാർന്ന ആ ശബ്ദം കേട്ടിരിക്കുവാൻ ഉള്ളം കൊതി പൂണ്ടു തുടങ്ങിയിരുന്നു.

'ദേ, അടുത്തയാളും തുടങ്ങീലോ, ചുറ്റുമുള്ളതൊന്നും കാണുന്നില്ല്യേ കാന്ദ്യേച്ചി..?'

നന്ദ വീണ്ടും കളിയാക്കിയപ്പോഴാണ് കാളിന്ദി ഞെട്ടി അവളെ നോക്കിയത്. ഹരി തെല്ലാശ്ചര്യത്തോടെ നോക്കുന്നത് അറിഞ്ഞെങ്കിലും, അപ്പോൾ,ആ മിഴികളെ നേരിടാൻ അവൾക്കാവുമായിരുന്നില്ല.

'പോയിക്കിടന്നുറങ്ങ് പിള്ളേരെ, നാളെ ക്ലാസ്സിൽ പോണ്ടേ..?'

തെല്ലു ഗൗരവത്തോടെ അതും പറഞ്ഞു കാളിന്ദി എഴുന്നേൽക്കുമ്പോൾ നന്ദയുടെയും ചിന്നുവിന്റെയും മുഖം മങ്ങി. അത് കണ്ടൊരു വല്ലായ്മ തോന്നിയെങ്കിലും ഇനിയും ആ ഇരുപ്പിരുന്നാൽ തന്റെ ഉള്ളിലുള്ള പലതും താനറിയാതെ തന്നെ പുറത്ത് വരുമെന്നവൾ ഭയന്നു.

'ഹേയ്, രണ്ടാളും ഇപ്പോൾ പോയിക്കിടന്നുറങ്ങ്, നമുക്കിനിയും സംസാരിക്കാലോ.'

ഹരി അവരെ സമാധാനിപ്പിച്ചു പറഞ്ഞയക്കുന്നത് കണ്ടാണ് കാളിന്ദി തിരിഞ്ഞു നടന്നത്. അവരോടുള്ള ഹരിയുടെ കരുതലും സ്നേഹവും അവളുടെ മനസ്സ് നിറച്ചിരുന്നു തന്നെ അവഗണിച്ചാലും അവരെ പരിഗണിയ്ക്കുന്നുണ്ടല്ലോ.. അത് മതി.

11

'എന്താ ഒരഭിനയം, ഇനി, ഇവിടെ എന്റെയടുത്തു കിടക്കുമ്പോൾ അങ്ങേർക്ക് കണ്ണും ചെവിയുമൊക്കെ ഉണ്ടാവുമോ ആവോ..?'

കാളിന്ദി ചുമരലമാരയിൽ നിന്നും പുതയ്ക്കാനുള്ള ഷീറ്റെടുത്ത് കട്ടിലിലേയ്ക്ക് ഇടുമ്പോൾ പിറുപിറുത്തു.

'ഏതായാലും താൻ കിടക്ക്, അപ്പോൾ അറിയാമല്ലോ.'

പൊടുന്നനെ തൊട്ട് പിറകിൽനിന്നും ഹരിയുടെ ശബ്ദം കേട്ടതും അവളൊന്നു ഞെട്ടിത്തിരിഞ്ഞു. മുറിയിലേയ്ക്ക് കയറി വാതിൽ അടച്ചു കുറ്റിയിടുകയാണ് ആള്. വേളി കഴിഞ്ഞു അവനോടൊപ്പം ഇത്രയും ദിവസങ്ങൾ ഒരുമിച്ചു കഴിഞ്ഞിട്ട് ഇതുവരെയും തോന്നാത്ത ഒരുൾഭയം അവളുടെ മനസ്സിൽ ഉടലെടുത്തിരുന്നു. കാളിന്ദി ഷീറ്റിന്റെ അറ്റവും കയ്യിൽ പിടിച്ചു നിൽപ്പാണ്.

'ഉം... എന്തേ, കിടക്കണില്ല്യേ?'

ചോദ്യത്തോടൊപ്പം ഹരിയുടെ ആക്കിച്ചിരികണ്ടതും അവൾ ചാടിക്കയറിക്കിടന്നു കഴിഞ്ഞിരുന്നു. ഹരി അവളെയൊന്നു നോക്കി. കാളിന്ദി പുതപ്പെടുത്ത് ഒന്നാകെ മൂടിയതും അവൻ ചിരിച്ചുപോയിരുന്നു. ആ പതിഞ്ഞ ചിരി കേട്ടതും വിറഞ്ഞു കയറിയെങ്കിലും ഇനി എഴുന്നേൽക്കുന്നതോ നോക്കുന്നതോ പന്തിയല്ലെന്ന് അറിയാവുന്നത് കൊണ്ടവൾ അനങ്ങിയില്ല.

'അതേയ്, ഈ കട്ടിലിൽ കിടക്കുമ്പോൾ ചിലപ്പോൾ ദേഹത്ത് തട്ടിയെന്നും മുട്ടിയെന്നുമൊക്കെയിരിക്കും. അതിന് എന്റെ മേലെ സംഹാരതാണ്ഡവമാടരുത്, പറഞ്ഞേക്കാം...'

അതും പറഞ്ഞു, ലൈറ്റ് ഓഫ് ചെയ്തു ഹരി തനിക്കരികെ കിടന്നത് അറിഞ്ഞെങ്കിലും കാളിന്ദി ആ കിടപ്പിൽ നിന്നും അനങ്ങിയില്ല. ചെറിയ കട്ടിലാണ്. അവൾ ചുമരിനോട് ചേർന്നുതിരിഞ്ഞാണ് കിടക്കുന്നതെങ്കിലും, കട്ടിലിൽ അവർക്കിടയിൽ സ്ഥലമില്ലാനിരുന്നു. ഹരിയ്ക്ക് വിശാലമായികിടക്കണമെന്ന് അവൾക്കറിയാവുന്നതാണ്. മേലെപ്പാട്ട് അവരുടെ മുറിയിലെ കട്ടിലിന്റെ പാതിയും ആള് മിക്കപ്പോഴും കയ്യടക്കാറുണ്ട്. ഇതിപ്പോൾ ആള് വടി പോലെ കിടക്കുന്നുണ്ട്, തൊട്ടുരുമ്മാതിരിക്കാൻ

ശ്രമിയ്ക്കുന്നുമുണ്ട്. നേരമേറെ കഴിഞ്ഞിട്ടും ഇരുവർക്കും ഉറക്കം വന്നില്ല. തുറന്നിട്ട ജനലിന്റെ മേലേപാളിയിൽ കൂടെ നിലാവെളിച്ചം ഉള്ളിലേയ്ക്ക് എത്തി നോക്കുന്നുണ്ട്. നേരത്തെ സ്വയം മറന്നെന്നോണം തന്നെ നോക്കിയിരുന്ന കാളിന്ദിയെ ഓർക്കുകയായിരുന്നു ഹരി.

തന്നിൽ നിന്നും അവളെന്തോ ഒളിയ്ക്കുന്നുണ്ടോ ?

അതേ സമയം ഹരിയിൽ വന്ന മാറ്റമോർത്ത് വേവലാതിപ്പെടുകയായിരുന്നു കാളിന്ദി.

എന്തോ ഒരു കൂസലില്ലായ്മ വന്നിട്ടുണ്ട് ഹരിയേട്ടന്റെ വാക്കുകളിലും പ്രവൃത്തികളിലുമൊക്കെ. പിന്നെയെപ്പോഴോ ഹരിയുടെ ശ്വാസതാളം കേട്ടപ്പോൾ അവനുറങ്ങിയെന്ന് അവളറിഞ്ഞു. എന്നിട്ടും അവൾക്ക് ഉറങ്ങാൻ കഴിഞ്ഞില്ല. തന്റെ പ്രണയമാണ്. ഇങ്ങനെ തൊട്ടരികിൽ ഉറങ്ങിക്കിടക്കുന്നത്. സ്വപ്നം പോലെ തോന്നുന്നുണ്ട്.

മനസ്സിൽ ഒളിച്ചുവെച്ച പ്രണയം. ആരും കാണാത്തപ്പോൾ മാത്രം താനെടുത്തു ഓമനിയ്ക്കാറുള്ള മൗനരാഗം. അത്രമേൽ കൊതിയോടെ, ആ മുഖമങ്ങനെ നോക്കി കിടക്കാൻ തോന്നിയ നിമിഷം അവൾ പതിയെ തിരിഞ്ഞു കിടന്നു. നിലാവെളിച്ചത്തിൽ ശാന്തമായി ഉറങ്ങുന്ന ആ മുഖം കാണാം. വെറുതെ അവളങ്ങിനെ അവനെയും നോക്കികിടന്നു. ആ മുഖം അപ്പാടെ ഉള്ളിലേയ്ക്ക് ആവാഹിച്ചു കൊണ്ട്.

'ഭദ്രകാളിയ്ക്ക് ഉറക്കമൊന്നും വരണില്ല്യേ?'

പെട്ടെന്ന് ആ ശബ്ദം കേട്ടതും കാളിന്ദി ഞെട്ടി. അവൾ നോക്കുമ്പോൾ ആള് കണ്ണുകൾ തുറന്നു കണ്ടില്ല. അടുത്ത നിമിഷം അവൾ മിഴികൾ ഇറുകെ അടച്ചു അനങ്ങാതെ കിടന്നിരുന്നു.

'അങ്ങനെ കാളിന്ദിയ്ക്കും ചുറ്റുമുള്ളതൊന്നും കാണാനോ കേൾക്കാനോ കഴിയാതെയായി.'

അതും പറഞ്ഞു ശ്രീഹരി തിരിഞ്ഞു കിടക്കുമ്പോൾ അറിയാതെ നാവ് കടിച്ചുപോയിരുന്നു. അവനെ നോക്കികിടക്കാൻ തോന്നിയ നിമിഷത്തെ ശപിച്ചു കൊണ്ട് എപ്പോഴോ അവളും ഉറക്കത്തിലേയ്ക്ക് വീണിരുന്നു. രാവിലെ കാളിന്ദി ഉണരുമ്പോൾ ശ്രീഹരിയുടെ ദേഹത്തിന്റെ പാതിയും അവളുടെ മേലായിരുന്നു. പണിപ്പെട്ട്, അവനെ ഉണർത്താതെ കൈ എടുത്ത് മാറ്റുമ്പോൾ, കാൽ അവളുടെ ദേഹത്തുണ്ടാവും, അതെടുത്തു മാറ്റുമ്പോൾ കൈ വീണ്ടും പഴയ പടിയുണ്ടാവും.

കുറേ ശ്രമിച്ചിട്ടും എഴുന്നേൽക്കാൻ ആവാതെ വന്നപ്പോൾ കാളിന്ദിയിലെ കാളി ഉണരാൻ തുടങ്ങിയിരുന്നു. അവളൊന്നും നോക്കാതെ അവനെ പിടിച്ചുലച്ചു. ഞെട്ടിയുണർന്ന ഹരി അവളെ മിഴിച്ചു നോക്കി.

'അതേയ്, ആ കയ്യും കാലുമൊക്കെ ഒന്നെടുത്തു മാറ്റിയാൽ എനിയ്ക്കെഴുന്നേറ്റ് പോവാരുന്നു. കുറേ നേരമായി പാണ്ടി ലോറിയ്ക്കടിയിൽ പെട്ടത് പോലെ കിടക്കുന്നു.'

ഹരി, വെപ്രാളത്തോടെ പിടഞ്ഞെഴുന്നേറ്റു. അവന് പിറകെ അവളും.

'തനിയ്ക്ക്, നേരത്തെ പറയാരുന്നില്ലേ ?'

'ഞാൻ പൂത്തുലഞ്ഞു കിടന്നതൊന്നുമല്ല, ഒച്ച വെച്ചാൽ പുറത്ത് കേൾക്കും. അതോണ്ട് ക്ഷമിച്ചതാ.'

അതും പറഞ്ഞു, കാളിന്ദി തിരിഞ്ഞു നടന്നു വാതിൽ തുറക്കുമ്പോൾ ഹരി അവളെ തുറിച്ചു നോക്കി നിൽക്കുന്നുണ്ടായിരുന്നു. അവൾ പുറത്തേക്കിറങ്ങി, വാതിൽ ചാരുമ്പോൾ ഹരിയുടെ മുഖം കണ്ടപ്പോൾ ചിരി വന്നെങ്കിലും അതടക്കി കാളിന്ദി അടുക്കളയിലേയ്ക്ക് നടന്നു.

പ്രാതൽ കഴിഞ്ഞു, ഹരിയ്ക്ക് ഓഫീസിൽ പോകാനുള്ളത് കൊണ്ടു അവർ നേരത്തെ ഇറങ്ങിയിരുന്നു. അവളെ മേലേപ്പാട്ട് ഗേറ്റിന് മുൻപിൽ ഇറക്കി ഹരി ഓഫീസിലേയ്ക്ക് പോയി.

അവൾ ചെന്നു കയറിയപ്പോൾ, മേലേപ്പാട്ട് രുക്മിണിയും ഉണ്ടായിരുന്നു രാജേശ്വരിയ്ക്കൊപ്പം. വിശേഷങ്ങളൊക്കെ പറഞ്ഞു കഴിഞ്ഞു, കാളിന്ദി വേഷം മാറാൻ പോലും നില്കാതെ ഭാമയ്ക്കരികിലേയ്ക്ക് പോയി. ആള് പിണക്കത്തിലായിരുന്നു. കുറച്ചു പണിപ്പെട്ടാണെങ്കിലും അമ്മ തന്നയച്ച പലഹാരങ്ങളിൽ നിന്നും ഉണ്ണിയപ്പമെടുത്തു ഭാമയെ കഴിപ്പിച്ചിരുന്നവൾ. ജോലിയൊക്കെ കഴിഞ്ഞിരുന്നത് കൊണ്ട് പൂമുഖത്തു അപ്പച്ചിയുടെയും ചെറിയമ്മയുടെയും സംസാരം കേട്ടിരിക്കുകയായിരുന്നു കാളിന്ദി.

'ഏടത്തി അറിഞ്ഞാരുന്നോ, ചന്ദ്രസേനന്റെ വേളി കഴിഞ്ഞു. അമ്മയുടെ നിർബന്ധം കൊണ്ടാണെന്നാ കേട്ടത്. വല്ല്യാത്തോല് കിടപ്പിലായിരുന്നല്ലോ.'

രുക്മിണി പറഞ്ഞു.

'ഏത് ചന്ദ്രൻ ?'

'മാണിക്യമംഗലത്തെ... നമ്മടെ വേണിയുടെ.'

അവസാനവാക്കുകൾ പറഞ്ഞതും, അരുതാത്തതെന്തോ പറഞ്ഞു പോയത് പോലെ രുക്മിണി നാവ് കടിച്ചു. അപ്പച്ചിയുടെ മുഖം മങ്ങിയത് അവൾ കണ്ടു.

'ഉം... അത് നന്നായി. ഇനി ആയമ്മേടെ ശാപം കൂടെ ഇവിടെ വീഴൂലല്ലോ.'

പറഞ്ഞിട്ട് അവരൊന്നു നെടുവീർപ്പിട്ടു. പിന്നെ അതേ പറ്റി ഒന്നും

പറഞ്ഞില്ലെങ്കിലും ആ പേര് കാളിന്ദിയുടെ മനസ്സിൽ കുടുങ്ങിക്കിടന്നു. ശ്രീവേണിയുമായി വിവാഹം നിശ്ചയിച്ചിരുന്നയാളായിരുന്നു മാണിക്യ മംഗലത്തെ ചന്ദ്രസേനനെന്ന് അവൾക്കും അറിയാമായിരുന്നു.

ഉച്ചയ്ക്ക് ഹരി വന്നപ്പോൾ ഒരുമിച്ചാണ് കഴിക്കാൻ ഇരുന്നത്. പെട്ടെന്നാണ് ചോദിച്ചത്.

'തനിയ്ക്ക് പവിയെ ഓർമ്മയുണ്ടോ..?'

ഹരിയേട്ടന്റെ കൂടെ നിഴലുപോലെ ഉണ്ടായിരുന്ന കൂട്ടുകാരൻ. പവി ശങ്കർ.

'അറിയാം.'

'അവൻ വരുന്നുണ്ട്, അടുത്ത് തന്നെ.'

കഴിച്ചു കഴിഞ്ഞു കൈ കഴുകി വന്നു ഗ്ലാസിൽ വെള്ളം എടുത്ത് കുടിയ്ക്കുമ്പോഴാണ് ചോദിച്ചത്.

'അല്ല, ചോദിയ്ക്കാൻ വിട്ടു, ഇന്നലെ പാണ്ടി ലോറിയ്ക്കടിയിൽ പെട്ട് ഇയാൾക്ക് അംഗ ഭംഗമൊന്നും സംഭവിച്ചിട്ടില്ല്യാലോ ല്ലേ..?'

'ഉണ്ടെങ്കിൽ..?'

കാളിന്ദിയിലും കുറുമ്പ് നിറഞ്ഞു.

'സാരല്ല്യ, സ്വന്തം ഭർത്താവല്ലേ, ക്ഷമിച്ചേക്ക്.'

ഒറ്റക്കണ്ണിറുക്കി ആള് പറഞ്ഞതും കാളിന്ദി പതറി. ഹരിയുടെ പതിഞ്ഞ ചിരികേട്ടതും അവളൊന്നു കൂർപ്പിച്ചു നോക്കി. ഹരി പിന്നെയും ചിരിച്ചു.

'ഇയാള് കൊള്ളാം ട്ടോ, നല്ല ഹ്യൂമർ സെൻസുണ്ട്...'

അതും പറഞ്ഞു ചിരിയോടെ ശ്രീഹരി നടന്നു. അവൾ മുഖം ചുളിച്ചു. പിന്നേ, അതിന് ഇങ്ങേരുടെ സർട്ടിഫിക്കറ്റ് വേണല്ലോ.

ഹരി തിരികെ പോവുമ്പോൾ അപ്പച്ചിയോടും ചെറിയമ്മയോടും യാത്ര പറയുന്നതിനിടെ, ആ മിഴികൾ ഒരു മാത്ര കാളിന്ദിയിലും എത്തിയിരുന്നു.

അന്ന് രാത്രി അത്താഴം കഴിഞ്ഞു, ഗോവണിയ്ക്കരികിലേയ്ക്ക് നടക്കുമ്പോൾ, എതിർവശത്തെ ഇടനാഴിയിലെ അരണ്ട വെളിച്ചത്തിൽ, അവൾ വീണ്ടുമാ കാഴ്ച്ച കണ്ടു.

ആ കരിനാഗം

ഇത്തവണ അത് എവിടെ നിന്നാണ് പുറത്തേയ്ക്ക് വന്നതെന്നും അവൾ കണ്ടു.

ജാനകിയുടെ അറയ്ക്ക് ഇപ്പുറമുള്ള, രണ്ടാമത്തെ അറയുടെ വാതിലിനടിയിലൂടെ, അകത്തു നിന്നും അത് പുറത്തേയ്ക്ക് ഇഴഞ്ഞിറങ്ങുന്ന

ത് കാളിന്ദി കണ്ടിരുന്നു.

അന്നത്തേത് പോലെ, ആ കിളിവാതിലിലൂടെ, അത് ചെന്ന് കയറി യത് ജാനകിയുടെ അറയിലേയ്ക്ക് തന്നെയായിരുന്നു.

കാളിന്ദി രണ്ടു മൂന്ന് ചുവടുകൾ മുൻപോട്ട് വെച്ചപ്പോൾ കണ്ടു. ആ നാഗം ഇറങ്ങി വന്ന അറവാതിലും, താഴിട്ട് പൂട്ടിയതാണ്. തെല്ലു നേരം അങ്ങനെ നിന്നിട്ട്, അവൾ തിരിഞ്ഞു നടന്നു ഗോവണിപ്പടികൾ കയറി.

ഹരി ഹാളിൽ ഇരുന്നു ലാപ് ടോപ്പിൽ കാര്യമായ എന്തോ ജോലിയി ലാണ്. അവളെ കണ്ടതും അവനൊന്നു മുഖമുയർത്തി.

'ജാനകിയുടെ അറയ്ക്ക് ഇപ്പുറമുള്ള രണ്ടാമത്തെ അറ ആരുടേതാ യിരുന്നു ?'

ഒരു മുഖവുരയുമില്ലാത്ത കാളിന്ദിയുടെ ചോദ്യം കേട്ടതും അവനൊ ന്നു ഞെട്ടി. തെല്ലു നേരം കഴിഞ്ഞാണ് മറുപടി കിട്ടിയത്.

'അത് വേണി... വേണിയേടത്തിയുടെ അറയായിരുന്നു.'

ജാനകിയെ പോലെ, ആരുമറിയാതെ, എങ്ങോട്ടോ അപ്രത്യക്ഷയായ ശ്രീവേണി. ശ്രീഹരിയുടെ മൂത്ത സഹോദരി.

ശ്രീഹരിയുമായി നല്ല പ്രായ വ്യത്യാസമുണ്ടായിരുന്നു അവൾക്ക്. വേണിയ്ക്ക് ഒരു പ്രണയമുണ്ടായിരുന്നത്രേ. ഇരുവീട്ടുകാർക്കും അതിൽ എതിർപ്പൊന്നും ഇല്ലായിരുന്നു താനും. വേളിയും നിശ്ചയിച്ചിരുന്നു.

ശ്രീവേണിയുടെ തിരോധാനം അന്നൊരു കോളിളക്കമുണ്ടാക്കിയിരു ന്നു. തന്നെയായിരുന്നു. പക്ഷെ അന്വേഷണങ്ങൾക്ക് ഫലമില്ലാതെ, അ ത് ചുരുളഴിയാത്ത ദുരൂഹതയായി തന്നെ അവശേഷിച്ചു.

'എന്തേ, താനിപ്പോൾ ആ അറയെ പറ്റി ചോദിയ്ക്കാൻ..?'

ഹരിയുടെ ചോദ്യത്തിൽ അവളൊന്നു ഞെട്ടി

'അത്... അതൊന്നുമില്ല.'

'ങേ...'

'ഇങ്ങോട്ട് വരുമ്പോൾ, ആ അറ കണ്ടപ്പോൾ, ചുമ്മാ ചോദിച്ചതാ മാഷേ...'

'ങും... വിശ്വസിച്ച് ടീച്ചറെ.'

'ഓ'

മുഖവും കോട്ടി, തിരിഞ്ഞു നടക്കുമ്പോഴാണ്, അവൾക്ക്, താനെന്തി നാണ് വന്നതെന്ന് ഓർമ്മ വന്നത്. അവൾ പോകുന്നത് ഒന്ന് നോക്കി,ചി രിയോടെ ഹരി വീണ്ടും ലാപ്പിലേക്ക് മുഖം താഴ്ത്തിയിരുന്നു.

'അതേയ് !'

'എന്താ കുട്ടി ?'

കാളിന്ദി പിന്നെയും വന്നു വിളിച്ചപ്പോൾ, ഹരി മുഖമൊന്നു ചുളിച്ചു കൊണ്ടാണ്, മിഴികൾ ഉയർത്തിയത്.

കുട്ടിയോ..?

മനസ്സിലാണ് ചോദ്യം വന്നത്.

'കഴിയ്ക്കാൻ വരാൻ അമ്മ പറഞ്ഞു, ചെറിയമ്മയും കാത്തിരിക്കുന്നുണ്ട്...'

പൊടുന്നനെ ഹരി പൊട്ടിച്ചിരിച്ചതും, അവൾ പകച്ചു.

'ഇത് പറയാനാണോ, ശരിയ്ക്കും ഇയാൾ വന്നത്..?'

ആ ചോദ്യത്തിൽ അറിയാതെയവൾ തലയാട്ടി പോയിരുന്നു. ഹരി പിന്നെയും ചിരിച്ചു.

'എന്നിട്ട്?'

അവന്റെ കളിയാക്കലിൽ കാളിന്ദിയ്ക്ക് ഈർഷ്യ വന്നു തുടങ്ങിയിരുന്നു.

'എന്നിട്ടെന്താ, ഇതാ വിളിച്ചിരിക്കുന്നു, വേണേൽ വന്നു കഴിയ്ക്ക്...'

അതും പറഞ്ഞു അവൾ തിരിഞ്ഞു നടന്നതും ഹരി പിന്നെയും ചിരിച്ചു. കാളിന്ദി അറിയാതെ പല്ലിറുമ്മിപ്പോയിരുന്നു.

ഇങ്ങേർക്കെന്താ, ഇവിടെയാരേലും കോമഡി ഷോ നടത്തുന്നുണ്ടോ ?

പിറുപിറുത്ത് കൊണ്ട് തിരിഞ്ഞു നോക്കാതെ അവൾ നടന്നു. കാളിന്ദി പടികൾ ഇറങ്ങാൻ തുടങ്ങുമ്പോൾ ഹരിയും പിറകിൽ എത്തിയിരുന്നു.

'അതേയ്, തന്റെ ഒരു പിരി പണ്ടേ ലൂസാണോ, അതോ അടുത്തിടെ പറ്റിയതാണോ..?'

ആ ശബ്ദം കേട്ടതും, കാളിന്ദിയ്ക്ക് ചിരി വന്നിരുന്നു. അത് മറച്ചു വെച്ചാണ് പറഞ്ഞത്.

'അതിപ്പോ, എന്തായാലും, ഈ മുഴുപ്പിരി ലൂസിന് ഈ അരപ്പിരി ലൂസ് തന്നെ അധികമാ.'

ഹരി പൊട്ടിച്ചിരിച്ചു.

'എടോ, സത്യം പറഞ്ഞാൽ തന്റെ കൗണ്ടറുകൾ കേൾക്കാൻ നല്ല രസമാണ് ട്ടോ'

'ഓ, വരവ് വെച്ച്...'

അപ്പോഴേക്കും അവർ താഴെയെത്തിയിരുന്നു. അവളുടെ മിഴികൾ അറിയാതെ വീണ്ടും ആ ഇടനാഴിയിൽ എത്തി. ഒരനക്കവുമില്ല അവിടെയെങ്ങും. അവളുടെ നോട്ടം ഹരിയും ശ്രദ്ധിച്ചിരുന്നു. കാളിന്ദി പിന്നെയും ഒരു ചുവട് മുൻപോട്ട് വെച്ചതും, കയ്യിൽ പിടുത്തം വീണിരുന്നു.

അവൾ ഞെട്ടലോടെ തിരിയാൻ ശ്രമിയ്ക്കുമ്പോഴേയ്ക്കും, ഹരി കയ്യിൽ വലിച്ചവളെ ഗോവണിയ്ക്കരികിലേയ്ക്ക് നീക്കി നിർത്തി. തൊട്ടരികെ. കാളിന്ദിയ്ക്ക് ശ്വാസം നിലച്ചു പോവുമോയെന്ന് തോന്നി.

'തന്റെയാ കൊനഷ്ട് ചോദ്യത്തിന്റെ ഉറവിടം അവിടെയാണെന്ന് എനിയ്ക്കറിയാം. ഇനിയും അവിടെ പോയി തിരിഞ്ഞു കളിച്ചാൽ, ശ്രീഹരിയുടെ മറ്റൊരു ഭാവം ഭദ്രകാളി കാണും.'

ഇടനാഴിയിലേക്ക് കാണിച്ചു കൊണ്ട്, അമർത്തി പറഞ്ഞു, അവളെയൊന്നു നോക്കി, ഹരി കയ്യിലെ പിടുത്തം വിട്ടു നടന്നകന്നപ്പോഴും, കാളിന്ദി അതേ നിൽപ്പായിരുന്നു. ഇപ്പോൾ പുറത്തെടുക്കാറില്ലെങ്കിലും, മേലേപ്പാട്ട് ശ്രീഹരിയുടെ രൗദ്രഭാവം മുൻപ് പലപ്പോഴും കണ്ടിട്ടുണ്ട്. എന്തൊക്കെയോ പിറുപിറുത്തു കൊണ്ട് അവൾ കയ്യൊന്ന് കുടഞ്ഞു. നല്ല വേദനയുണ്ട്. എന്ത് പിടുത്തമാണോ കാലമാടൻ പിടിച്ചത്.

ഒരു ശ്രീഹരി, ഇയാളാരാ ഇവിടുത്തെ രാജാവോ..?

പിറുപിറുത്ത് കൊണ്ട്, കയ്യും തടവി ഡൈനിങ് ടേബിളിനരികിലേയ്ക്ക് വരുന്നവളെ കണ്ടതും ഹരിയ്ക്ക് ചിരി പൊട്ടിയിരുന്നു. കുതറാൻ ശ്രമിച്ചപ്പോൾ, ഒന്നമർത്തി പിടിച്ചു പോയിരുന്നു. നൊന്തു കാണും. ഇവിടെയായത് കൊണ്ട് രക്ഷപ്പെട്ടു. അല്ലേൽ ബാക്കി വെച്ചേക്കില്ല ഭദ്രകാളി. ഹരി, നാവ് കൊണ്ട് മേൽചുണ്ടിന്റെ അറ്റമൊന്ന് തൊട്ട്, ചിരി മറച്ചപ്പോൾ കാളിന്ദിയുടെ നോട്ടം അവനിലെത്തിയിരുന്നു. അവളൊന്നു കൂർപ്പിച്ചു നോക്കിയതും, ഹരി ഒരു കണ്ണിറുക്കിയതും ഒരുമിച്ചായിരുന്നു.

നിലാവത്ത് തുറന്നുവിട്ട കോഴിയെ പോലെയായിരുന്നു കാളിന്ദി ദേവി ആ നിമിഷം. ഹരി ചിരി അമർത്തി,പ്ലേറ്റിലേയ്ക്ക് നോട്ടം മാറ്റിയ നിമിഷമാണ്, അപ്പച്ചിയും ചെറിയമ്മയും അവളെ കണ്ടത്

'ഞാഹാ, വിളിയ്ക്കാൻ പോയ ആളെ കൊണ്ടു വരാൻ, ഇനി വേറാരേലും വരണോന്ന് ആലോചിക്കുവായിരുന്നു ഞങ്ങൾ.'

ചെറിയമ്മ പറഞ്ഞതും, ജാള്യത മറച്ചു കാളിന്ദിയൊന്ന് ചിരിച്ചു കാട്ടി. നോക്കി ദഹിപ്പിക്കാൻ എന്നോണം, ഹരിയിൽ അവളുടെ നോട്ടമെത്തിയതും, ആശാൻ ഒന്നുമറിയാത്തത് പോലെ കഞ്ഞി കുടിയ്ക്കാൻ തുടങ്ങിയിരുന്നു. പക്ഷെ ആ മിഴികളിൽ തിളങ്ങിയ കുസൃതിച്ചിരി കാളിന്ദി കണ്ടിരുന്നു. ഒരുമാത്ര അവളുടെ മിഴികളുമൊന്ന് വിടർന്നു. അധരങ്ങളിൽ ഒരു ചെറുപുഞ്ചിരി തങ്ങി നിന്നു.

12

ഹരി മുറിയിൽ എത്തിയപ്പോൾ കാളിന്ദി മൂടിപ്പുതച്ചു കിടപ്പുണ്ട്. അവൻ അവളെയൊന്ന് നോക്കി. ഇന്ദു പറഞ്ഞറിഞ്ഞ കാളിന്ദിയും താൻ കണ്ടറിഞ്ഞ കാളിന്ദിയും തമ്മിൽ ഒരു സാമ്യവും തോന്നിയിട്ടില്ല.

പക്ഷെ ഇന്ദു എന്തിനാവും കാളിന്ദിയെ പറ്റി അങ്ങനെയൊക്കെ പറഞ്ഞു തന്നത് ?

ആ ചോദ്യമായിരുന്നു എന്നും ഹരിയുടെ മനസ്സിനെ വട്ടം കറക്കിയത്.

കാളിന്ദിയ്ക്ക് മറ്റൊരു ഇഷ്ടമുണ്ടായിരുന്നുവെന്നാണ് ഇന്ദു പറഞ്ഞത്. ആളെയും കാണിച്ചു തന്നിരുന്നു. കാളിന്ദിയും അയാളും വളരെ അടുപ്പത്തോടെ സംസാരിക്കുന്നത് വരെ.

പവിയുടെ അച്ഛന്റെ കൂട്ടുകാരനായിരുന്നു ഇന്ദുവിന്റെ അച്ഛൻ. അങ്ങനെയാണ് അവളെ പരിചയപ്പെടുന്നതും. ആള് ഇടിച്ചു കയറി ഇങ്ങോട്ട് വരികയായിരുന്നു. പവി വലിയ താല്പര്യമൊന്നും കാണിച്ചിരുന്നില്ലെങ്കിലും.

പക്ഷെ പവി പറഞ്ഞത് പോലെ ഇന്ദു ഒരു പ്രശ്നക്കാരിയൊന്നും ആയിരുന്നില്ല. ആദ്യം തനിയ്ക്കും അവളോട് ചെറിയൊരു മുഷിച്ചിൽ തോന്നിയിരുന്നെങ്കിലും പതിയെ എപ്പോഴോ തങ്ങൾക്കിടയിൽ ഒരു സൗഹൃദം രൂപപ്പെട്ടിരുന്നു.

ആദ്യം ഇഷ്ടം പറഞ്ഞതും ഇന്ദു തന്നെയായിരുന്നു വലിയ സങ്കല്പങ്ങളൊന്നും ഇല്ലായിരുന്നുവെങ്കിലും, ഇന്ദു തനിയ്ക്ക് യോജിച്ച ഒരുവളല്ലെന്ന് തോന്നിയിരുന്നു. പവിയ്ക്കും അതേ അഭിപ്രായമായിരുന്നു.

അതുകൊണ്ട് തന്നെ അവൾക്ക് നോവാത്ത രീതിയിൽ കാര്യം പറഞ്ഞു മനസ്സിലാക്കി. തന്റെ വാക്കുകളെ അവളും അംഗീകരിച്ചു. പിന്നെ ശല്യപ്പെടുത്തിയതുമില്ല.

പക്ഷെ തന്നെ പ്രതി അവൾ ആത്മഹത്യയ്ക്ക് ശ്രമിച്ചുവെന്നറിഞ്ഞപ്പോൾ സഹിച്ചില്ല. തിരികെ ഇഷ്ടമാണെന്ന് പറഞ്ഞപ്പോൾ ലോകം കീഴടക്കിയ സന്തോഷമായിരുന്നു അവളുടെ മുഖത്ത്.

പിറ്റേന്നും ഭാമയെ കുളിപ്പിച്ച് നല്ല വസ്ത്രങ്ങളണിയിച്ചു മാലയും

വളയുമെല്ലാം ഇട്ടുകൊടുത്തിരുന്നു കാളിന്ദി. വാഴയിലയിൽ, കൊരുത്തു വെച്ച മുല്ലമാല അവൾ എടുത്തുയർത്തിയപ്പോൾ ഭാമയുടെ മിഴികൾ തിളങ്ങി. കാളിന്ദി, ചീകിക്കെട്ടിയ ഭാമയുടെ മുടിയിൽ ആ മുല്ലമാല തിരുകിവെച്ചതും ഭാമ വിടർന്നു ചിരിച്ചു. അത് കണ്ടാണ് ഹരി അകത്തേയ്ക്ക് കയറി വന്നത്. അല്പനേരം കൂടെ ഭാമയ്ക്കരിൽ ഇരുന്നു, കാളിന്ദി തിരികെ നടക്കുമ്പോൾ, അനിയത്തിയുടെ നെറുകയിൽ ഒന്ന് ചുംബിച്ചിട്ട് ഹരിയും ഇറങ്ങിയിരുന്നു.

'കാളിന്ദി..?'

പൊടുന്നനെ അവൻ വിളിച്ചപ്പോൾ അവളൊന്നു തിരിഞ്ഞു നോക്കി.

'താങ്ക്സ്.'

പ്രതീക്ഷിക്കാത്ത വാക്കായത് കൊണ്ട് അവളും ഒന്ന് പതറി. ഹരിയുടെ മിഴികൾ നനഞ്ഞിരുന്നു. അതവൾ കാണാതിരിക്കാൻ വേണ്ടിയെന്നോണം കാളിന്ദിയെ കടന്നവൻ ധൃതിയിൽ നടന്നു. സന്ധ്യയാവാൻ തുടങ്ങുമ്പോൾ, പുസ്തകങ്ങൾക്ക് ഇടയിലിരിയ്ക്കുമ്പോഴാണ് മൊബൈൽ റിങ് ചെയ്തത്.

പവിയാണ്. കോൾ എടുത്ത്, സന്തോഷം അടക്കാനാവാതെ ഭാമയുടെ കാര്യം ഹരി പറഞ്ഞതും മറുപുറം ഒരു മാത്ര നിശബ്ദമായിരുന്നു.

'എടാ, വർഷങ്ങളായി, പേടിയോ ദേഷ്യമോ, നിർവികാരതയോ അല്ലാത്ത ഒരു ഭാവം ഞങ്ങൾ അവളിൽ കണ്ടിട്ട്. ആ അവളാണ് ഇന്ന് എന്നെ നോക്കി ചിരിച്ചത്.'

ഫോണിലൂടെയാണെങ്കിലും ഹരിയുടെ സന്തോഷം അതേപടി അറിയുന്നുണ്ടായിരുന്നു പവിശങ്കർ.

'നിന്റെ ജീവിതത്തിലെ നല്ല മാറ്റങ്ങളുടെ തുടക്കമാണിത് ഹരി.'

ഒന്ന് നിശ്വസിച്ചു പവി കൂട്ടിച്ചേർത്തു.

'അതിനു കാരണം അവളാണ്. കാളിന്ദി.'

ഹരി എതിർത്തില്ല. ഒന്നും പറഞ്ഞതുമില്ല. ഭാമയുടെ ഈ മാറ്റത്തിനു കാരണം കാളിന്ദിയാണെന്ന് അവനും നിഷേധിക്കാനാവില്ലായിരുന്നു. അതിനിടെ അന്ന് മാളിൽ വെച്ച് വിശാലിനെ കണ്ടതിനെ പറ്റി ഹരി പറഞ്ഞതും വീണ്ടും പവി നിശബ്ദനായി.

'ഹലോ... എടാ ഞാൻ പറയണത് നീ കേൾക്കുന്നില്ലേ..?'

'കേട്ടു ഹരി.'

പവിയുടെ സ്വരം വല്ലാതെ താഴ്ന്നിരുന്നു.

'ഹരി ?'

പവിയുടെ വിളിയിൽ നിന്ന് അവനെന്തോ പറയാനുള്ള പുറപ്പാടിലാ

ണെന്നും അത് തനിയ്ക്ക് ഇഷ്ടപ്പെടാത്തതാവുമെന്നും ഹരിയ്ക്ക് മനസ്സിലായിരുന്നു.

'പറയ്'

'പണ്ടൊരിക്കൽ, കുറേ തവണ, വിശാൽ, നിന്നോട് എന്തോ സംസാരിക്കാൻ ശ്രമിച്ചത് നീ ഓർക്കുന്നുണ്ടോ..?'

'ഉം.'

ഹരി ആദ്യം താല്പര്യമില്ലാതെ ഒന്ന് മൂളി. പിന്നെ പറഞ്ഞു.

'അവനെന്താണ് എന്നോട് പറയാനുള്ളതെന്ന് എനിയ്ക്കറിയാവുന്നതായിരുന്നല്ലോ, ഇന്ദു എന്നോട് എല്ലാം പറഞ്ഞതല്ലേ.'

പവി വീണ്ടും മൗനത്തിലാണ്ടു പിന്നെ പറഞ്ഞു.

'സത്യം എല്ലായ്പ്പോഴും നമ്മൾ അറിയുന്നതാവണമെന്നില്ല ഹരി, എന്നാൽ സത്യം സത്യമല്ലാതെയാവുന്നുമില്ല.'

'നീയെന്തൊക്കെയാടാ ഈ പറയുന്നേ..?'

'നീ വിശാലിനെ ഒന്ന് കാണണം, സംസാരിക്കണം. എനിയ്ക്ക് വേണ്ടി.'

ഹരി ഒന്നും മിണ്ടിയില്ല.. അവന്റെയുള്ളിലെ പിരിമുറുക്കം പവി അറിയുന്നുണ്ടായിരുന്നു.

'ഉം.'

ഏറെ നേരം കഴിഞ്ഞു ഇഷ്ടക്കേടോടെ അവൻ വീണ്ടുമൊന്ന് മൂളി.

'അവൻ പറയുന്നത്, ചിലപ്പോൾ നിനക്ക് ഉൾക്കൊള്ളാൻ ആയെന്ന് വരില്ല. എന്നാലും ഒന്നോർക്കുക, അവന് കള്ളം പറഞ്ഞിട്ട് ഇനിയൊന്നും നേടാനില്ല. വേറെയൊന്നും വേണ്ട, വികാരം കൊണ്ടല്ലാതെ, നീയതൊക്കെ ഒന്ന് ഇരുത്തി ചിന്തിയ്ക്കുക. പലതും നിനക്ക് മനസ്സിലാവും.'

ഹരി മറുപടി ഒന്നും പറഞ്ഞില്ല.

'ഞാൻ അവന്റെ നമ്പർ നിനക്ക് വാട്സ് ആപ്പ് ചെയ്യാം.'

'ഉം.'

അതിനും ഹരി മൂളിക്കൊടുത്തു.

പിന്നെയും അല്പസമയം സംസാരിച്ചിട്ടാണ് അവർ കോൾ കട്ട് ചെയ്തത്. ഹരിയുടെ സന്തോഷത്തിനു തെല്ലൊരു മങ്ങലേറ്റിരുന്നു. അപ്പോൾ തന്നെ വാട്സ്ആപ്പ് നോട്ടിഫിക്കേഷൻ വന്നു. തുറന്നു നോക്കിയപ്പോൾ വിശാലിന്റെ നമ്പർ അയച്ചിട്ടുണ്ട് പവി. ഇഷ്ടക്കേടോടെ നോക്കിയെങ്കിലും ഹരി ആ നമ്പർ സേവ് ചെയ്തു വെച്ചു. ഒരു തീരുമാനം എടുത്തില്ലെങ്കിലും. കാളിന്ദിയോടുള്ള മനോഭാവം ഉൾപ്പെടെ, തന്റെ ധാരണകളെ പാടേ മാറ്റുന്നതാണ് ചുറ്റും സംഭവിക്കുന്ന പലതുമെന്ന് തിരിച്ചറിഞ്ഞതും

ഹരിയുടെ മനസ്സ് വീണ്ടും അസ്വസ്ഥമായി.

കാളിന്ദി കിടക്കാനായി വന്നപ്പോഴാണ് മൊബൈൽ റിംഗ് ചെയ്തത്. ശ്രീഹരി ഫോണുമായി മുറിക്ക് പുറത്തേയ്ക്ക് പോയിരുന്നു.

വിശാൽ കോളിങ്ങ്.

ഇത് കാളിന്ദിയെങ്ങാനും കണ്ടാൽ തന്നെ പൊളിച്ചടുക്കുമെന്ന് അവ നറിയാമായിരുന്നു. തെല്ലു നേരം എന്ത് വേണമെന്നറിയാതെ ഹരി പുറ ത്തെ ഇരുട്ടിലേയ്ക്ക് നോക്കി നിന്നു. ഒരു പക്ഷെ ഇന്ദുവിന്റെ മരണ ത്തെ സംബന്ധിക്കുന്നത് എന്തെങ്കിലും വിശാലിൽ നിന്നും കിട്ടിയാൽ..?

ആ ചിന്ത മനസ്സിൽ നിറഞ്ഞപ്പോൾ, എന്തോ തീരുമാനിച്ചത് പോലെ, ഹരി മൊബൈലിൽ വിശാലിന്റെ നമ്പറിലേയ്ക്ക് തിരിച്ചു വിളിച്ചു, അവ ന്റെ ശബ്ദത്തിനായി കാതോർത്തു നിന്നു. സംസാരിച്ചു കഴിഞ്ഞു ഹരി തിരികെ വരുമ്പോൾ കാളിന്ദി കിടന്നിരുന്നു. മങ്ങിയ വെളിച്ചത്തിൽ ഒരു മാത്ര അവളെ നോക്കി നിന്നു ശ്രീഹരി.

'എന്നെയും നോക്കി നിക്കാണ്ട് കിടന്നുറങ്ങാൻ നോക്ക് മനുഷ്യാ, സമയം ഒത്തിരിയായി.'

ഹരി ഞെട്ടലോടെ അവളെ നോക്കി. കണ്ണടച്ചു തന്നെയാണ് കിടപ്പ്. നല്ലോണം ഒന്ന് ചമ്മിപ്പോയിരുന്നു ശ്രീഹരി. അവൾ ഉറങ്ങിയെന്നു കരു തിയാണ് നോക്കിയത്. കാളിന്ദി പക്ഷെ നല്ല സംതൃപ്തിയിലായിരുന്നു. ചെറിയൊരു പ്രതികാരത്തിന്റെ സന്തോഷം.

'അതേയ്, താൻ ഉറങ്ങിയോന്ന് നോക്കിയത് തന്നെയാ, എനിയ്ക്ക് സമാധാനമായി ഉറങ്ങാലോ..?'

'എന്തിന്..? ഉറങ്ങിയില്ലേൽ ഞാൻ നിങ്ങളെ കയറിപ്പിടിയ്ക്കുമോ..?'

ചാട്ടുളി കണക്കെ ഉത്തരം വന്നിരുന്നു. അതിലൊരു മുനയുള്ളത് കൊണ്ട് ഹരിയ്ക്ക് തിരിച്ചൊന്നും പറയാനും കഴിഞ്ഞില്ല.

'നിങ്ങളെന്റെ സൗന്ദര്യം നോക്കി നിന്നതാണെന്ന് എനിയ്ക്കുമറിയാം, നിങ്ങൾക്കുമറിയാം. അതങ്ങ് സമ്മതിച്ചാൽ പോരെ..?'

'ങേ...'

നട്ടപ്പാതിരയ്ക്ക് ശ്രീഹരിയുടെ കിളികൾ പറത്തി, ചിരിയടക്കാൻ കഴി യാതെ കാളിന്ദി തിരിഞ്ഞു കിടന്നിരുന്നു. ഹരി നോക്കുമ്പോൾ കാളിന്ദി യുടെ ദേഹം ഉലയുന്നുണ്ട്. അവൾ ചിരിയ്ക്കുകയാണെന്ന് അറിഞ്ഞ പ്പോൾ എന്തോ ഹരിയ്ക്കും ചിരിയാണ് വന്നത്.

'ചേച്ചിയ്ക്ക് ആരെയും പേടിയില്ലെന്ന് അനിയത്തി പറഞ്ഞതിന്റെ അർ ത്ഥം എനിയ്ക്ക് ഇപ്പോഴാണ് ശരിയ്ക്കും മനസ്സിലാകുന്നത് ഇതൊന്ത് ജന്മമാണോയെന്തോ... ഭദ്രകാളി.'

പിറുപിറുത്തു കൊണ്ട് ഹരി കിടന്നപ്പോഴും കാളിന്ദി ചിരിയ്ക്കുന്നുണ്ടായിരുന്നു. തലചെരിച്ചു നോക്കുമ്പോൾ വീണ്ടുമാ ദേഹം ഉലയുന്നത് കണ്ടു, അവളും ചിരിയ്ക്കുക തന്നെയാണെന്ന് അറിഞ്ഞതും, ശ്രീഹരിയുടെ ചുണ്ടുകളിൽ മനോഹരമായൊരു ചിരി വിടർന്നിരുന്നു.

അപ്പോൾ വിശാലുമായി സംസാരിച്ചത് ഹരി മറന്നുപോയിരുന്നു. നാളെ തന്നെ കാണാമെന്നു വിശാലാണ് പറഞ്ഞത്. അവനു കുറച്ചു ദിവസത്തെ ലീവേയുള്ളത്രെ, മറ്റന്നാൾ ആള് അച്ഛന്റെ നാട്ടിലേയ്ക്ക് പോകുമെന്നും പറഞ്ഞു.

സത്യത്തിൽ വിശാലുമായുള്ള ഒരു കൂടിക്കാഴ്ചയ്ക്ക് മാനസികമായി ഒട്ടും തയ്യാറായിരുന്നില്ല ഹരി. പക്ഷെ ഇന്ദുവിന്റെ മരണത്തിലേക്ക് വെളിച്ചം വീശുന്ന എന്തെങ്കിലുമൊരു സൂചന, വിശാലിൽ നിന്നും കിട്ടിയേക്കുമോ എന്നൊരു പ്രതീക്ഷയിലാണ്, ഹരി നാളെ തന്നെ കാണാമെന്നു സമ്മതിച്ചതും.

പോലീസുകാരടക്കം, ഒരുപാട് അന്വേഷിച്ചുവെങ്കിലും, ഇന്ദു ശരീരത്തിന്റെ ഒരു ഭാഗം പോലെ കൊണ്ടുനടന്നിരുന്ന മൊബൈൽ ഫോണും അവളുടെ മരണശേഷം ആരും കണ്ടില്ല. എല്ലാവരും മറവിയിലേയ്ക്ക് തള്ളിവിട്ടുവെങ്കിലും, ഇന്ദുവിന്റെ മരണത്തെ പറ്റി പൂർണ്ണമായും അറിയാതിരുന്നാൽ, തനിയ്ക്ക് ഒരിക്കലും സമാധാനം കിട്ടില്ലെന്ന് ഹരിയ്ക്ക് അറിയാമായിരുന്നു. അവന്റെ അന്വേഷണങ്ങളൊക്കെ, പണ്ടേ പലയിടത്തും വഴി മുട്ടി നിന്നതാണ്.

അന്നും എല്ലാരും ഉച്ചമയക്കത്തിലാണ്ടപ്പോൾ അവൾ പതിവ് പോലെ തൊടിയിലേക്കിറങ്ങി. നടത്തം അവസാനിച്ചത് കുളപ്പടവുകളിലാണ്. വെറുതെ വെള്ളത്തിലേയ്ക്കും നോക്കിയിരിക്കുമ്പോൾ ആരോ അടുത്ത് വന്നിരുന്നത് പോലെ. ഇവിടെ വന്നിരിക്കുമ്പോഴൊക്കെ ഈ തോന്നൽ ഉണ്ടാകാറുണ്ട്.

അവൾ ഒന്ന് നിശ്വസിച്ചു ചുറ്റും നോക്കി. ആരുമില്ല. തികഞ്ഞ നിശബ്ദതയിൽ വെള്ളം ഇളകുന്നത് പോലെ തോന്നിയിട്ടാണ് കാളിന്ദി വീണ്ടും കുളത്തിലേയ്ക്ക് നോക്കിയത്. അത്രയ്ക്ക് വ്യക്തമാകാത്ത, ഒരു പെണ്ണിന്റെ നിഴൽ രൂപം കുളത്തിലേയ്ക്ക് പതിച്ചത് പോലെ. ഞെട്ടലോടെ കാളിന്ദി എഴുന്നേൽക്കുമ്പോൾ ആ രൂപം കുളത്തിന്റെ ആഴങ്ങളിൽ അലിഞ്ഞില്ലാതെയാവുന്നതും അവൾ കണ്ടു.

തോന്നലാണെന്ന് മനസ്സ് വാദിയ്ക്കാൻ ശ്രമിച്ചുവെങ്കിലും, അതങ്ങനെയല്ലെന്ന് കാളിന്ദിയ്ക്ക് അറിയാമായിരുന്നു. വ്യക്തമായി കണ്ടില്ലെങ്കിലും അതൊരു പെണ്ണിന്റെ രൂപമാണെന്ന് അവൾക്ക് ഉറപ്പായിരുന്നു.

പക്ഷെ ഇതിന്റെയൊക്കെ അർത്ഥം.?

പണ്ട്, അച്ഛന്റെ തറവാട്ടിൽ വെച്ച് ഇങ്ങനെയുള്ള ഒരു പാട് അനുഭവങ്ങളുണ്ടായിട്ടുള്ളത് കൊണ്ടും പലതിനും സാക്ഷിയായത് കൊണ്ടുമാവാം കാളിന്ദിയ്ക്ക് ഭയമൊന്നും തോന്നിയില്ല. പകരം അവൾക്ക് കൗതുകമായിരുന്നു. തന്നിൽ നിന്നും മറഞ്ഞു നിൽക്കുന്ന എന്തോ ഒന്ന്. ആരോ എന്തോ തന്നോട് പറയാൻ ശ്രമിയ്ക്കുന്നത് പോലെ.

സാധാരണ മനുഷ്യർക്ക് കാണാനോ കേൾക്കാനോ കഴിയാത്ത പലതും കാളിന്ദിയ്ക്ക് അനുഭവഭേദ്യമായിരുന്നു ബാല്യത്തിലേ. അങ്ങനെ ചിലതൊക്കെ അവൾ പറയാൻ തുടങ്ങിയതോടെ അച്ഛനും അമ്മയും ഭയപ്പെട്ടു തുടങ്ങി. മറ്റുള്ളവരുടെ വാക്കുകൾ കേട്ട്, തങ്ങളുടെ മകൾക്ക് എന്തോ കുഴപ്പമുണ്ടോയെന്ന് ആ പാവങ്ങൾ ആധി പൂണ്ടു. ഒരു ദിനം അവർ തമ്മിലുള്ള സംസാരം കാളിന്ദി കേട്ടതോടെ, അവരുടെ ഭയം മനസ്സിലാക്കിയതോടെ, പലപ്പോഴും, താൻ കാണുന്നതും കേൾക്കുന്നതുമെല്ലാം എല്ലാവർക്കും ഉൾക്കൊള്ളാൻ കഴിയണമെന്നില്ലെന്ന് അവൾ തിരിച്ചറിഞ്ഞു.

അതോടെ അവൾ അതെല്ലാം ഉള്ളിലൊതുക്കാൻ പഠിച്ചു. എന്നാലും അവളുടെ ഉള്ളിലെ അന്വേഷണകുതുകി വെറുതെയിരുന്നില്ല. ആരുമറിയാതെ, കൗതുകം തോന്നുന്നതിനെ പറ്റിയൊക്കെ അവൾ കൂടുതൽ അറിയാൻ ശ്രമിച്ചുകൊണ്ടേയിരുന്നു.

കാളിന്ദിയ്ക്ക് ഒന്നിനെയും പേടിയില്ലായിരുന്നു. സമയമാവുമ്പോൾ, എല്ലാവരെയും പോലെ, മരണം തന്നെയും തേടിയെത്തുമെന്ന ചിന്തയിൽ, അവൾ ഭയത്തെ മറച്ചു പിടിച്ചു.

വീണ്ടും കാളിന്ദിയുടെ മിഴികൾ ചുറ്റുപാടും നിരീക്ഷിച്ചുവെങ്കിലും അവൾക്കൊന്നും കണ്ടെത്താനായില്ല.

തിരികെ ഇല്ലത്തേയ്ക്ക് നടക്കുമ്പോഴും കുളത്തിന്റെ ആഴങ്ങളിലേയ്ക്ക് മറഞ്ഞ ആ രൂപമായിരുന്നു അവളുടെ മനസ്സിൽ. നടന്നു മുറ്റത്തിന് അപ്പുറത്തെ തൊടിയിലെ തേന്മാവിൻ ചുവട്ടിൽ എത്തിയപ്പോഴാണ് ഒരു ശബ്ദം കേട്ട് അവൾ താഴേയ്ക്ക് നോക്കിയത്. അവൾക്കരികിലൂടെ ധൃതിയിൽ ഇഴഞ്ഞു നീങ്ങുന്ന ആ കരിനാഗം. അവളെ കടന്നു ഇഴഞ്ഞു അല്പദൂരം പോയപ്പോഴേക്കും എന്തോ ശബ്ദം കേട്ടെന്നോണം ആളൊന്നുനിന്നു. പിന്നെ തലയൊന്നുയർത്തി. പതിയെ ആ ഫണം വിടരുന്നതും സീൽക്കാരശബ്ദം വരുന്നതും കാളിന്ദി ശ്വാസം വിടാതെ നോക്കി നിൽക്കുകയായിരുന്നു.

ഫണത്തിലെ വെള്ളി നിറത്തിലെ ത്രിശൂല ചിഹ്നം കണ്ടതും അ

വളുടെ മുഖത്ത് ആശ്ചര്യം നിറഞ്ഞു. യക്ഷിയമ്മയുടെ കാവൽക്കാരൻ. യക്ഷിക്കാവിലെ ആൽത്തറയിൽ യക്ഷിയമ്മയുടെ പ്രതിഷ്ഠയ്ക്ക് വലതുവശത്തായി ആൽമരത്തിന്റെ പൊത്തിന്നുള്ളിൽ നിന്നും ഇറങ്ങി വരുന്നയാളെ എത്രയോ തവണ കണ്ടിരിക്കുന്നു. ചിലപ്പോഴൊക്കെ പ്രതിഷ്ഠയുടെ കാൽച്ചുവട്ടിൽ ചുറ്റിപ്പിണഞ്ഞു കിടക്കുന്നതും കാണാം. ആളുടെ അനുവാദമില്ലാതെ കാവിലേയ്ക്ക് ആർക്കും കടക്കാനാവില്ലെന്നാണ് വിശ്വാസം.

യക്ഷിയമ്മ വരുന്നയാൾക്ക് ദർശനം നൽകാൻ ആഗ്രഹിക്കുന്നില്ലെങ്കിൽ, കരിനാഗം, യക്ഷിക്കാവിലേയ്ക്ക് കയറുന്ന പടികളിൽ ഫണം വിടർത്തി നിൽക്കുന്നുണ്ടാവും.അത് കണ്ടാൽ തിരികെ മടങ്ങണമെന്നാണത്രേ അർത്ഥം. കാവ് നശിക്കാൻ തുടങ്ങിയിട്ടും കാലങ്ങളായി അവിടെ തുടരുന്ന കാവൽക്കാരന് മാത്രം മാറ്റമില്ല.

അപ്പോൾ ഇയാളായിരുന്നോ ഇടനാഴിയിലൂടെ ആ അറയിലേയ്ക്ക് കയറിപ്പോയത്?

ആ അരണ്ട വെളിച്ചത്തിൽ അന്ന് ശരിക്കും കണ്ടില്ല. പക്ഷെ യക്ഷിക്കാവിൽ നിന്നും പുറത്തിറങ്ങാത്ത ആളെങ്ങിനെ ഇവിടെയെത്തി ? അതും അറയ്ക്കുള്ളിൽ?

കാളിന്ദി ചിന്തകളിൽ മുഴുകി നിൽക്കെ കരിനാഗം പ്രയാണം തുടങ്ങിയിരുന്നു. വലതു വശത്തെ മതിലിനപ്പുറത്തെ ഇടവഴിയിലേക്ക് അത് ഇഴഞ്ഞിറങ്ങിപ്പോയി. യക്ഷിക്കാവാണ് ലക്ഷ്യം.

മേലേപ്പാട്ടെ പിടിതരാത്ത ദുരൂഹതകളെ തേടിയിറങ്ങാൻ തുടങ്ങിയിരുന്നു കാളിന്ദിയുടെ മനസ്സ്.

13

സന്ധ്യയ്ക്കാണ് ശ്രീഹരി വന്നു കയറിയത്. ആരെയും നോക്കാതെ, ഒറ്റ പോക്കായിരുന്നു. ഏറെ സമയം കഴിഞ്ഞു, അവൾ ചെന്ന് നോക്കുമ്പോൾ വായനമുറിയിൽ കയറി കതകടച്ചിട്ടുണ്ട് ആള്. അത്താഴസമയത്ത് കാളിന്ദി ചെന്ന് വിളിച്ചിട്ടും കതകിൽ മുട്ടിയിട്ടുമൊന്നും ഹരി വാതിൽ തുറന്നില്ല.

ഹരിയേട്ടൻ കുറച്ചൂടെ കഴിഞ്ഞു കഴിച്ചോളുമെന്ന് പറഞ്ഞു അവൾ അപ്പച്ചിയേയും ചെറിയമ്മയേയും കഴിപ്പിച്ചു ഉറങ്ങാൻ പറഞ്ഞു വിട്ടു. കിടക്കാനുള്ള സമയം കഴിഞ്ഞിട്ടും ആള് ഇറങ്ങി വരാതിരുന്നപ്പോഴാണ് കാളിന്ദി പിന്നെയും ചെന്ന് നോക്കിയത്. വാതിൽ തുറക്കാതിരുന്നപ്പോൾ അവൾക്കും വാശിയായി. അവളുടെ തുടർച്ചയായുള്ള മുട്ടൽ കാരണമാവാം ഒടുവിൽ ശ്രീഹരി വാതിൽ വലിച്ചു തുറന്നു.

ആ മുഖം കണ്ടതും കാളിന്ദിയുടെ ഉള്ളൊന്നാളി. ശ്രീഹരിയുടെ ഇങ്ങനെയൊരു ഭാവം അവൾ ആദ്യമായി കാണുകയായിരുന്നു.

മുഖമൊക്കെ ഇടുങ്ങി മിഴികൾ കലങ്ങിച്ചുവന്നു, ആകെയൊരു വല്ലാത്ത ഭാവത്തോടെ, ഹരി അവൾക്ക് മുൻപിൽ നിന്നു. കാളിന്ദിയുടെ നെറ്റി ചുളിഞ്ഞു.

'എന്ത് വേണം..?'

വലിഞ്ഞു മുറുകിയ ശബ്ദം കേട്ടതും അവളൊന്നു പതറി.

'കഴിയ്ക്കാൻ.'

'എനിയ്ക്ക് വേണ്ട.'

ഇടിവെട്ടുന്നത് പോലെയുള്ള മറുപടി കേട്ടതും കാളിന്ദി അവനെയൊന്ന് സൂക്ഷിച്ചു നോക്കി. അതും പറഞ്ഞ് അവളെ രൂക്ഷമായി ഒന്ന് നോക്കി, ഹരി വീണ്ടും വാതിലടയ്ക്കാൻ തുടങ്ങി.

ഇങ്ങേരെ വല്ല തേനീച്ചയും കുത്തിയോ.?

മനസ്സിൽ കരുതിക്കൊണ്ട് അവൾ വീണ്ടും പറഞ്ഞു.

'അത് അമ്മയും ചെറിയമ്മയുമൊക്കെ.'

'വാരിക്കഴിപ്പിക്കാൻ ഞാൻ കൊച്ചുകുട്ടിയൊന്നുമല്ലെന്ന് അവർക്കറിയാം. എനിയ്ക്ക് വേണ്ടെന്ന് പറഞ്ഞാൽ മതി.'

കാളിന്ദിയ്ക്ക് മറുപടി പറയാൻ കഴിയുന്നതിനു മുൻപേ ശ്രീഹരി വാതിൽ വലിച്ചടച്ചിരുന്നു. ഇതിപ്പോൾ ഇങ്ങേര് എന്നോട് ചൂടാവുന്നതെന്തിനാ?

ഇന്ദുവിന്റെ കാര്യം ഓർത്തിട്ടാണോ ഇങ്ങനെയൊരു ഭാവം?

അല്ലെന്ന് തന്നെ മനസ്സ് പറഞ്ഞു. ഇവിടെ വന്നു ഇത്രയും ദിവസങ്ങൾ കഴിഞ്ഞെങ്കിലും, ഹരിയേട്ടന്റെ ഇങ്ങനെയൊരു ഭാവം ആദ്യമായി കാണുകയാണ്. മുൻപും ദേഷ്യമൊക്കെ കാണിച്ചിട്ടുണ്ടെങ്കിലും ഇത് പോലെ തീർത്തും അവഗണിച്ചിട്ടില്ല.

എന്തോ ഒരു കരട് ആ മനസ്സിൽ കിടപ്പുണ്ട്. ഇന്നലെ രാത്രി വന്ന ഫോൺ കോൾ കാളിന്ദിയ്ക്ക് ഓർമ്മ വന്നു ഇന്ന് രാവിലെയും ഹരിയേട്ടൻ വല്ലാതെ അസ്വസ്ഥനായിരുന്നു. പുറമേ എത്രയൊക്കെ അകന്നിട്ടാണ് നിൽക്കുന്നതെന്ന് ഭാവിച്ചാലും, ഹരിയുടെ മനസ്സിന്റെ നോവും ഭാവങ്ങളും തന്നെയും വേദനിപ്പിക്കുന്നുണ്ടെന്ന് അവളറിഞ്ഞു.

കാര്യം എന്ത് തന്നെയായാലും, ഹരി അത് തന്നോട് പറയില്ലെന്നും അവൾക്കറിയാമായിരുന്നു.

ഏറെ നേരം കഴിഞ്ഞു വീണ്ടുമവൾ മുകളിലേയ്ക്ക് ചെന്നപ്പോഴും ആ വാതിൽ അടഞ്ഞു തന്നെ കിടന്നിരുന്നു.

അവൾ മുറിയിലേയ്ക്ക് പോയി. കട്ടിലിൽ ചാരി എന്തൊക്കെയോ ആലോചനകളിൽ മുഴുകിയിരുന്നു കാളിന്ദി. സമയം പോകുന്നതറിയാതെ. ഹരി മുറിയിലേയ്ക്ക് വന്നില്ല. ആ വാതിൽ തുറന്നുമില്ല. ഏറെ നേരത്തെ ഇരിപ്പിനൊടുവിൽ അവൾ അങ്ങനെ തന്നെയിരുന്ന് ഉറങ്ങിപ്പോയിരുന്നു.

പുലരാൻ തുടങ്ങുമ്പോഴെപ്പോഴോ, ബാത്റൂമിൽ പോകാനായി, മുറിയിലേയ്ക്ക് വന്ന ശ്രീഹരി, കട്ടിലിൽ ചാരിയിരുന്നു ഉറങ്ങുന്ന കാളിന്ദിയെ കണ്ടൊന്ന് നിന്നു. തന്നെ കാത്തിരുന്നു ഉറങ്ങിപ്പോയതാണെന്ന് ഹരിയ്ക്ക് മനസ്സിലായി. അവളെ ഒന്നും കൂടെ നോക്കി, ദീർഘമായി ഒന്ന് നിശ്വസിച്ചു, ഹരി ബാത്റൂമിലേയ്ക്ക് നടന്നു. അവന്റെ ഉള്ളിലാളുന്ന അഗ്നി അപ്പോഴും തെല്ലും ശമിച്ചിരുന്നില്ല. മുഖമൊക്കെയൊന്ന് കഴുകാനായാണ് കയറിയതെങ്കിലും, ഹരി ഇട്ടിരുന്ന വസ്ത്രങ്ങൾ മാറാതെ തന്നെ ഷവർ ഓൺ ചെയ്തു, ഏറെനേരം അതിന്റെ ചുവട്ടിൽ മിഴികൾ ഇറുകെ അടച്ചു നിന്നു.

തലമുടിയിലൂടെ ഒഴുകിയിറങ്ങി നെഞ്ചിലെത്തി, പതിയെ താഴേയ്ക്ക് വീഴുന്ന വെള്ളത്തുള്ളികളുടെ തണുപ്പൊന്നും അവന് തെല്ലും ആശ്വാസമേകിയില്ല. ബാത്റൂമിന്റെ വാതിൽ തുറക്കുന്ന ശബ്ദം കേട്ടാണ് കാ

ളിന്ദി മിഴികൾ തുറന്നത്, തല ചെരിച്ചു നോക്കിയതും ആകെ നനഞ്ഞു കുളിച്ചു, ബാത്റൂമിൽ നിന്നും ഇറങ്ങുന്ന ഹരിയെ കണ്ടതും അവൾ പിടഞ്ഞെഴുന്നേറ്റു.

'എന്താ... എന്ത് പറ്റി ഹരിയേട്ടാ ?'

വേവലാതിയോടെ മറ്റെല്ലാം മറന്നു തനിയ്ക്കരികിലേയ്ക്ക് ഓടിവന്ന കാളിന്ദിയെ ഉറ്റുനോക്കി ശ്രീഹരി നിന്നു. ആ നോട്ടത്തിൽ അവളൊന്നു പരുങ്ങി, ധൃതിയിൽ ആ മുഖത്ത് നിന്നും നോട്ടവും മാറ്റി.

'കാളിന്ദിയും അഭിനയിക്കാൻ ഒട്ടും മോശമല്ലല്ലേ..?'

പരുക്കനായിരുന്നു ശബ്ദം.

അവൾ കാര്യം മനസ്സിലാകാതെ ഹരിയെ നോക്കി. അവനൊന്നു ചിരിച്ചു. ജീവനില്ലാത്ത ചിരി. പിന്നെ അവൾക്കരികിലേയ്ക്ക് ചുവടുകൾ വെച്ചു. കാളിന്ദി ശരിക്കും പതറിപ്പോയിരുന്നു. ഇത് വരെ പരിചയമില്ലാത്ത ഒരാളായിരുന്നു അവൾക്കപ്പോൾ ശ്രീഹരി.

'ഇന്ദുവും വിശാലും തമ്മിൽ എന്തായിരുന്നു ബന്ധം?'

കാളിന്ദിയുടെ ഉള്ളിലൊരു വെള്ളിടി വെട്ടി. എങ്കിലും അവൾ സമനില കൈ വിടാതെ പറഞ്ഞു.

'ഇന്ദുവും വിശാലും ബന്ധുക്കളാണെന്ന് ഹരിയേട്ടന് അറിയാവുന്നതല്ലേ..?'

ഹരി അവളിൽ നിന്നും കണ്ണെടുക്കാതിരുന്നപ്പോൾ, കാളിന്ദി വീണ്ടും അസ്വസ്ഥയായി.

'ഞാൻ ചോദിച്ചത് കാളിന്ദിയ്ക്ക് മനസ്സിലാകാത്തതാണോ, അതോ മനസ്സിലായില്ലെന്ന് ഭാവിക്കുന്നതാണോ..?'

ഹരിയുടെ സ്വരത്തിലെ പരിഹാസം കാളിന്ദിയെ ചൊടിപ്പിയ്ക്കാൻ തുടങ്ങിയിരുന്നു. എങ്കിലും അവളൊന്നും മിണ്ടിയില്ല.

'ഞാൻ ചോദിച്ചത്, വിശാലും ഇന്ദുവും സ്നേഹത്തിലായിരുന്നോയെന്നാണ്..?'

ഹരിയുടെ സ്വരം ഒന്ന് കടുത്തു.

'അത് ഹരിയേട്ടൻ ചോദിക്കേണ്ടിയിരുന്നത് ഇന്ദുവിനോടായിരുന്നു. ഇനി ഇന്ദുവിനോട് ചോദിക്കാൻ കഴിയാത്ത സ്ഥിതിക്ക്, വിശാലിനോടും.'

കാളിന്ദിയുടെ ശബ്ദം ശാന്തമായിരുന്നു. അവൾ ഹരിയെ നോക്കി തന്നെയാണ് സംസാരിച്ചത്. ഹൃദയം പട പടാ മിടിയ്ക്കുന്നുണ്ടെങ്കിലും.

ഹരി വീണ്ടും ചിരിച്ചു.

'അവർക്കിടയിൽ ഉണ്ടായിരുന്നൊരു സാക്ഷിയെന്ന നിലയിൽ കാ

ളിന്ദി ദേവിയോടും ചോദിക്കാമല്ലോ..?'

'പക്ഷെ മറുപടി പറയണമോ വേണ്ടയോ എന്ന് കാളിന്ദി തീരുമാനി ക്കും.'

'ഉറപ്പാണോ..?'

ഹരി അവളുടെ ഒരു നിശ്വാസത്തിനകലെ എത്തിയിരുന്നു. അവന്റെ ദേഹത്തെ തണുപ്പ് തന്നിലേയ്ക്ക് പടരുന്നത് അവളറിഞ്ഞു. നീണ്ട മുടി യിഴകളിൽ നിന്നും വെള്ളത്തുള്ളികൾ അപ്പോഴും അവന്റെ കഴുത്തിലേ യ്ക്ക് ചിതറി വീഴുന്നുണ്ടായിരുന്നു.

ഹരി എന്തൊക്കെയോ അറിഞ്ഞുള്ള വരവാണെന്ന് അവൾ തിരിച്ച റിഞ്ഞു കഴിഞ്ഞിരുന്നു. കാളിന്ദിയുടെ മിഴികളിൽ നോട്ടമുറപ്പിച്ചിരുന്നു ശ്രീഹരി. ഇനിയും ഈ നിൽപ്പ് തുടർന്നാൽ തന്റെ മനസ്സും കൈ വിട്ടു പോകുമെന്ന് തോന്നിയതും കാളിന്ദി പറഞ്ഞു.

'ഇന്ദുബാല ഹരിയേട്ടൻ പ്രണയിച്ചു വിവാഹം കഴിച്ചവളാണ്. ഞാൻ, നിങ്ങൾക്ക് ഒട്ടും ഇഷ്ടമില്ലാഞ്ഞിട്ടും, ഗതികേട് കൊണ്ട് ആ സ്ഥാനത്തേ യ്ക്ക് വന്നവളും. നിങ്ങളുടെ കണ്ണിൽ ഇന്ദുബാലയുടെ സ്ഥാനം തട്ടി യെടുക്കാൻ വന്നവൾ.'

കാളിന്ദിയുടെ ശബ്ദത്തിലും പരിഹാസം കലർന്നിരുന്നു. ഹരി അവ ളെ നോക്കി നിന്നതല്ലാതെ ഒന്നും പറഞ്ഞില്ല.

'ആ ഞാൻ, ഇന്ദുബാലയെ പറ്റി എന്തെങ്കിലും പറഞ്ഞാൽ നിങ്ങൾ വിശ്വസിക്കുമോ ?'

കാളിന്ദിയുടെ ശബ്ദത്തിലെ പരിഹാസം ഹരിയിൽ തെല്ലുമേശിയില്ല.

'വിശ്വസിയ്ക്കും.'

ഹരിയുടെ ശബ്ദം ദൃഢമായിരുന്നു. അവൾ അമ്പരപ്പോടെ അവനെ നോക്കി. ആ മുഖവും ശാന്തമായിരുന്നു.

'ഇനി പറയ്. ഇന്ദു. അവൾ, അവളെന്നെ ചതിയ്ക്കുകയായിരുന്നോ..?'

മുഖത്ത് ഭാവഭേദമൊന്നും ഉണ്ടായിരുന്നില്ലെങ്കിലും, ഹരിയുടെ ശബ്ദ ത്തിൽ നിറഞ്ഞ വേദന കാളിന്ദി അറിഞ്ഞിരുന്നു. അത് അവളെയും വേദനിപ്പിച്ചു

'ഇന്ദു ഹരിയേട്ടനെ ചതിച്ചോയെന്നുള്ള ചോദ്യത്തിന്, എന്റെ പക്കൽ ഉത്തരമൊന്നുമില്ല.., പക്ഷെ...'

അവൾ ഹരിയുടെ കണ്ണുകളിലേയ്ക്ക് നോക്കി. തന്റെ ഉത്തരത്തിനാ യി ശ്വാസം അടക്കിപ്പിടിച്ചു നിൽക്കുന്ന ഹരിയെ കണ്ടപ്പോൾ, ഒരു മാ ത്ര കള്ളം പറഞ്ഞാലോയെന്ന് പോലും കാളിന്ദി ചിന്തിച്ചു പോയി.

'ഇന്ദുവും വിശാലും പ്രണയത്തിലായിരുന്നു, വർഷങ്ങളുടെ പഴക്ക

മുള്ള പ്രണയം.'

കള്ളം പറയാൻ തോന്നിയില്ല. ചുറ്റുമുള്ളവരെ ഇപ്പോഴും ഇന്ദുവിന്റെ വാക്കുകളിലൂടെ അളക്കുന്നയാൾ, സത്യം അറിയണമെന്ന് തന്നെ മനസ്സ് ശഠിച്ചു. തന്റെ വാക്കുകളിൽ ആ മനസ്സ് തകരുന്നത് അവൾ കണ്ടു. ഹരിയുടെ കണ്ണുകളിൽ മിന്നിമാഞ്ഞ ആ ഭാവം. ഹരി മിഴികൾ ഇറുകെ അടച്ചു നിന്നു. കാളിന്ദിയ്ക്ക് ആ കവിളിൽ ഒന്ന് കൈചേർത്ത് വെക്കാൻ തോന്നി. അവൻ തല ശക്തിയായി കുടഞ്ഞതും, അവൾ ഞെട്ടി പുറകോട്ട് മാറി.

അടുത്ത നിമിഷം, രണ്ടു മൂന്ന് ചുവടുകൾ പിറകിലോട്ട് വെച്ച് ശ്രീഹരി നിലത്തേയ്ക്കിരുന്നു. മേശയുടെ കാലിൽ ചാരി. നിമിനേരം, കാളിന്ദി എന്ത് ചെയ്യണമെന്നറിയാതെ നിന്നു. പിന്നെ അവളും പതിയെ ഹരിയുടെ അരികിലിരുന്നു.

'ഹരിയേട്ടാ..? '

തെല്ലുനേരം കഴിഞ്ഞപ്പോൾ അവൾ പതിയെ വിളിച്ചു. ഹരി അവളെ നോക്കിയില്ല. ഇരുകൈകളും മുഖത്തമർത്തി, മുട്ടുകാലിലൂന്നി ഇരിപ്പാണ്.

'അതിനർത്ഥം ഇന്ദു ഹരിയേട്ടനെ സ്നേഹിച്ചിട്ടില്ലെന്നല്ല.'

എന്തോ, ആകെ തകർന്നത് പോലെയിരിക്കുന്ന ആ മനുഷ്യനെ കണ്ടപ്പോൾ അവൾക്കങ്ങനെ പറയാനാണ് തോന്നിയത്. പൊടുന്നനെ ഹരി പൊട്ടിച്ചിരിച്ചപ്പോൾ അവളൊന്നു ഞെട്ടി.

'കാളിന്ദിയുടെ ഔദാര്യം. അതെനിയ്ക്ക് ഇഷ്ടമായി.'

അവന്റെ ശബ്ദത്തിൽ പരിഹാസത്തേക്കാളും വേദനയായിരുന്നു.

'വർഷങ്ങളോളം പ്രണയിച്ചു, ശരീരവും മനസ്സും പങ്കിട്ടവനെ ഉപേക്ഷിക്കാൻ മാത്രമുള്ള പ്രണയം, ഒരു സുപ്രഭാതത്തിൽ ഇന്ദുബാലയ്ക്ക് എന്നോട് തോന്നിയെന്ന് വിശ്വസിക്കാൻ മാത്രം മണ്ടനല്ല കാളിന്ദി ഞാൻ.'

കാളിന്ദിയ്ക്ക് ഒന്നും പറയാനില്ലായിരുന്നു. ഹരിയുടെ ഈ വെളിപ്പെടുത്തലിൽ അവളും ഞെട്ടിയിരുന്നു. അവരുടെ ബന്ധം എല്ലാവരും മനസ്സാലെ അംഗീകരിച്ചത് കൊണ്ട്, വിശാലിനും ഇന്ദുവിനും നിയന്ത്രണങ്ങളേതുമില്ലായിരുന്നു. ഒന്നിച്ചുള്ള കറക്കങ്ങളും കൂടിച്ചേരലുകളും ഏറി വന്നപ്പോൾ, ഒരിക്കൽ താൻ ഇന്ദുവിനെ ഉപദേശിച്ചതുമാണ്. അന്നവൾ തന്നെ പരിഹസിച്ചു. താനിയ്ക്ക് കൊതിക്കെറുവാണെന്നും ജീവിതം ആസ്വദിക്കാനുള്ളതാണെന്നുമുള്ള ഇന്ദുവിന്റെ എടുത്തടിച്ചത് പോലുള്ള മറുപടിയിൽ മനസ്സ് നൊന്തിരുന്നു. പിന്നെ അവരുടെ ബന്ധത്തിൽ ഇടപെടാനോ അഭിപ്രായങ്ങൾ പറയാനോ പോയിട്ടില്ല. ഇന്ദുവിന് അത് ഒട്ടും

ഇഷ്ടമായിരുന്നില്ല താനും..

പക്ഷെ ഇന്ദുവിനെക്കാൾ, പക്വതയും കാര്യവിവരവുമൊക്കെ വിശാലിന് ഉള്ളത് കൊണ്ട്, അവർ പരിധിവിട്ടു പോവില്ലെന്നൊരു വിശ്വാസമുണ്ടായിരുന്നു. പക്ഷെ...

'ഇത്. ഇതൊക്കെ വിശാൽ പറഞ്ഞതാണോ..?'

കാളിന്ദി മടിച്ചു മടിച്ചാണ് ചോദിച്ചതെങ്കിലും ഹരി ഒന്നും മിണ്ടിയില്ല.

എന്തോ ഓർത്ത്, ആത്മനിന്ദയാലെന്നോണം ഹരി ചിരിക്കുന്നത് കണ്ടതും, കാളിന്ദിയ്ക്ക് വേദനിച്ചു. അവൾക്ക് ഇന്ദുവിനോട് വല്ലാത്ത ദേഷ്യം തോന്നി. ഇന്നോളം തോന്നാത്തത്ര.

'ഇന്ദുബാലയ്ക്ക് ശ്രീഹരിയോടുള്ള പ്രണയത്തിനും വർഷങ്ങളുടെ പഴക്കമുണ്ടെന്നായിരുന്നു അവൾ എന്നോട് പറഞ്ഞത്. അവൾ ഇഷ്ടം പറഞ്ഞപ്പോൾ, ആദ്യം, തിരിച്ചു പ്രണയമൊന്നും തോന്നിയില്ലെങ്കിലും, എനിയ്ക്ക് വേണ്ടി ജീവൻ പോലും കളയാൻ തയ്യാറായ പെണ്ണിനെ, ഒടുവിൽ ഞാനും അംഗീകരിക്കുകയായിരുന്നു. മനസ്സിൽ തോന്നിയ മറ്റൊരു ഇഷ്ടം കുഴിച്ചു മൂടിയിട്ടാണെങ്കിലും.'

കാളിന്ദി വീണ്ടും ഞെട്ടി അവനെ നോക്കി. ഹരിയുടെ മുഖത്തൊരു വാടിയ ചിരി തെളിഞ്ഞു.

'ശ്രീഹരി വിഡ്ഢിയായിരുന്നു. പമ്പര വിഡ്ഢി. ആരെയും മനസ്സിലാക്കാനാവാതെ പോയി. എന്നെയും ആരും മനസിലാക്കിയില്ല.'

സ്വയമെന്നോണം പറഞ്ഞുകൊണ്ട് ഹരി പതിയെ എഴുന്നേറ്റപ്പോൾ, കാളിന്ദിയും എഴുന്നേറ്റു. ഹരിയുടെ വസ്ത്രങ്ങളിൽ നിന്നും നിലത്തു പടർന്ന നനവിൽ അവന്റെ ചുവടൊന്ന് പിഴച്ചു, വീഴാൻ തുടങ്ങിയതും അവൾ അവനെ കേറിപ്പിടിച്ചു. തന്നിലേയ്ക്ക് അമർന്ന അവന്റെ ഭാരം താങ്ങാനാവാതെ അവൾ പിറകിലേയ്ക്ക് പോയെങ്കിലും മേശമേൽ തട്ടി നിന്നിരുന്നു. അതിനിടയിലെപ്പോഴോ ഹരിയുടെ കൈകൾ അവളെ ചുറ്റിയിരുന്നു. ഒരു നിശ്വാസത്തിനപ്പുറം അവളുടെ മിഴികളിലേയ്ക്ക് ഉറ്റു നോക്കിയാണ് ചോദിച്ചത്.

'കാളിന്ദി ദേവിയുടെ മനസ്സിലെ പ്രണയം. അത് ഈ ശ്രീഹരിയായിരുന്നോ?'

ആ നിമിഷം...വിറച്ചു പോയിരുന്നു കാളിന്ദി.

'ആണെങ്കിൽ?'

കാളിന്ദി പൊടുന്നനെ അവനിൽ മിഴികൾ കൊരുത്തു ചോദിച്ചതും ഹരി ഒന്ന് ഞെട്ടി.

'ഇന്ദുബാലയെ മറന്നു ശ്രീഹരി എന്നെ സ്നേഹിക്കുമോ..?'

വല്ലാത്തൊരു ഭാവമായിരുന്നു കാളിന്ദിയുടെ മുഖത്തപ്പോൾ. ഹരി അവളെ സാകൂതം നോക്കി നിന്നു. അടുത്ത നിമിഷം അവൾ പൊട്ടിച്ചിരിച്ചതും ഹരിയൊന്ന് പകച്ചു.

'പിന്നേ... എനിയ്ക്ക് വട്ടല്ലേ ഈ കാട്ടുമാക്കാനെ പ്രേമിക്കാൻ.'

പക്ഷെ ആ വാക്കുകൾ ഉരുവിടുന്നതിനു മുൻപേ, കാളിന്ദിയുടെ മിഴികളിൽ എന്തോ ഒന്ന് മിന്നിമാഞ്ഞത് ശ്രീഹരി വ്യക്തമായി കണ്ടിരുന്നു. അവൾ വീണ്ടും ചിരിച്ചു. പിന്നെ പറഞ്ഞു.

'ഇന്ദുബാല ഹരിയേട്ടനെ ചതിച്ചോ ഇല്ലയോ എന്നെനിയ്ക്കറിയേണ്ട കാര്യമില്ല. ഇനിയിപ്പോൾ അവൾ നിങ്ങളെ ചതിച്ചിട്ടുണ്ടെങ്കിൽ തന്നെ, അതും ആലോചിച്ചു മോങ്ങിയിരിക്കാനാണ് ഭാവമെങ്കിൽ, മേലേപ്പാട്ട് ശ്രീഹരിയോട് എനിയ്ക്ക് സഹതാപം മാത്രമേ കാണൂ.'

അതും പറഞ്ഞവൾ തിരിഞ്ഞു നടന്നു. അവളിൽ നിമിഷങ്ങൾ കൊണ്ട് മിന്നിമാഞ്ഞ ഭാവങ്ങളിൽ കുരുങ്ങിക്കിടന്നിരുന്നു അപ്പോഴും ഹരിയുടെ മനസ്സ്. കാളിന്ദി ഷെൽഫ് തുറന്നു ഹരിയുടെ വസ്ത്രങ്ങളെടുത്തു പിന്നെ അതുമായി അവനരികിലെത്തി.

'ചതിച്ചിട്ട് പോയവളെ ഓർത്ത്, വെള്ളത്തിൽ കിടന്നു വല്ലോം വരുത്തിവെച്ച് അവൾക്ക് പിറകെ മേലോട്ട് പോകാൻ നിക്കണ്ട...'

ഹരിയുടെ കൈ പിടിച്ചവൾ ടി ഷർട്ടും മുണ്ടും അവന്റെ കയ്യിൽ വെച്ചു കൊടുത്തു.

'ദേണ്ടെ, തണുത്ത് വിറയ്ക്കുന്നു. പോയി ഡ്രെസ്സൊക്കെ മാറിയിട്ട് വാ... ഞാൻ ചൂടോടെ ചായ കൊണ്ടു വരാം.'

ഹരി അവളെ തന്നെ ഉറ്റുനോക്കി നിൽക്കുകയായിരുന്നു. കാളിന്ദി ഒന്ന് പതറി. അവൾ ധൃതിയിൽ തിരിഞ്ഞു നടക്കാൻ തുടങ്ങുമ്പോൾ വലം കയ്യിൽ പിടുത്തം വീണിരുന്നു. ഞെട്ടലോടെയവൾ തല ചെരിച്ചു നോക്കിയപ്പോൾ ഹരി അവളെ തന്നിലേയ്ക്ക് വലിച്ചു ചേർത്തിരുന്നു. കാളിന്ദി മുഖമുയർത്തിയ നിമിഷം ഹരിയുടെ അധരങ്ങൾ അവളുടെ നെറുകയിൽ പതിഞ്ഞിരുന്നു. മുഖമൊന്നു അല്പം കുനിച്ചു കാളിന്ദിയുടെ മിഴികളിലേയ്ക്ക് നോക്കിയാണ് ഹരി മൃദുവായി പറഞ്ഞത്.

'താങ്ക്സ്'

കാളിന്ദി ചുളിഞ്ഞ നെറ്റിയോടെ അവനെ തുറിച്ചു നോക്കിയ നിമിഷം, ഹരി അവളിലെ പിടുത്തമയച്ചു. അവളെ ഒന്ന് നോക്കി അവൻ അവൾ കൊടുത്ത വസ്ത്രങ്ങളുമായി ബാത്റൂമിലേയ്ക്ക് നടന്നു. അപ്പോഴും ഇടിവെട്ടിയത് പോലെ നിൽക്കുകയായിരുന്നു കാളിന്ദി. ഹരിയുടെ അമർത്തിയ ചിരിയവൾ കേട്ടു. കാളിന്ദി അവനെ നോക്കിയ നിമിഷം ചിരി

യോടെ ഇരുമിഴികളും ചിമ്മിക്കാണിച്ചു ഹരി ബാത്റൂമിലേയ്ക്ക് കയറി കതകടച്ചു. ഒന്ന് രണ്ടു നിമിഷങ്ങൾ കൂടെ കഴിഞ്ഞാണ് കാളിന്ദിയ്ക്ക് സ്ഥലകാലബോധം വന്നത്.

ബാത്റൂമിന്റെ വാതിലിനു നേരെയൊന്ന് നോക്കി അവൾ ധൃതിയിൽ പുറത്തേയ്ക്ക് നടന്നു. ഹരിയേട്ടൻ പെട്ടന്ന് അങ്ങനെ ചോദിച്ചപ്പോൾ പതറിപ്പോയിരുന്നു. സ്വയമറിയാതെയാണ് അങ്ങനെ പറഞ്ഞതും. പക്ഷെ അടുത്ത നിമിഷം ഹരിയേട്ടന്റെ മറുപടിയെ ഭയന്നു. പണ്ടെങ്ങോ ഇന്ദുബാല മനസ്സിൽ പാകിയ അപകർഷതാബോധത്തിന്റെ വേരുകൾ അവിടെയുള്ളത് കൊണ്ടാവാം. ഹരിയേട്ടൻ കളിയാക്കുന്ന രീതിയിൽ എന്തെങ്കിലും പറഞ്ഞാൽ താൻ തകർന്നു പോയേനെ. അതാണ് ഉടനെ തന്നെ അത് തമാശയാക്കിയത്.

പക്ഷെ ആ 'താങ്ക്സ്'? അത് എന്തിനായിരുന്നുവെന്ന് കാളിന്ദിയ്ക്ക് മനസ്സിലായില്ല. ഇന്ദുവിന്റെ കാര്യം വിശാൽ പറഞ്ഞതാവുമോ..? വിശാൽ ആയിരുന്നോ ഹരിയേട്ടനെ വിളിച്ചത്..?

പക്ഷെ തന്റെ മൗനരാഗം. ഇന്ദുവിന് മാത്രമേ അറിയാവൂവെന്ന് താൻ കരുതിയത് ?

അതെങ്ങനെ ഹരിയേട്ടൻ..? വിശാൽ പറഞ്ഞതാവുമോ..?

ഇന്ദു അവളുടെ കസിനോട് പറഞ്ഞാണ് ആ കാര്യം നന്ദ അറിഞ്ഞത്. അപ്പോൾ ഇന്ദു ഇത് വിശാലിനോടും പറഞ്ഞിരിക്കാം.

നല്ലൊരു ചെറുപ്പക്കാരനായിരുന്നു വിശാൽ. ഇന്ദുവിലൂടെ വിശാലിനോട് ഒരു സൗഹൃദം രൂപപ്പെട്ടിരുന്നു. പലപ്പോഴും തന്റെ ശ്രദ്ധയിൽ പെടാതെ പോയ, അല്ലെങ്കിൽ തനിയ്ക്ക് മനസ്സിലാകാതെ പോയ ഇന്ദുവിന്റെ കുത്തുവാക്കുകൾക്ക് തടയിട്ടിട്ടുണ്ട് വിശാൽ. ഇന്ദു വിശാലിനെ വിട്ട് ഹരിയേട്ടനിലേയ്ക്ക് ചേക്കേറിയപ്പോൾ ഒരു തവണ വിശാൽ തന്നെ കാണാൻ എത്തിയിരുന്നു.

'ആ കാണുന്ന ഭംഗിയുള്ള രൂപത്തിനുള്ളിൽ അവളുടെ മനസ്സ് വല്ലാതെ വികൃതമാണ് കാളിന്ദി. അവളോടുള്ള പ്രണയത്തിൽ പലതും ഞാൻ കണ്ടില്ല, കേട്ടില്ലയെന്ന് വെച്ചു. തന്നോട് എന്തിനെന്നറിയാത്ത ഒരു മത്സരബുദ്ധി അവളുടെ ഉള്ളിലുണ്ടായിരുന്നു. അതിനെ പറ്റി പറയുമ്പോൾ അവൾ പരിഹസിക്കുമായിരുന്നുവെങ്കിലും അതായിരുന്നു സത്യം.'

അന്നത്തെ വിശാലിന്റെ വാക്കുകൾ അവളുടെ മനസ്സിൽ മുഴങ്ങി. അന്ന് അതൊക്കെ കേട്ടപ്പോൾ ചിരിയാണ് വന്നത്. ഇന്ദുബാലയ്ക്ക് തന്നോട് മത്സരബുദ്ധി.

എന്തിന്..?

അതും, സൗന്ദര്യത്തിലും പഠിത്തത്തിലും സമ്പത്തിലുമെല്ലാം അവളോട് താരതമ്യപ്പെടുത്താൻ പോലും യോഗ്യതയില്ലാത്ത തന്നോട്. അതായിരുന്നു അന്ന് ചിന്തിച്ചത്. പക്ഷെ ഹരിയേട്ടനോടുള്ള അവളുടെ പ്രണയം ആത്മാർത്ഥമാണെന്ന് തന്നെ കരുതിയിരുന്നു. ഹരിയേട്ടന് നല്ലൊരു ജീവിതം കിട്ടാനായി പ്രാർത്ഥിച്ചിരുന്നു.

'അവൾക്ക് അവളോടല്ലാതെ ആരോടും ആത്മാർത്ഥത കാണിക്കാൻ ആവില്ലെടോ'

വിശാലിന്റെ വാക്കുകൾ വീണ്ടും കാളിന്ദിയുടെ ചെവികളിൽ അലയടിച്ചു. അപ്പോഴാണ് അവൾ ശ്രീഹരി പറഞ്ഞ മറ്റൊരു കാര്യം ഓർത്തത്. ആ മനസ്സിൽ കുഴിച്ചു മൂടിയ മറ്റൊരിഷ്ടം.

അതാരാവും ?

കാളിന്ദിയുടെ മനസ്സ് പിന്നെയും നീറിത്തുടങ്ങിയിരുന്നു.

14

'ഹരി കുളിയും കഴിഞ്ഞാണ് ബാത്റൂമിൽ നിന്നും ഇറങ്ങി വന്നത്. കുളിച്ചപ്പോൾ തെല്ലൊരു ഉന്മേഷം തോന്നിയെങ്കിലും തല പൊട്ടിപ്പൊളിയുന്നത് പോലെ. മേശപ്പുറത്ത് ആവി പറക്കുന്ന ചായക്കപ്പ് കണ്ടു.

ഹരി മുടിയൊന്ന് ചീകി, ചായയുമായി പുറത്തേയ്ക്ക് ഇറങ്ങിയെങ്കിലും കാളിന്ദിയെ അവിടെങ്ങും കണ്ടില്ല. അവൻ ബാൽക്കണിയിലേയ്ക്ക് ഇറങ്ങി നിന്നു.

തെല്ലകലെ യക്ഷിക്കാവ് തെളിഞ്ഞു കാണാം. ഇന്ദുവിന് യക്ഷിയമ്മയെയും കാവുമൊന്നും തെല്ലും ഇഷ്ടമായിരുന്നില്ല. ഇന്ദുവിനെ പ്രണയിക്കുന്നതിനും ഏറെ മുൻപ്, യക്ഷിക്കാവിൽ വെച്ചു കണ്ട മറ്റൊരു മുഖം അവന്റെ മനസ്സിൽ തെളിഞ്ഞു. ശ്രീഹരിയ്ക്ക് ആദ്യമായി പ്രണയം തോന്നിയവൾ. ഇന്ദുവിനോടും പറഞ്ഞിരുന്നു ആ ഇഷ്ടത്തെപറ്റി. ആ ചിന്ത മനസ്സിലേക്ക് വന്ന നിമിഷം വിശാൽ പറഞ്ഞതൊക്കെ വീണ്ടും ഹരിയുടെ മനസ്സിലേക്ക് വന്നു. മുഖം ഇരുണ്ടു.

ഇത്രത്തോളം ഒരുവൾക്ക് അധഃപതിയ്ക്കാനാവുമോ? ഇന്ദു വാശിയോ ദേഷ്യമോ പുറമെ കാണിച്ചിട്ടില്ല ഒരിക്കലും. പൊട്ടിത്തെറികളും ഉണ്ടായിട്ടില്ല. ആരെയും വശത്താക്കുന്ന സൗമ്യമായ പെരുമാറ്റം. കാളിന്ദിയുടെ സ്വഭാവത്തിന്റെ നേർവിപരീതം.

തനിയ്ക്ക് പ്രിയപ്പെട്ടവരെ തന്ത്രപൂർവ്വം താനറിയാതെ തന്നിൽ നിന്നും അകറ്റിയവൾ. മനസ്സിനെ ഒന്നാകെ മൂടിയിരുന്ന അവളോടുള്ള അന്ധമായ പ്രണയത്തിന്റെ മറ മായുമ്പോൾ പതിയെ എല്ലാം വ്യക്തമാകുന്നുണ്ട്. വിശാൽ പറഞ്ഞത് എല്ലാം സത്യമാണെന്നു തന്നെ ഉറപ്പ് വരുന്നുണ്ട്.

പക്ഷെ എന്തിന് ?

തന്റെ മനസ്സിൽ മറ്റൊരുവൾ ഉണ്ടെന്ന് അറിഞ്ഞിട്ടും ബലമായി തന്റെ സ്നേഹം പിടിച്ചു വാങ്ങി തന്നിൽ ആധിപത്യം സ്ഥാപിച്ചത് എന്തിനായിരുന്നു?

ഇതിനൊന്നും ഉത്തരം തരാൻ ഇന്ദുബാല ഈ ഭൂമിയിൽ ഇല്ലെന്ന്

മനസ്സ് മന്ത്രിച്ചതും ഇന്ദുവിനെ ചുറ്റിയുള്ള ദുരൂഹതകളെ പറ്റി കൂടുതൽ അറിയാൻ ഹരി മനസ്സിൽ ഉറപ്പിച്ചു. വിശാൽ തന്ന ചില സൂചനകൾ അവൻ മനസ്സിൽ അടുക്കി വെച്ചു. ഹരിയ്ക്ക് തെല്ലൊരു ശാന്തത കൈ വന്നത് പോലെ തോന്നി. പതിയെ, തന്റെ ജീവിതത്തിൽ നടന്നതെല്ലാം ഉൾക്കൊള്ളാൻ മനസ്സ് തയ്യാറായി തുടങ്ങിയിരുന്നു.

ഇനി കാളിന്ദി...

ഹരിയുടെ മനസ്സിൽ അവളുടെ മുഖം തെളിഞ്ഞു. വീണ്ടും... അവ ളെയങ്ങനെ വെറുതെ വിടാനൊക്കില്ലാലോ. ഈ ശ്രീഹരിയെ കുറച്ചൊ ന്നുമല്ല അവളിട്ട് വട്ടം കറക്കിയത്. ഹരിയുടെ ചുണ്ടുകളിൽ ഒരു ചിരി മിന്നി മാഞ്ഞു.

കുളിയ്ക്കാനായി പോലും കാളിന്ദി പിന്നെ ആ വഴി വന്നിട്ടില്ല. പ്രാതൽ കഴിയ്ക്കാനായി ഹരി ഇത്തിരി വൈകിയാണ് ചെന്നതെങ്കിലും അവൾ അന്വേഷിക്കാനും വന്നിരുന്നില്ല. ഹരി കഴിയ്ക്കാനായി ചെന്നപ്പോൾ ആള് കുളിച്ചു കുറിയിട്ട് സുന്ദരിയായി നിൽപ്പുണ്ട്. അവളുടെ കാട്ടായങ്ങൾ കണ്ടു ഹരിയ്ക്ക് ചിരിവരുന്നുണ്ടായിരുന്നു. മുഖത്ത് നോക്കുന്നതേയില്ല പെണ്ണ്.

ഹരി കഴിച്ചു എഴുന്നേൽക്കാൻ തുടങ്ങുമ്പോഴാണ് കാളിന്ദി മുഖമു യർത്തി നോക്കിയത്. ആ മുഖത്തെ കള്ളച്ചിരി കണ്ടവൾ അവന്റെ പ്ലേറ്റി ലേയ്ക്ക് നോക്കിയപ്പോൾ വിളമ്പിയതിൽ അധികവും ബാക്കി വെച്ചി ട്ടുണ്ട്.

'ഇതെന്താടാ ഹരി നീയൊന്നും കഴിച്ചില്ലല്ലോ..?'

അപ്പച്ചി വിളിച്ചു ചോദിച്ചതും കാളിന്ദിയും അവനെ നോക്കി.

'എനിയ്ക്ക് വേണ്ടാഞ്ഞിട്ടാ അപ്പച്ചി, കാളിന്ദി കഴിച്ചു കഴിഞ്ഞില്ലല്ലോ. ബാക്കി അവൾ കഴിച്ചോളും.'

കാളിന്ദി ഞെട്ടലോടെ അവനെ നോക്കിയതും ഹരിയുടെ ചുണ്ടിൽ ഒരു കള്ളച്ചിരി തെളിഞ്ഞിരുന്നു. അടുത്ത നിമിഷം ആള് അവളെയൊ ന്ന് പാളി നോക്കി ആ ചിരിയോടെ തിരിഞ്ഞു നടന്നിരുന്നു.

'മുഴുവനും കഴിച്ചിട്ട് എഴുന്നേറ്റാൽ മതി.. നിന്റെ ഭർത്താവ് ബാക്കി വെച്ചിട്ട് പോയതല്ലേ.'

അതും പറഞ്ഞു രാജേശ്വരിയമ്മ എഴുന്നേറ്റപ്പോൾ കാളിന്ദി ചെറിയ മ്മയെ ദയനീയമായി ഒന്ന് നോക്കി. ആ മുഖത്തും ചിരിയാണ്. അപ്പോ ഴാണ് ഗോവണിപ്പടിയിൽ നിന്നും ആ വിളി.

'കാളിന്ദി, കഴിച്ചിട്ടൊന്ന് മുറിയിലേയ്ക്ക് വരണേ... എന്റെ ബ്ലൂ ഷർട്ട് നോക്കിയിട്ട് കാണുന്നില്ല.'

അവൾക്ക് ഇരുന്നയിടത്തു നിന്നും ആവിയായാൽ മതിയെന്ന് തോന്നിപ്പോയി.

'എന്റെ കൃഷ്ണ, ഇങ്ങേരിത് എന്ത് ഭാവിച്ചാ..?'

കാളിന്ദി നെഞ്ചിൽ കൈവെച്ചു ശ്വാസഗതി നിയന്ത്രിച്ചു. പിന്നെ പതിയെ കഴിച്ചെഴുന്നേറ്റു.

കാളിന്ദി പതിയെ മുറിയിലേയ്ക്ക് കയറിയതും കട്ടിലിൽ ഇരുന്നു മൊബൈലിൽ നോക്കിക്കൊണ്ടിരുന്ന ശ്രീഹരി മുഖമുയർത്തി അവളെ നോക്കി.

'കണ്ടു കിട്ടിയോ സാറിന്റെ ബ്ലൂ ഷർട്ട്..?'

കാളിന്ദിയുടെ കനപ്പിച്ച ചോദ്യത്തിന് ഒരു കള്ളച്ചിരിയായിരുന്നു ആദ്യം മറുപടി. പതിയെ ഹരി എഴുന്നേറ്റു. അവൾക്കരികിലേയ്ക്ക് നടന്നു. ഉള്ളിലെ വെപ്രാളം അവൾ മൂടി വെയ്ക്കാൻ ശ്രമിക്കുകയായിരുന്നു.

'ഇല്ലാലോ മാഡം ?'

ഹരിയും അവൾക്ക് മുൻപിലെത്തി കൈകെട്ടി നിന്നു. കണ്ണുകളിൽ അപ്പോഴും ആ ചിരിയുണ്ട്. അതവളെ കൊല്ലാതെ കൊല്ലുന്നുണ്ടെങ്കിലും കാളിന്ദി അത് അവഗണിയ്ക്കാൻ ശ്രമിച്ചു കൊണ്ടിരുന്നു.

'എന്താണ് ഉദ്ദേശ്യം ?'

പുരികങ്ങൾ ഉയർത്തിയാണ് കാളിന്ദി ചോദിച്ചത്.

'ചുമ്മാ, എന്റെ ഭാര്യയെ ഒന്നു കാണാൻ തോന്നി.'

ഹരി, നിസ്സാരമട്ടിൽ ചിരിയോടെ പറഞ്ഞപ്പോൾ ഒന്നു പകച്ചുവെങ്കിലും അവൾ ഗൗരവം വിടാതെ ചോദിച്ചു.

'എങ്ങനെ ?'

ഹരി വീണ്ടും ചിരിച്ചു.

'ഉഫ്... ഇങ്ങേർക്ക് ചിരിയ്ക്കാതിരുന്നൂടെ..'

കാളിന്ദി മെല്ലെ പിറുപിറുത്തു

'അതില്ലേ, എനിയ്ക്ക് എന്റെ ഭാര്യയെ ഒന്നു കാണാൻ തോന്നി .'

'എന്തിന് ?'

'ഹൂ, അങ്ങനെയൊക്കെ ചോദിച്ചാൽ എന്താണ് പറയുക എന്റെ കാളി?'

അവളുടെ കണ്ണുകൾ മിഴിഞ്ഞതും ഹരി പൊട്ടിച്ചിരിച്ചു.

'അതേയ്, മിസ്റ്റർ ഭർത്താവിന് ഓർമ്മയില്ലാത്ത, അല്ലെങ്കിൽ ഓർമ്മയില്ലെന്ന് ഭാവിയ്ക്കുന്ന, ചില കാര്യങ്ങൾ ഞാൻ ഓർമ്മിപ്പിക്കാം.'

അവൾ പറഞ്ഞു വരുന്നത് എന്താണെന്ന് മനസ്സിലായെങ്കിലും അവനത് ഭാവിച്ചില്ല.

'അന്ന്, വിവാഹത്തിന് ഡേറ്റ് ഉറപ്പിച്ചപ്പോൾ മിസ്റ്റർ ശ്രീഹരി എന്നോട് ചില കാര്യങ്ങൾ പറഞ്ഞിരുന്നു. ഭാര്യ എന്ന പദവി പേരിൽ മാത്രമേ ഉണ്ടാകൂവെന്നും. ഈ വിവാഹം അപ്പച്ചിയ്ക്കും ഭാമയ്ക്കും വേണ്ടി മാത്ര മാണെന്നും.'

കാളിന്ദിയുടെ സ്വരത്തിൽ പരിഹാസം നിറഞ്ഞെങ്കിലും ശ്രീഹരി അക്ഷോഭ്യനായിരുന്നു.

'അതിന്?'

'എന്നിട്ട് പെട്ടെന്നുള്ള ഈ മാറ്റത്തിന്റെ കാരണം?'

'എന്ത് മാറ്റം..?'

'രാവിലെ കാട്ടിക്കൂട്ടിയ പ്രകടനങ്ങൾ മുതൽ, ഇപ്പോളത്തെ ഈ ബ്ലൂഷർട്ട് വരെ.'

'ഹാ, അത് ശരിക്കും എന്റെ ബ്ലൂ ഷർട്ട് കാണാഞ്ഞിട്ടാടി പെണ്ണേ.'

കാളിന്ദി അവനെ തുറിച്ചു നോക്കി.

'നിങ്ങൾക്ക് ആരോടേലും തലയ്ക്കു അടി കിട്ടിയിട്ടുണ്ടോ..?'

'ഉം... ഒരു ഭദ്രകാളി... ഉറക്കത്തിൽ എന്റെ തലയ്ക്കിട്ട് അടിച്ചുവെന്ന് തോന്നുന്നു...'

'ഉം... നിങ്ങൾക്ക് ഒരടിയുടെ കുറവ് ഞാൻ കാണുന്നുണ്ട് .'

'എന്റെ പൊന്നോ ചതിക്കല്ലേ. താൻ, വേണേൽ ഉറക്കത്തിൽ വല്ലതും എടുത്ത് തലയ്ക്കടിയ്ക്കാനും മടിയ്ക്കില്ല.'

ഹരി കൈകൂപ്പി പറഞ്ഞതും ചിരി പൊട്ടിയെങ്കിലും കാളിന്ദി അത് അടക്കിപ്പിടിച്ചു.

'ഇന്ദുബാല ചതിച്ചുവെന്ന് തോന്നിയപ്പോൾ തുടങ്ങിയ കൗതുകമാ ണോ ഇപ്പോൾ കാളിന്ദി ?'

ചോദ്യം സൗമ്യമായിരുന്നെങ്കിലും അതിന്റെ മുന കൃത്യമായി കൊ ള്ളേണ്ടിടത്ത് കൊണ്ടിരുന്നു. ഒരു നിമിഷം ശ്രീഹരി മൗനമായി.

'കൗതുകമാണ് കാളിന്ദി. അന്നും ഇന്നും എന്നും. അത് പക്ഷെ ഇന്ദു ചതിച്ചുവെന്ന് അറിഞ്ഞപ്പോൾ തോന്നിയതല്ല താനും.'

കാളിന്ദിയുടെ മുഖം ചുളിഞ്ഞു. ശ്രീഹരി ചിരിച്ചു.

'തല്ക്കാലം ഇപ്പോൾ ഇത്രയും അറിഞ്ഞാൽ മതി, എന്റെ ഭദ്രകാളി...'

'എന്റെ ഭദ്രകാളി'

അതാണ് കാളിന്ദിയുടെ ചെവികളിൽ മുഴങ്ങിയത്.

'ഇന്ദുബാലയുടെ പകരക്കാരിയാവില്ല്യ കാളിന്ദി.'

ഹരിയുടെ മുഖത്തെ വേദന കണ്ടിട്ടും കാളിന്ദിയ്ക്ക് പറഞ്ഞതിൽ തെല്ലും പശ്ചാത്താപം തോന്നിയില്ല

'ആർക്കും ആരുടെയും പകരമാകാൻ കഴിയില്ല കാളിന്ദി. ഇന്ദുബാല യുടെ പകരക്കാരിയല്ല ശ്രീഹരിയ്ക്ക് കാളിന്ദി.'

'പിന്നെ ?'

കാളിന്ദിയുടെ ശബ്ദം കൂർത്തു. ഹരിയുടെ ചിരി കണ്ടതും അവൾക്ക് ദേഷ്യം വന്നു തുടങ്ങിയിരുന്നു.

ഇന്ദു ചതിച്ചുവെന്നറിഞ്ഞതും ഇങ്ങേർക്ക് പ്രാന്തായോ..?

കാളിന്ദി മനസ്സിൽ പറഞ്ഞു.

'ഹാങ്ച്ചീ'

ഹരി തുമ്മാൻ തുടങ്ങിയിരുന്നു. രണ്ടു മൂന്ന് തവണ തുമ്മിയതും അവൻ ദയനീയമായി കാളിന്ദിയെ നോക്കി. അവൾ മുഖം വെട്ടിച്ചു.

'ഇന്ദുബാല ചതിച്ചതിന് വെള്ളത്തിൽ കിടന്നു ആറാടിയതല്ലേ. അവിടെ കിടന്നു തുമ്മിയ്ക്കോ. എനിയ്ക്ക് വേറെ പണിയുണ്ട്.'

ഹരി അവളെ തുറിച്ചു നോക്കി. കാളിന്ദി ചിരിച്ചു.

'നിന്റെ മനസ്സെന്താ കരിങ്കല്ലാണോടി, ഒരുത്തൻ ഇവിടെ കിടന്നു തുമ്മി ചാവാൻ തുടങ്ങുമ്പോൾ പ്രാകുന്നോ?'

അവൾ വീണ്ടും ചിരിച്ചു.

'അറിഞ്ഞു കൊണ്ട് വിഡ്ഢിത്തം കാണിയ്ക്കുന്നവരോട് എനിയ്ക്ക് സഹതാപം തോന്നാറില്ല്യ മിസ്റ്റർ ശ്രീഹരി.'

'ഓഹോ...'

'ആഹാ...'

അതേ ട്യൂണിൽ പറഞ്ഞു കാളിന്ദി തിരിഞ്ഞു നടക്കാൻ തുടങ്ങിയതും ഹരി കയ്യിൽ പിടുത്തമിട്ടു.

'അങ്ങനങ്ങു പോയാലോ മാഡം ഞാൻ പറഞ്ഞു തീർന്നില്ല...'

കാളിന്ദി അവൻ പിടിച്ച കയ്യിലേയ്ക്കും അവന്റെ മുഖത്തേയ്ക്കും തുറിച്ചു നോക്കിയെങ്കിലും ഹരിയ്ക്ക് ഒരു കൂസലും ഉണ്ടായിരുന്നില്ല.

'കഴുത്തിൽ താലി ചാർത്തിയതിന്റെ അധികാരമാണോ..?'

ചോദ്യത്തിന്റെ മൂർച്ച ഹരിയെ തെല്ലും ഏശിയില്ല. ആ മുഖത്തെ ചിരി മാഞ്ഞതുമില്ല.

'അല്ല'

'പിന്നെ..?'

'ഈ മനസ്സിലെ പ്രണയം ഞാനായിരുന്നുവെന്നതിന്റെ അധികാരം.'

കാളിന്ദിയുടെ ഉള്ളൊന്ന് പിടഞ്ഞെങ്കിലും അവൾ മുഖത്ത് ഗൗരവം തന്നെ നിറച്ചു വെച്ചു.

'എന്ന് ഞാൻ പറഞ്ഞോ?'

'ഇയാൾ പറഞ്ഞാലും ഇല്ലെങ്കിലും ഈ മിഴികളിൽ എന്നോടുള്ള പ്രണയം ഞാനും കണ്ടിട്ടുണ്ട്.'

കാളിന്ദിയ്ക്ക് മിണ്ടാൻ കഴിഞ്ഞില്ല.

'മുൻപേ സംശയം തോന്നിയിരുന്നു. പക്ഷെ ഇന്ന് പുലർച്ചെ ഞാന

തങ്ങ് ഉറപ്പിച്ചു...'

ഹരി അവളുടെ മിഴികളിൽ നോക്കിയാണ് പറഞ്ഞത്. ആ മിഴികൾ ഒന്നു പിടഞ്ഞത് ഹരി വ്യക്തമായി കണ്ടിരുന്നു. എന്നാലും കാളിന്ദി അത്രയെളുപ്പത്തിൽ ഒന്നും സമ്മതിച്ചു തരാനും പോണില്ലെന്നും അവന് അറിയാമായിരുന്നു.

'എല്ലാം സ്വയമങ്ങ് ഉറപ്പിച്ചാൽ മതിയല്ലോ?'

പിറുപിറുത്തു കൊണ്ടവൾ പോകാൻ തിരിഞ്ഞതും ഹരി അവളെ തന്നിലേയ്ക്ക് വലിച്ചെടുപ്പിച്ചു. ഹരിയുടെ നെഞ്ചോട് ചേർന്നു പോയതും കാളിന്ദിയുടെ ഉടലാകെയൊന്നു വിറപൂണ്ടിരുന്നു.

'അതേല്ലോ...ഇനിയെന്തെങ്കിലും അറിയാനുണ്ടോ കാളിന്ദി ദേവിയ്ക്ക്..?'

അവന്റെ നോട്ടം അവളുടെ മിഴികളിൽ തന്നെയായിരുന്നു. ഒരു മാത്ര അവനെ നേരിടാനാകാതെ കാളിന്ദി മിഴികൾ ഇറുകെ അടച്ചതും ആ അമർത്തിയ ചിരി അവൾ കാതോരം കേട്ടിരുന്നു.

'ഒന്നു മാത്രം പറയാം. ഇന്ദുബാലയുടെ ചതി തിരിച്ചറിഞ്ഞപ്പോൾ, ചായാനൊരു ചുമൽ തേടിയതല്ല, ഹരി കാളിന്ദിയിൽ.'

'ഇന്ദുവിന്റെ ചതി അറിഞ്ഞില്ലായിരുന്നുവെങ്കിൽ ഹരിയേട്ടൻ, എന്നോട് ഇങ്ങനെയൊക്കെ പെരുമാറുമായിരുന്നോ?'

കാളിന്ദിയുടെ ചോദ്യം ഞെട്ടിച്ചുവെങ്കിലും ഹരിയുടെ മുഖത്തെ ചിരി മാഞ്ഞില്ല.

'ഞാൻ പറഞ്ഞല്ലോ, ഇന്ദുവിന്റെ ചതി തിരിച്ചറിഞ്ഞത് കൊണ്ടല്ല, കാളിന്ദിയുടെ പ്രണയം അറിഞ്ഞത് കൊണ്ടാണ് ഞാൻ അധികാരം കാണിച്ചതെന്ന്.'

അവൾ ഒന്നും പറഞ്ഞില്ല.

'പക്ഷെ, എന്റെ ഉള്ളിലൊരു കുറ്റബോധമുണ്ടായിരുന്നു. ഇന്ദുവിനെ മറന്നു കൊണ്ട് കാളിന്ദിയെ ഇഷ്ടപ്പെടാൻ തുടങ്ങിയതിൽ. അതെന്നെ വല്ലാതെ സമ്മർദ്ദത്തിലാക്കിയിരുന്നു.'

കാളിന്ദി ശരിക്കും ഞെട്ടിയിരുന്നു. ഹരി ചിരിച്ചു.

'ഇനി അതിന്റെ ആവശ്യമില്ലല്ലോ. ശ്രീഹരിയ്ക്ക് സ്വതന്ത്രമായി കാളിന്ദിയിലേയ്ക്ക് ഒഴുകിച്ചേരാൻ.'

അവൾ വീണ്ടും പകച്ചു നോക്കിയതും ഹരി പൊട്ടിച്ചിരിച്ചു.

'അത്... നിങ്ങൾ മാത്രം'

കാളിന്ദി വീറോടെ പറയാൻ തുടങ്ങിയതും ഹരി ചൂണ്ടുവിരൽ അവളുടെ ചുണ്ടുകളിൽ ചേർത്തുവെച്ചു. അവൾ ഷോക്കേറ്റത് പോലെ നിന്നു

പോയിരുന്നു.

'മതി, തത്കാലം ഞാൻ തീരുമാനിച്ചാൽ മതി.'

കാളിന്ദി പറയാൻ തുടങ്ങിയതിന് മറുപടിയെന്നോണം ഹരി പറഞ്ഞു. കാളിന്ദി അവനിൽ നിന്നും കുതറിമാറാൻ ശ്രെമിച്ചുവെങ്കിലും നടന്നില്ല. അവസാനം അവൾ മൂർച്ചയോടെ അവനെ നോക്കി.

'കഴിഞ്ഞോ, ബലം പിടുത്തം..?'

കാളിന്ദി കത്തുന്ന ഒരു നോട്ടമാണ് പകരം നൽകിയത്.

'തനിയ്ക്ക് ദേഷ്യം വരുമ്പോൾ എന്ത് ഭംഗിയാണെന്നോ കാണാൻ.'

പ്രതീക്ഷിക്കാതെ ഹരി അത് പറഞ്ഞതും കാളിന്ദിയുടെ മുഖം ചുവന്നു പോയി.

'എന്നെ വിട്ടേ.'

അവൾ വീണ്ടും പിടഞ്ഞതും ഹരി പതിയെ കൈ അയച്ചു.കാളിന്ദി വെപ്രാളത്തോടെ അകന്നു മാറിയതും ഹരി ചിരിച്ചു കൊണ്ട് അവളെ തന്നെ നോക്കി നിന്നു. അവൾ ധൃതിയിൽ പുറത്തേയ്ക്ക് നടന്നു.

'നിനക്കുള്ള ഷോക്ക് ട്രീറ്റ്മെന്റ് ഞാൻ തുടങ്ങിയതേയുള്ളൂ എന്റെ ഭദ്രകാളി.'

അവൾ പോയ വഴിയേ നോക്കി അവൻ പറഞ്ഞു.

കാളിന്ദി ഭാമയുടെ അടുത്തായിരുന്നു

'ഭാമക്കുട്ടിയ്ക്ക് കുളിക്കണ്ടേ?'

ആൾക്ക് വെള്ളം ഭയങ്കര അലർജിയാണ്. ഭയമാണോയെന്ന് കാളിന്ദിയ്ക്ക് പലപ്പോഴും സംശയം തോന്നിയിട്ടുണ്ട്.

'ഭാമ നല്ല കുട്ടിയായിരുന്നാൽ, നമുക്ക് ഒരു ദിവസം കുളത്തിൽ പോയി കുളിയ്ക്കാലോ..?'

ഭാമയെ ഉറ്റു നോക്കിക്കൊണ്ടാണ് അവൾ പറഞ്ഞത്. ഭാമയുടെ മുഖത്ത് ഭയം നിറഞ്ഞുവരുന്നത് കാളിന്ദി കണ്ടു. അടുത്ത നിമിഷം ഭാമ അവളെ ആഞ്ഞു തള്ളി. കാളിന്ദിയുടെ തല ശക്തിയായി ചുമരിൽ അടിച്ചിരുന്നു.

കണ്ണുകളിൽ ആകെ ഇരുട്ട് കയറുന്നത് പോലെ അവൾക്ക് തോന്നി. തനിയ്ക്കരിലേയ്ക്ക് ചുവടുകൾ വെയ്ക്കുന്ന ഭാമയെ അടയാൻ തുടങ്ങിയ കണ്ണുകൾക്കിടയിലൂടെ കാളിന്ദി കണ്ടു.

കുളത്തിന്റെ അടിത്തട്ടിലേയ്ക്കാണ്ട് പോയ അവ്യക്തമായ രൂപമായിരുന്നു മിഴികൾ പൂർണ്ണമായും അടയുമ്പോൾ അവളുടെ മനസ്സിൽ.

പിന്നെ... പിന്നെ ഇരുട്ട് മാത്രം.

15

കാളിന്ദി മിഴികൾ പതിയെ തുറന്നതും അവൾക്ക് തല പൊട്ടിപ്പൊളിയുന്നത് പോലെ തോന്നി. പാതി തുറന്ന മിഴികൾക്കിടയിലൂടെ, തനിക്കരികെയിരിക്കുന്നയാളെ അവൾ കണ്ടു. ശ്രീഹരി. തൊട്ടു നോക്കിയപ്പോൾ തലയിൽ വലിയൊരു ചുറ്റിക്കെട്ടുണ്ട്.

'കാളിന്ദി, വേദനിയ്ക്കുന്നുണ്ടോ..?'

തല പൊട്ടിത്തെറിയ്ക്കുമെന്ന് തോന്നുന്നുണ്ട്. അപ്പോഴാണ്... ആ വേദനയ്ക്കിടയിലും അവൾ കൂർപ്പിച്ചൊന്ന് നോക്കി. ഹരിയുടെ മുഖത്തൊരു വിളറിയ ചിരി തെളിഞ്ഞു. പൊടുന്നനെയാണ് അവൾക്ക് എല്ലാം ഓർമ്മ വന്നത്.

'ഭാമ? ഞാൻ.?'

'ഭാമ... താൻ വീണു കിടക്കുമ്പോൾ, അവൾ അലറിക്കരഞ്ഞു തന്നെ വിളിയ്ക്കുകയായിരുന്നു. താൻ എഴുന്നേൽക്കാതിരുന്നപ്പോൾ ഭയന്നു പോയിക്കാണും. അവൾ പുറത്തേയ്ക്ക് ഓടി വരാൻ തുടങ്ങുമ്പോഴാണ് കരച്ചിൽ കേട്ട് ഞങ്ങൾ എല്ലാരും അങ്ങോട്ട് ഓടി വന്നത്. ഏടത്തിയെന്നും പറഞ്ഞു അവൾ തന്നെയാണ് മുറിയിലേയ്ക്ക് ചൂണ്ടിക്കാണിച്ചതും.'

ആ വേദനയിലും കാളിന്ദിയുടെ മിഴികൾ വിടർന്നു. അവൾ അവിശ്വസനീയതയോടെ ഹരിയെ നോക്കി. ഹരി അവൾക്കരികെയെത്തി. അവളുടെ കയ്യിൽ ചേർത്ത് പിടിച്ചു.

'സത്യം.'

ഹരി അവളെ ഉറ്റു നോക്കി.

'അതിൽ പിന്നെ, അവളൊന്നും മിണ്ടിയിട്ടോ ഒരു തുള്ളി വെള്ളം കുടിച്ചിട്ടോയില്ല. തനിയ്ക്ക് കുഴപ്പമില്ലെന്ന് പറഞ്ഞിട്ടും ആൾക്ക് ഒരു അനക്കവുമില്ല, കരയുന്നുണ്ടായിരുന്നു. ഇനി തന്നെ കണ്ടാലേ അവളുടെ പേടി മാറു.'

'ഞാനൊന്ന് നോക്കിയിട്ട്...'

കാളിന്ദി എഴുന്നേൽക്കാൻ ശ്രമിച്ചതും ഹരിയുടെ നോട്ടം കണ്ടു അങ്ങനെ തന്നെ കിടന്നു. അവളൊന്നും പറഞ്ഞില്ല.

'ഇനി നാളെ കണ്ടാൽ മതി. ശരിക്കും എന്താണ് സംഭവിച്ചത്..? ഇപ്പോൾ ഇവിടെ ഭാമയ്ക്ക് എല്ലാവരേക്കാളും ഇഷ്ടം തന്നോടാണ്. എന്നിട്ടും?'

'എന്റെ സംസാരമാവാം ഭാമയെ പ്രകോപിപ്പിച്ചത്.'

അവളുടെ ശബ്ദം ശാന്തമായിരുന്നു.

'താനെന്ത് പറഞ്ഞു?'

'ഭാമയുടെ അസുഖം മാറിയിട്ട് കുളത്തിൽ കുളിയ്ക്കാമെന്ന് പറഞ്ഞു.'

ഹരി പകപ്പോടെ അവളെ നോക്കി.

'പക്ഷെ... അത്... അതിനാണോ ഭാമ തന്നെ ഉപദ്രവിച്ചത്?'

'വേറൊന്നും ഞാൻ പറഞ്ഞിട്ടില്ല. അത് പറഞ്ഞയുടനെ അലറിക്കൊണ്ട് എന്നെ പിടിച്ചു തള്ളി.'

ഹരിയുടെ മുഖത്ത് വിവേചിച്ചറിയാൻ പറ്റാത്തൊരു ഭാവം നിറഞ്ഞത് അവൾ കണ്ടു. ഒപ്പം തന്റെ കയ്യിലെ പിടുത്തം മുറുകിയതും.

'സോറി.'

ഒന്ന് കുനിഞ്ഞു മുഖമല്പം അവളോട് അടുപ്പിച്ചു, മൃദുശബ്ദത്തിൽ ഹരി പറഞ്ഞതും കാളിന്ദി ഞെട്ടി. പക്ഷെ അതവൾ പുറമേ ഭാവിച്ചില്ല.

'എന്തിന്..?'

അല്പം കനപ്പിച്ചു തന്നെയാണ് അവൾ ചോദിച്ചത്. ഹരിയുടെ മുഖത്തൊരു ചെറുചിരി വന്നിരുന്നു.

'നിങ്ങളാണോ ഇനി അവൾക്ക് കൊട്ടേഷൻ കൊടുത്തത്.?'

ഹരി മറുപടി ഒന്നും പറയാതിരുന്നപ്പോൾ കാളിന്ദി വീണ്ടും ചോദിച്ചു. അവളുടെ ചോദ്യവും ഭാവവുമൊക്കെ കണ്ടപ്പോൾ ഹരി ചിരിച്ചു പോയിരുന്നു. പ്രണയമായിരുന്നു കാളിന്ദി ആ മിഴികളിൽ കണ്ടത്.

'തന്നോട് തോന്നിയ ഇഷ്ടത്തെ പിടിച്ചു കെട്ടാനായിരുന്നു ഞാനെന്നും ശ്രമിച്ചത്. ഇനിയതില്ല കാളിന്ദി. എനിയ്ക്ക് വേണം. എന്നെ പ്രണയിക്കുന്ന, എപ്പോഴൊക്കെയോ ഞാൻ മനസ്സിൽ കൊണ്ട് നടന്ന എന്റെ പ്രണയത്തെ.'

ആർദ്രമായിരുന്നു ഭാവം.

'അല്ലെങ്കിലേ കിളി പോയിക്കിടക്കുവാ മാഷേ അതിനിടയിൽ എന്നെ പരിഹസിയ്ക്കുവാണോ..?'

പാതി കളിയായിട്ടും പാതി കാര്യമായിട്ടും കാളിന്ദി ചോദിച്ചു. ഹരി ചിരിച്ചു.

'പരിഹാസമായാണോ എന്റെ ഭദ്രകാളിയ്ക്ക് തോന്നിയത്?'

അവൾ ഒന്നും പറയാതെ മിഴികൾ ഇറുകെ അടച്ചു. ആ നിശ്വാസം കവിളിൽ തട്ടിയതും അവളൊന്നു പിടഞ്ഞു മിഴികൾ തുറക്കാൻ ശ്രമിച്ച

പ്പോഴേയ്ക്കും, അധരങ്ങൾ നെറ്റിയിലെ കെട്ടിന് താഴെ പതിഞ്ഞിരുന്നു.

കാളിന്ദിയുടെ മിഴികൾ വീണ്ടും കൂമ്പിയടഞ്ഞു പോയിരുന്നു. പക്ഷെ ഉടലിന്റെ വിറയൽ മാറിയിരുന്നില്ല.

'ഇതും തമാശയായി തോന്നിയോ..?'

ആ ചോദ്യം കേട്ടതും കാളിന്ദി കണ്ണുകൾ തുറന്നിരുന്നു. ഹരിയുടെ മുഖം അത്രയും അടുത്ത് കണ്ടതും പിന്നെയും അവളൊന്നു വിറച്ചു പോയി.

'ശ്രീഹരിയ്ക്ക് ആദ്യമായി പ്രണയം തോന്നിയത് കാളിന്ദി ദേവിയോടായിരുന്നു. പിന്നീടെപ്പോഴോ ആ പ്രണയം ഞാൻ മനസ്സിൽ തന്നെ കുഴിച്ചു മൂടി. പക്ഷെ ഇന്നറിയുന്നു അതായിരുന്നു ശ്രീഹരിയുടെ യഥാർത്ഥ പ്രണയം.'

പതിയെ പറഞ്ഞു ഹരി അകന്നു മാറിയതും കാളിന്ദി വീണ്ടും മിഴികൾ ഇറുകെ അടച്ചിരുന്നു. ഹരി നേർത്ത ചിരിയോടെ അവളെ തന്നെ നോക്കി നിൽക്കുകയായിരുന്നു. കാളിന്ദിയ്ക്ക് ഉൾക്കൊള്ളാനാവുന്നതിലും വലിയ കാര്യമായിരുന്നു അവൾ കേട്ടത്. ആ കൺപീലികൾക്കിടയിലൂടെ ഞെരിഞ്ഞമർന്നു താഴേയ്ക്ക് ഇറ്റുവീണ മിഴിനീർത്തുള്ളികൾ കണ്ടതും ഹരി വീണ്ടും അവൾക്കടുത്തേയ്ക്ക് ചേർന്നു നിന്നു.

'അയ്യേ, ഇതൊരു രസവുമില്ലെടോ. എനിക്കിഷ്ടം എന്നോട് ഇഞ്ചോടിഞ്ചുമുട്ടി നിൽക്കുന്ന, പലപ്പോഴും എന്നെ മുട്ടുകുത്തിയ്ക്കുന്ന ആ കാളിന്ദിയെയാണ്. എന്റെ ഭദ്രകാളിയെ.'

അപ്പോഴും കാളിന്ദി മിഴികൾ തുറന്നില്ല. പിന്നെ അവളെ ശല്യപ്പെടുത്താതെ ഹരി മൊബൈലും നോക്കി അവൾക്കരികെയിരുന്നു.

'വേണി, വേണിയേടത്തിയ്ക്ക് എന്ത് പറ്റിയതാ..?'

'എന്താ?'

ഏറെ നേരത്തെ നിശബ്ദതയ്ക്കൊടുവിൽ പൊടുന്നനെ മിഴികൾ തുറന്നു കാളിന്ദി ആ ചോദ്യം ചോദിച്ചപ്പോൾ ഹരി ഞെട്ടിയിരുന്നു.

'കാളിന്ദി ജാനകിയെ പോലെ വേണിയേടത്തിയെയും കണ്ടിട്ടുണ്ടോ മേലേപ്പാട്ട് വെച്ച്?'

ഇത്തവണ ഞെട്ടിയത് അവളായിരുന്നു. ഹരി ചിരിച്ചു.

'താൻ ആ അറയ്ക്ക് മുൻപിൽ പരുങ്ങിക്കളിക്കുന്നത് ഞാനും കണ്ടതാണല്ലോ ?'

അവൾ മറുപടി ഒന്നും പറഞ്ഞില്ല.

'മേലേപ്പാട്ടെ മരുമക്കൾ എല്ലാം സ്പെഷ്യൽ ആണെടോ.'

ഹരി വീണ്ടും ചിരിയോടെ പറഞ്ഞപ്പോൾ ഒന്നും മനസ്സിലാകാതെ കാളിന്ദി അവനെ തുറിച്ചു നോക്കി.

'പണ്ട് യക്ഷിയമ്മയെ യക്ഷിക്കാവിൽ കുടിയിരുത്തിയപ്പോൾ മേലേപ്പാട്ട് കാരണവർ നൽകിയ വാക്കാണ് മേലേപ്പാട്ട് വന്നു കയറുന്ന സ്ത്രീകളെയെല്ലാം രാഞ്ജിമാരെ പോലെ വാഴിയ്ക്കാമെന്ന്.'

കാളിന്ദി ചിരിച്ചു.

'ഈ ചിരിയുടെ അർത്ഥം. അത് എനിയ്ക്ക് മനസ്സിലായി.'

കുസൃതിച്ചിരിയോടെ ഹരി പറഞ്ഞു. പതിയെ ആ മുഖത്ത് വീണ്ടും ഗൗരവം നിറഞ്ഞു.

'യക്ഷിയമ്മയും മേലെപ്പാട്ടെ മരുമകൾ ആയിരുന്നല്ലോ. മേലേപ്പാട്ട് വേളി കഴിഞ്ഞു എത്തുന്ന പെണ്ണ്, യക്ഷിയമ്മയുടെ തികഞ്ഞ ഭക്തയാണെങ്കിൽ, അമ്മയ്ക്ക് പ്രീതി തോന്നിയാൽ, പല അത്ഭുതസിദ്ധികളും ആ പെണ്ണിന് ലഭിയ്ക്കുമത്രേ. ആരും കാണാത്ത കാഴ്ചകൾ കാണാനും ആരും കേൾക്കാത്തത് കേൾക്കാനുമൊക്കെ.'

മേലേപ്പാട്ട് എത്തുന്നതിനും ഏറെ മുൻപ് ബാല്യത്തിൽ തന്നെ തനിയ്ക്ക് ആ കഴിവുണ്ടായിരുന്നുവെന്ന് കാളിന്ദി പറഞ്ഞില്ല.

'തനിയ്ക്ക് അങ്ങനെ വല്ല കഴിവും കിട്ടിയോ, മേലേപ്പാട്ട് പലരും കാളിന്ദിയെ കണ്ടതായി കേട്ടിട്ടുണ്ട്. ആ അറയ്ക്കുള്ളിലും പുറത്തും.'

'വേണിയേടത്തിയെയോ..? ആരെങ്കിലും കണ്ടിട്ടുണ്ടോ..?'

ഹരിയുടെ മുഖം മങ്ങി. ഇല്ലെന്നവൻ പതിയെ തലയാട്ടി.

'ഹരിയേട്ടന് ഒത്തിരി ഇഷ്ടമായിരുന്നല്ലേ ഏടത്തിയെ..?'

ആദ്യം ഹരി ഒന്നും പറഞ്ഞില്ല.

'വേണിയേടത്തിയും ഞാനും തമ്മിൽ നല്ല പ്രായവ്യത്യാസമുണ്ട്. അമ്മ കുറച്ചു ഗൗരവക്കാരിയായിരുന്നു.അങ്ങനെ സ്നേഹം പ്രകടിപ്പിക്കുകയൊന്നുമില്ലായിരുന്നു. എല്ലാം വേണിയേടത്തിയായിരുന്നു. അമ്മയെ പോലെ തന്നെയായിരുന്നു എനിയ്ക്ക്.'

ഹരി എങ്ങോട്ടോ നോക്കിയാണ് സംസാരിക്കുന്നത്. അവൻ പഴയ കാല ഓർമ്മകളിൽ മുഴുകിയെന്ന് അവൾക്ക് മനസ്സിലായി.

'ഏടത്തിയ്ക്ക് എപ്പോഴും കൈതപ്പൂവിന്റെ മണമായിരുന്നു. തോട്ടുവക്കത്ത് നിന്നും കൈതപ്പൂ പൊട്ടിച്ചു കൊണ്ട് വന്നു അലമാരയിൽ മടക്കിവെച്ച വസ്ത്രങ്ങൾക്കിടയിലൊക്കെ വെക്കുമായിരുന്നു ആള്. ഇപ്പോഴും ആ അറയ്ക്കുള്ളിൽ കൈത പൂത്തമണമാണ് കാളിന്ദി.'

അന്ന് ആ അറയ്ക്കരികിലൂടെ, ജാനകിയുടെ അറയിലേയ്ക്ക് പോയപ്പോൾ തന്നെ പൊതിഞ്ഞ സുഗന്ധം അവളോർത്തു.

'അന്ന് ശരിക്കും എന്തായിരുന്നു സംഭവിച്ചത്..? '

'ഏടത്തിയുടെ വേളി ഉറപ്പിച്ച സമയമായിരുന്നു. മുഹൂർത്തം കുറിയ്പ്പിക്കാൻ ജ്യോത്സരുടെ അടുത്ത് പോയതായിരുന്നു അച്ഛനും അമ്മ

യും. അപ്പച്ചി ചെറിയമ്മയുടെ വീട്ടിലും. ഭാമ മൂന്നിലോ നാലിലോ ആണ്. ഞാൻ കോളേജിലും. ഏടത്തി തനിച്ചേ വീട്ടിൽ ഉണ്ടായിരുന്നുള്ളൂ. അമ്മയും അച്ഛനും തിരികെ വന്നപ്പോൾ അകത്തളത്തിൽ ബോധമില്ലാതെ കിടന്നിരുന്ന ഭാമയെയാണ് കണ്ടത്. വേണിയേടത്തിയെ അവിടെങ്ങും കണ്ടില്ല. ബോധം വന്നപ്പോൾ, ഭാമ ആകെ ഭയന്നു പിച്ചും പേയും പറയുന്ന അവസ്ഥയിലായിരുന്നു.'

ഹരിയുടെ മുഖഭാവങ്ങൾ കാളിന്ദിയിലും വേദനയുണർത്തി.

'ദിവസങ്ങൾ കഴിഞ്ഞെങ്കിലും ഭാമയുടെ അവസ്ഥ മാറിയില്ല. അങ്ങനെ ട്രീറ്റ്മെന്റ് തുടങ്ങി. പക്ഷെ അവളെ ഞങ്ങൾക്ക് തിരികെ കിട്ടിയപ്പോൾ ഭാമയ്ക്ക് ആ ദിവസത്തെ ഓർമ്മകൾ പൂർണ്ണമായും നഷ്ടമായിരുന്നു. അന്ന് സംഭവിച്ച എന്തോ ഒരു ഷോക്ക്, അതിന്റെ തീവ്രത. അതെന്താണെന്ന് ആർക്കും കണ്ടെത്താനായില്ല. പതിയെ ഭാമ പൂർവ്വസ്ഥിതിയിലേയ്ക്ക് തിരികെ വന്നു. വേണിയേടത്തിയെ പറ്റി ഒരു വിവരവും കിട്ടിയില്ല. ആ ദിവസത്തെ പറ്റി കൂടുതൽ എന്തെങ്കിലും ഓർത്തെടുക്കാൻ തുടങ്ങുമ്പോൾ ഭാമയ്ക്ക് സഹിയ്ക്കാനാവാത്ത തലവേദന വരും.'

ഹരിയുടെ ശബ്ദം വല്ലാതെ താഴ്ന്നു പോയിരുന്നു

'മാസങ്ങൾ കഴിയവേ, ഭാമ പതിയെ പഴയത് പോലെയായി. പഠിത്തം തുടർന്നു. എന്നെങ്കിലും ഒരിക്കൽ അതേ സാഹചര്യത്തിലോ, തീവ്രതയിലോ ഉള്ള, സമാനമായ അനുഭവത്തിലൂടെ കടന്നു പോകേണ്ടി വന്നാൽ, ഒരു പക്ഷെ ഭാമയ്ക്ക്, അന്നത്തെ ദിവസത്തെ പറ്റി ഓർമ്മ വരുമെന്ന് ഡോക്ടർ, അന്ന് പറഞ്ഞിരുന്നു. നേരിയ ഒരു ചാൻസ്. പക്ഷെ അതിലും അധികം, ഭാമയ്ക്ക് ജീവിതാവസാനം വരെ ആ ഓർമ്മകൾ തിരിച്ചു കിട്ടാതെ വരാനാണ് സാധ്യത കൂടുതലെന്നും ഡോക്ടർ സൂചിപ്പിച്ചിരുന്നു.'

'പിന്നെയും ഭാമയ്ക്ക് അസുഖം വന്നത് എങ്ങിനെയായിരുന്നു..?'

'അവൾ ഡിഗ്രിയ്ക്ക് പഠിയ്ക്കുമ്പോൾ, ഒരു ദിവസം, അപ്പച്ചി വല്യച്ഛന്റെ വീട്ടിൽ പോയിരുന്നു. ജോലിക്കാരി ചേച്ചിയും ഭാമയുമായിരുന്നു അന്ന് വീട്ടിൽ. അപ്പച്ചി തിരികെയെത്തിയപ്പോൾ ഭാമയെ കാണാഞ്ഞിട്ട് തിരഞ്ഞു നടക്കുമ്പോഴാണ് അവൾ കുളപ്പടവിൽ വീണു കിടക്കുന്നത് കണ്ടത്.'

ഹരി ഒന്ന് നിശ്വസിച്ചു.

'അവളെ ഉണർത്താനായെങ്കിലും ഭാമയുടെ മനസ്സ് അവൾക്ക് നഷ്ടമായിരുന്നു. പിന്നെ ഏറ്റക്കുറച്ചിലുകളോടെ മനോവിഭ്രാന്തിയിലേയ്ക്കുള്ള യാത്രയായിരുന്നു. പിന്നെ ഒരിക്കലും ഭാമ പഴയത് പോലെ ആയിട്ടില്ല.'

പിന്നെ ഏറെ നേരം ഇരുവരും ഒന്നും പറഞ്ഞില്ല.

'വേണിയേടത്തിയ്ക്ക് എന്ത് സംഭവിച്ചിരിക്കാം..?'

'അറിയില്ല കാളിന്ദി.'

ഹരി തികച്ചും പരീക്ഷീണനായിരുന്നു.

'ഏടത്തി ജീവനോടെയില്ലെന്ന് ഹരിയേട്ടൻ വിശ്വസിച്ചിരുന്നുവല്ലേ?'

തെല്ലുനേരം കഴിഞ്ഞാണ് ഹരി പറഞ്ഞത്.

'ഉം. വർഷങ്ങളോളം ഞാൻ അതിന്റെ പിറകെ ആയിരുന്നു. വേണിയേടത്തിയ്ക്ക് എന്തോ സംഭവിച്ചിട്ടുണ്ടാകാം. ജീവിച്ചിരിക്കാനുള്ള സാധ്യതകളൊന്നും എനിയ്ക്ക് കണ്ടെത്താനായില്ല. അതിനും അന്ന് ഭാമയ്ക്ക് സംഭവിച്ചതിനും തമ്മിൽ എന്തോ ബന്ധമുണ്ടാകാം.'

'ഒരു പക്ഷെ ഇന്ദുബാലയുടെ മരണത്തിനും.'

പൊടുന്നനെ കാളിന്ദി അത് പറഞ്ഞതും ശ്രീഹരി ശക്തമായി ഒന്ന് ഞെട്ടി. പിന്നെ അവളെ നോക്കി.

'തെളിവുകൾ ഒന്നുമില്ല... വെറുതെ ഒരു ഗസ്സിങ്.'

കാളിന്ദി പറഞ്ഞു.

'ഇന്ദുവിന്റെ മരണത്തെ പറ്റിയും എനിയ്ക്കൊന്നും കണ്ടെത്താനായില്ല.'

ഇന്ദുവിന്റെ മരണത്തെ പറ്റിയുള്ള സംശയങ്ങൾ അവൾക്ക് ചോദിയ്ക്കാൻ തോന്നിയില്ല. പക്ഷെ അവളുടെ മനസ്സറിഞ്ഞത് പോലെ ഹരി പറഞ്ഞു തുടങ്ങി.

'ഇന്ദുവും ഞാനുമായുള്ള വേളി നിശ്ചയിച്ചപ്പോൾ, അതിനു മുൻപേ കാവിൽ ചില പൂജകൾ നടത്തേണ്ടതുണ്ടായിരുന്നു. അതിനുള്ള മുഹൂർത്തം കുറിച്ച് കിട്ടിയത് ഒരു പാട് വൈകിയായിരുന്നു. പക്ഷെ വിവാഹം ഉടനെ നടത്തണമെന്ന് ഇന്ദു വാശിപിടിച്ചു. ഒടുവിൽ വിവാഹത്തിന്റെ ചടങ്ങുകൾ നടത്താനും, ഒന്നിച്ചൊരു ജീവിതം, കാവിലെ പൂജകൾ കഴിഞ്ഞിട്ടേ ഉണ്ടാകൂയെന്നുമുള്ള ധാരണയിൽ ഞങ്ങളുടെ വേളി നടന്നു. ഇന്ദു അപ്പച്ചിയോട് ഒപ്പമായിരുന്നു കിടന്നിരുന്നത്. മൂന്നാം നാൾ അതിന്റെ പേരിൽ, എന്നോട് വഴക്കിട്ട് ഇറങ്ങിപ്പോയവളെ, ഞാൻ പിന്നെ യക്ഷിക്കാവിൽ മരിച്ചു മരവിച്ചു കിടക്കുന്നതായാണ് കണ്ടത്.'

കാളിന്ദി ഒന്നും പറഞ്ഞില്ല. അവൾക്ക് വീണ്ടും തല വേദനിക്കാൻ തുടങ്ങിയിരുന്നു.

'ഇന്ദുവിന്റെ വലത്തെ കൈവെള്ളയിൽ സർപ്പദംശനമേറ്റ പാടുണ്ടായിരുന്നു. ദേഹം നീലിച്ചിരുന്നു. അതായിരുന്നു മരണകാരണം. പക്ഷെ യക്ഷിയമ്മയെയും കാവിനെയും വെറുത്തിരുന്ന ഇന്ദു എന്തിനാവും ആ അസമയത്ത് അവിടെ പോയതെന്നതിനു ഒരു കാരണവും കണ്ടെത്താൻ

കഴിഞ്ഞില്ല. പിന്നെ ഇന്ദുവിന്റെ കൈവെള്ളയിലായിരുന്നു ദംശനമേറ്റതും.'

ഹരിയെ അവൾ ആർദ്രമായൊന്നു നോക്കി. ഈ പ്രായത്തിനിടയിൽ എന്തെല്ലാം ദുരനുഭവങ്ങൾ.

'ഇന്ദുവിന്റെ മൊബൈൽ മിസ്സിംഗായിരുന്നു. അതും കണ്ടെത്താൻ കഴിഞ്ഞില്ല.'

അവൾ ഒന്നും പറഞ്ഞില്ല. അവളുടെ ക്ഷീണിച്ച ഭാവം കണ്ടതും ഹരി വീണ്ടും അവൾക്കരികെയെത്തി.

'വയ്യാണ്ടായോ. പറയുന്ന ആവേശത്തിൽ ഞാനും ശ്രദ്ധിച്ചില്ലെടോ. സാധാരണ പവിയോടാണ് ഇതൊക്കെ പറയാറുള്ളത്. അതും ഫോണിൽ.'

'പവിയേട്ടൻ എന്നാ വരുന്നത്..?'

വിഷയം മാറ്റാൻ എന്നോണം കാളിന്ദി ചോദിച്ചു.

'അടുത്ത ദിവസം തന്നെയെത്തും.'

അവൻ വീണ്ടും അവളെ നോക്കി.

'തനിയ്ക്ക് ഭാമയോട് ദേഷ്യം തോന്നുന്നുണ്ടോ? ഇതിപ്പോൾ രണ്ടാമത്തെ തവണയല്ലേ അവൾ തന്നെ ഉപദ്രവിക്കുന്നത്..?'

'അവൾ അറിഞ്ഞു കൊണ്ടല്ലല്ലോ ഹരിയേട്ടാ. ഇപ്പോൾ എനിയ്ക്ക് വേദനിച്ചതിൽ ഏറ്റവും ദുഖിക്കുന്നതും അവളായിരിക്കും.'

ഹരി തെല്ലാശ്ചര്യത്തോടെ അവളെ നോക്കി. കാളിന്ദി ചിരിച്ചു.

'എനിക്കറിയാം അവൾക്കെന്നെ ഒരുപാട് ഇഷ്ടമാണ്.'

'അത് പിന്നെ കാണാതിരിക്കുമോ. എന്റെ ഭാര്യയല്ലേ അവളുടെ ഏട്ടത്തി?'

'ഓഹോ.'

ഹരിയും ചിരിച്ചു.

'ഇത്രയും സമയം ഇത്രയും സൗമ്യമായി നമ്മൾ സംസാരിക്കുന്നത് ആദ്യമായാവും ല്ലേ.'

ഹരി ചോദിച്ചപ്പോൾ അവളുമൊന്ന് ചിരിച്ചു.

സത്യമാണ്.

'പക്ഷെ എനിയ്ക്കിഷ്ടം തന്നോട് ചുമ്മാ വഴക്കുണ്ടാക്കാനാണ്. കാളിന്ദിയേക്കാൾ ആ ഭദ്രകാളിയെയാണ് എനിയ്ക്കേറെ പ്രിയം.'

അവൾ ഒന്നും പറഞ്ഞില്ല. ഹരിയെ നോക്കിയതുമില്ല. പക്ഷെ ചുണ്ടുകളിൽ ചിരിയുണ്ടായിരുന്നു.

ഹരി അവൾക്ക് കഴിക്കാൻ എന്തെങ്കിലും കൊണ്ടുവരാമെന്ന് പറഞ്ഞു പോയിരുന്നു.

ഹരിയേട്ടന് തന്നെ ഇഷ്ടമായിരുന്നത്രെ... പ്രണയിച്ചിരുന്നത്രെ...

താനറിഞ്ഞില്ലല്ലോ..?

വീണ്ടും ഉള്ളിലെവിടെയോ ചുരുണ്ടു കിടന്നിരുന്ന അപകർഷതാബോധത്തിന്റെ പത്തി ഇളകിത്തുടങ്ങി. ഇനി വെറുതെ പറഞ്ഞതാകുമോ..?

പണ്ട്, ഇന്ദുവിനൊപ്പം നടന്നിരുന്നപ്പോൾ, ആ മിഴികൾ, തന്നെ തേടിയിരുന്നെന്നോ...?

അങ്ങനെയാവണമെന്ന് ആഗ്രഹിച്ചിരുന്നുവെങ്കിലും പ്രതീക്ഷിച്ചിട്ടില്ല.

ഇന്ദുബാലയോട് മുന്നിട്ട് നിൽക്കാനുള്ള മേന്മയൊന്നും തന്നിലില്ലെന്ന ചിന്തയായിരുന്നു കാരണം. അവൾക്ക് താനൊരു കോമാളിയായിരുന്നുവെന്ന്, അന്ന് വിശാൽ പറയാതെ പറഞ്ഞപ്പോൾ, ഉരുകിപ്പോയിരുന്നു, അവന്റെ മുൻപിൽ. അവളുടെ സൗന്ദര്യത്തിന്റെ പൊലിമ എടുത്തു കാട്ടാൻ, കൂടെക്കൊണ്ട് നടന്നതായിരുന്നത്രേ പറയത്തക്ക സൗന്ദര്യമൊന്നുമില്ലാത്ത കാളിന്ദിയെ.

അവളുടെ മുഖമൊന്നു മുറുകി. വിശ്വാസവഞ്ചന. അതൊരിക്കലും കാളിന്ദി പൊറുക്കുകയില്ല. മറക്കുകയും. ആരിൽ നിന്നും.

വേണിയേടത്തിയുടെ തിരോധാനം, ഭാമയുടെ അസുഖം, ഇന്ദുവിന്റെ ദുരൂഹമരണം...

ഇതൊക്കെ തമ്മിൽ എന്തോ ബന്ധമുണ്ടെന്നു തന്നെ അവളുടെ മനസ്സ് പറഞ്ഞു കൊണ്ടേയിരുന്നു.യക്ഷിക്കാവും മേലേപ്പാട്ടെ ആ കുളവും തമ്മിൽ ഇതിനൊക്കെ എന്തെങ്കിലും ബന്ധമുണ്ടാവുമോ ?

വേണിയേടത്തിയെ കാണാതായപ്പോൾ കുളത്തിലടക്കം എല്ലായിടത്തും നോക്കിയെന്നാണ് കേട്ടത്. പിന്നെങ്ങനെ ?

കാളിന്ദിയുടെ ഉള്ളിലെ, അന്വേഷണകുതുകിയ്ക്ക് അടങ്ങിയിരിക്കാൻ കഴിയുമായിരുന്നില്ല. എന്തെങ്കിലും ഒന്നിൽ സംശയമോ, കൗതുകമോ തോന്നിയാൽ, അതിനറ്റം കാണുന്നത് വരെ അവളുടെ മനസ്സ് അടങ്ങില്ല.

ഏതെങ്കിലും വിധത്തിൽ അവൾ ആ പ്രശ്നം പരിഹരിച്ചിരിക്കും. ആരുമറിയാതെ.

കാളിന്ദിയ്ക്കുള്ള കഞ്ഞിയുമായി ഹരിയ്ക്കൊപ്പം രാജേശ്വരിയും രുക്മിണിയും മുറിയിലേയ്ക്ക് വന്നിരുന്നു. അവൾ വിലക്കിയിട്ടും അപ്പച്ചിയാണ് കഞ്ഞി കോരികൊടുത്തത്. ഇടയിലെപ്പോഴോ ഹരി പുറത്തേയ്ക്ക് പോയിരുന്നു. ബാത്റൂമിൽ പോയി വന്നു കാളിന്ദി വീണ്ടും കിടന്നു.

അവൾ വെറുതെ, ജനലിലൂടെ പുറത്തേയ്ക്കു നോക്കി കിടന്നു. ആകാശത്തിൽ നക്ഷത്രങ്ങൾ തിളങ്ങുന്നുണ്ട്. ഇന്ദുബാല അറിയുന്നുണ്ടാവുമോ. അവൾ തന്നിൽ നിന്നും തട്ടിപ്പറിച്ചെടുത്ത പ്രണയം തന്നിലേയ്ക്ക്

തിരികെ വന്നത്. ഇന്ദുവിനോട് തന്നെ പറ്റിച്ചുവെന്നുള്ള ദേഷ്യം മാത്രമേ ഇത് വരെ ഉണ്ടായിരുന്നുള്ളൂ... പക്ഷെ ഇപ്പോൾ...

'കാളിന്ദിയിൽ കുടുങ്ങാൻ തുടങ്ങിയ മനസ്സിനെ ഇന്ദുബാല എങ്ങനെ വേർപെടുത്തിയെന്നല്ലേ ഇപ്പോൾ ഈ ആലോചിക്കുന്നത്..?'

അകത്തേയ്ക്ക് വന്ന ഹരിയുടെ ചോദ്യം കേട്ട് അവനെ നോക്കിയതല്ലാതെ അവളൊന്നും പറഞ്ഞില്ല.

'അമ്പലത്തിലും വഴിയരികിലും വെച്ച് എന്നെ ഒളിക്കണ്ണിട്ട് നോക്കുന്ന ഒരു പെണ്ണിനെ ഞാനും ശ്രദ്ധിച്ചിരുന്നു. പിന്നെ അവളെപ്പോഴോ എന്റെ മനസ്സിലേക്കങ്ങു നടന്നു കയറി. ആ ഇഷ്ടം ഞാൻ ആദ്യം പറഞ്ഞത് പവിയോടായിരുന്നു.'

ഹരിയുടെ വാക്കുകളിൽ ഞെട്ടിയിരുന്നു കാളിന്ദിയുടെ ഉള്ളം.

'അതിനിടയിൽ, പവിയുടെ ഫാമിലി ഫ്രണ്ടെന്ന നിലയിൽ ഇന്ദു ഇങ്ങോട്ട് ഇടിച്ചു കയറി വന്നപ്പോൾ, എനിയ്ക്കൊരു മുഷിച്ചിലാണ് തോന്നിയത്. പവിയ്ക്കും അവളോടത്ര പ്രിയം പോരായിരുന്നു. പിന്നെ തന്റെ കൂട്ടുകാരി എന്ന നിലയിലാണ് ഞാൻ അവളെ കണ്ടു തുടങ്ങിയത്. പതിയെ ഞങ്ങൾ സുഹൃത്തുക്കളായി. പവി പറഞ്ഞ കുഴപ്പങ്ങളൊന്നും എനിയ്ക്കവളിൽ തോന്നിയതുമില്ല. എല്ലാവരോടും നല്ലത് പോലെ പെരുമാറുന്ന പോസിറ്റീവ് വൈബ് തരുന്നൊരു പെൺകുട്ടി.'

കാളിന്ദി ഒന്നും പറയാതെ മിഴികൾ അടച്ചു കിടന്നു. ഉള്ളിൽ നിറയെ, ശ്രീഹരിയുടെ പേരും പറഞ്ഞു, തന്നെ പരിഹസിയ്ക്കുന്ന ഇന്ദുബാലയായിരുന്നു.

'ഒരിക്കൽ അവളാണ് എന്നോട് ചോദിച്ചത് കാളിന്ദിയെ ഇഷ്ടമാണല്ലേയെന്ന്. ഞാൻ ശരിക്കും ഞെട്ടി. ആദ്യമൊന്നും സമ്മതിച്ചില്ലെങ്കിലും പിന്നെ ഞാൻ അവളോട് എല്ലാം പറഞ്ഞു. കേട്ട് കഴിഞ്ഞപ്പോൾ ഇന്ദുവിന്റെ മുഖത്താകെ സങ്കടഭാവമായിരുന്നു. വളരെ വിഷമത്തോടെയാണ് അവളെന്നോട് കാളിന്ദിയ്ക്ക് വേറൊരു ഇഷ്ടം ഉണ്ടെന്നും അയാളെ മാത്രമേ അവൾ വിവാഹം ചെയ്യൂവെന്നും പറഞ്ഞത്.'

കാളിന്ദി പകപ്പോടെ മിഴികൾ തുറന്നു അവനെ നോക്കി. അവളുടെ ഭാവം കണ്ടു ചിരി വന്നെങ്കിലും ഹരി അടക്കി പിടിച്ചു തുടർന്നു.

'എങ്കിലും എന്റെ സങ്കടം കണ്ടവൾ കാളിന്ദിയോട് കാര്യം പറയാമെന്നു പറഞ്ഞു. തനിയ്ക്ക് വേറൊരു ഇഷ്ടം ഉണ്ടെന്ന് അറിഞ്ഞത് കൊണ്ട് ഞാനത് വിലക്കി. ഇനിയൊന്നും പറയേണ്ടെന്നും ആരും അറിയേണ്ടെന്നും ഞാൻ പറഞ്ഞെങ്കിലും, ഇന്ദു പിറ്റേന്ന് വന്നത്, തന്നോട് എന്റെ കാര്യം സൂചിപ്പിച്ചുവെന്നും താനാകെ പൊട്ടിത്തെറിച്ചുവെന്നുമൊക്കെ പറഞ്ഞാണ്. തന്നെ മറക്കണമെന്നും ഉപദേശിച്ചു.'

എത്ര അടക്കി വെക്കാൻ ശ്രമിച്ചിട്ടും ഇന്ദുവിനോടുള്ള വെറുപ്പ് കാളിന്ദിയുടെ മനസ്സിൽ നുരഞ്ഞു തുടങ്ങിയിരുന്നു... ഇത്രയ്ക്കും വിഷമായിരുന്നോ അവൾ..?

'അതിൽ പിന്നെ, തന്നെ കണ്ടാൽ ഞാനും വഴി മാറിയും, കാണാത്തത് പോലെയുമൊക്കെ പോവാൻ തുടങ്ങി..'

അത് അവൾക്കും വ്യക്തമായി ഓർമ്മയുണ്ടായിരുന്നു.. കാണുമ്പോഴൊക്കെ ഒരു നനുത്ത ചിരി സമ്മാനിച്ചിരുന്നയാൾ പെട്ടെന്നൊരു ദിനം മുതൽ മുഖം തിരിച്ചു പോയത് മറക്കാൻ ആവില്ലല്ലോ... അതും അത്രമേൽ പ്രിയമുള്ളൊരാൾ.

'ചെറിയൊരു ദേഷ്യവും കുശുമ്പുമൊക്കെ എന്റെയുള്ളിലും ഉണ്ടായിരുന്നു. അതിനിടെ എപ്പോഴോ ഒരിക്കൽ, താൻ ഏതോ ഒരു ആണിനോട് സംസാരിച്ചു നിൽക്കുന്നത് ഇന്ദു എനിയ്ക്ക് കാണിച്ചും തന്നിരുന്നു. തന്റെ കാമുകൻ ആണെന്നും പറഞ്ഞു. മുഖം ഞാൻ കണ്ടിരുന്നില്ല. ഒരുപക്ഷെ വിശാലോ മറ്റോ ആയിരുന്നിരിക്കണം... അത് വരെ പവിതനിയ്ക്ക് അങ്ങനെയൊന്നും ഉണ്ടാവില്ലെന്നും ഇന്ദു വെറുതെ പറയുകയാണെന്നു പറഞ്ഞത് കൊണ്ട്, എന്നിലുണ്ടായിരുന്ന നേരിയ പ്രതീക്ഷയും, ആ കാഴ്ച്ചയോടെ ഇല്ലാതായി.'

ഹരി അവളെ നോക്കുമ്പോൾ കാളിന്ദി വീണ്ടും കണ്ണുകൾ അടച്ചു കിടപ്പാണ്.

'തന്നെ മറക്കാൻ ഞാൻ ശ്രമിക്കുന്നതിനിടയിലെപ്പോഴോ ഇന്ദു ഇഷ്ടം പറഞ്ഞു. എനിക്കത് ഉൾക്കൊള്ളാൻ കഴിഞ്ഞില്ല. പക്ഷെ എന്നോടുള്ള പ്രണയത്തിന്റെ പേരിൽ അവൾ ജീവൻ കളയാൻ ശ്രമിച്ചുവെന്നറിഞ്ഞപ്പോൾ എന്റെ മനസ്സും മാറി.അവൾ പറഞ്ഞു എരിവ് കേറ്റിയത് കൊണ്ട്, തന്നോട് കുറച്ചു ദേഷ്യവും വാശിയുമൊക്കെ തോന്നിയതും ഒരു കാരണമായിരുന്നു...'

കാളിന്ദിയുടെ കവിളുകൾ വീർത്തു പൊട്ടാറായിരുന്നു.

ദേവ്യേ. ഭദ്രകാളി ഇപ്പോൾ ശൂലമെടുക്കുമോ?

ഹരി മനസ്സിലോർത്തതേയുള്ളൂ

'കുന്തം... എന്നോട് ഇഷ്ടമുണ്ടായിരുന്നെങ്കിൽ അത് എന്നോടായിരുന്നു മനുഷ്യാ പറയേണ്ടത്.അവൾ പറഞ്ഞത് കേട്ട്, അവളെയും കെട്ടിപ്പിടിച്ചു നടന്നിട്ട്, ഓരോ ന്യായീകരണങ്ങൾ...'

ബെഡിൽ നിന്നും ചാടി എഴുന്നേറ്റിരുന്നു കാളിന്ദി. ശ്രീഹരി ശബ്ദം നഷ്ടമായത് പോലെ അവളെ തന്നെ മിഴിച്ചു നോക്കി നിന്നു.

16

ഹരി കണ്ണും മിഴിച്ചു നിൽപ്പാണ്. കാളിന്ദി അവനെ തുറിച്ചു നോക്കി ഓരോന്ന് വിളിച്ചു പറയുന്നുണ്ട്.

'അവള് പറഞ്ഞതൊക്കെ കേട്ട് തുള്ളിക്കളിച്ചു നടന്നിട്ട് ഇപ്പോൾ പഴയ പ്രണയവും പറഞ്ഞു വന്നാൽ ഞാനങ്ങു നിന്ന് തരുമെന്ന് കരുതിയോ മേലെപ്പാട്ടെ ശ്രീഹരി..?'

പെണ്ണ് നിർത്തുന്നില്ല. ഹരിയ്ക്കാണേൽ ചിരിയും കരച്ചിലും ഒരുമിച്ച് വരുന്നുണ്ട്. അവൾ നിർത്താൻ ഭാവമില്ലെന്ന് കണ്ടു ഹരി ഇടപെട്ടു.

'അതേയ്... വെയിറ്റ് വെയിറ്റ്.'

ഹരി ഇടയിൽ കടന്നു പറഞ്ഞപ്പോൾ അവനെയും കണ്ണുരുട്ടി നോക്കി നിന്നവൾ.

'എന്താ..?'

കനപ്പിച്ചായിരുന്നു ചോദ്യം.

'ഞാൻ അന്ന് തന്നോട് ഇഷ്ടം പറഞ്ഞിരുന്നെങ്കിൽ..?'

'പറഞ്ഞിരുന്നെങ്കിൽ ?'

ആ ചോദ്യത്തിൽ അവൾ ഒന്ന് പതറി. ഹരിയുടെ ചുണ്ടിൽ ഒരു ചെറുചിരി വിരിയുന്നത് അവൾ കണ്ടു. കാളിന്ദി ചുണ്ടൊന്ന് കോട്ടി.

'പറഞ്ഞിരുന്നേൽ എന്താ, നിങ്ങളെ കെട്ടി എനിക്കിപ്പോൾ അഞ്ചെട്ട് പിള്ളേരുമായേനെ.'

നിസ്സാരമട്ടിൽ കാളിന്ദി പറഞ്ഞതും ഹരി അവളെ അടിമുടിയൊന്ന് നോക്കി. അവൾ പതിയെ ബെഡിലേയ്ക്ക് കയറിയിരുന്നു.

'അഞ്ചെട്ട് പിള്ളേരോ. അതും നല്ലോണം ഒന്ന് കാറ്റടിച്ചാൽ പറക്കുന്ന ഈ ബോഡിയിലോ?'

ഹരി പരിഹാസം നിറച്ചു അവളെ നോക്കിയതും കാളിന്ദിയ്ക്ക് പിന്നെയും വിറഞ്ഞു കയറി.

'എല്ലാം ഒപ്പിച്ചു വെച്ചിട്ട് ഇപ്പോൾ പിള്ളേരുടെ കണക്കെടുക്കുവാ.'

പിറുപിറുത്തു കൊണ്ട് കാളിന്ദി ബെഡിലേയ്ക്ക് ചാരിയിരുന്നു. വീണ്ടും തല വേദനിച്ചു തുടങ്ങിയിട്ടുണ്ട്. ഹരിയുടെ അമർത്തിയ ചിരിയൊച്ച കേട്ടപ്പോഴാണ് അവൾ വീണ്ടും മുഖമുയർത്തി നോക്കിയത്.

'താനിത്രയ്ക്ക് ഭീകരിയാണെന്ന് ഞാൻ അറിഞ്ഞില്ലല്ലോടോ.?'

വാക്കുകളിലും മിഴികളിലും കുസൃതി നിറച്ചവൻ അരികിലെത്തിയതും കാളിന്ദിയുടെ ഉള്ളൊന്ന് പിടഞ്ഞു.

'പക്ഷെ എനിക്കിഷ്ടായിട്ടോ. ഞാൻ വിചാരിച്ചത് ഇയാളൊരു തൊട്ടാവാടിയായിരിക്കുമെന്നാ.'

'പിന്നേ തൊട്ടാവാടി.ഇങ്ങേര് ഈ നൂറ്റാണ്ടിലൊന്നുമല്ലേ ജീവിക്കുന്നത്. അതിന് ഇയാൾ കണ്ടിട്ടുള്ളത് തുളസിക്കതിരിന്റെ നൈർമല്യമുള്ള ഇന്ദുബാലയെ മാത്രാണല്ലോ. ഹും.'

കാളിന്ദി മനസ്സിൽ പറഞ്ഞു.

'ഇനിയെന്ത് കൊനഷ്ടാ ഈ തലയിൽ ആലോചിച്ചുണ്ടാക്കുന്നത്..?'

'അതിന് ഇത് നിങ്ങളുടെ ഇന്ദുബാലയല്ല, കാളിന്ദിയാ.'

എടുത്തടിച്ചത് പോലെയുള്ള മറുപടിയിൽ ഹരിയുടെ മുഖമൊന്നു മങ്ങി. അങ്ങനെ പറയേണ്ടായിരുന്നുവെന്നൊരു ചിന്ത വന്നെങ്കിലും സോറി പറയാനൊന്നും അവൾക്ക് തോന്നിയതുമില്ല.

'ഇനിയുള്ള കാലം മുഴുവനും ഇന്ദുവിന്റെ പേരും പറഞ്ഞു എന്നെ ടോർച്ചർ ചെയ്യാനാണോ ഭാര്യേ ഉദ്ദേശ്യം.?'

പകുതി കളിയായും കാര്യമായും ഹരി പറഞ്ഞപ്പോൾ കാളിന്ദി അവനെയൊന്ന് നോക്കി.

'എന്റെ ദേഷ്യം തീരുന്നത് വരെ ഞാൻ പറഞ്ഞോണ്ടിരിക്കും. വേദനിച്ചത് മുഴുവനും ഞാനല്ലേ?'

'അതിന് ചെയ്തത് മുഴുവനും അവളല്ലേ .ഞാനെന്ത് പിഴച്ചു..?'

'മനുഷ്യന്മാർക്ക് ദൈവം വിവേചനബുദ്ധിയെന്നൊരു സാധനം തന്നിട്ടുണ്ട്. ആവശ്യമുള്ളപ്പോൾ എടുത്തുപയോഗിക്കാൻ.'

'ഓഹോ... അപ്പോൾ ഈ പറഞ്ഞ ബുദ്ധി കാളിന്ദി ദേവിയ്ക്ക് ദൈവം തന്നിട്ടില്ലേ..?'

'എന്ത്..?'

അവൾ മുഖം ചുളിച്ചു കൊണ്ട് അവനെ നോക്കി ചോദിച്ചതും ഹരി ചിരിച്ചു. പിന്നെ പറഞ്ഞു.

'അല്ല, ഉറ്റകൂട്ടുകാരി കൂടെ കൊണ്ട് നടന്നു ചതിച്ചത് ഇയാൾ അറിഞ്ഞില്ലല്ലോന്ന്, എന്തേ അപ്പോൾ തന്റെ വിവേചനബുദ്ധി ടൂറിനു പോയിരുന്നോ?'

അവൾക്ക് ഉത്തരം മുട്ടിപ്പോയിരുന്നു ഇത്തവണ. ഹരിയേട്ടൻ പറഞ്ഞത് അക്ഷരം പ്രതി ശരിയാണ്. തങ്ങളെ രണ്ടുപേരെയും ഇന്ദു ഒരേ പോലെ കബളിപ്പിക്കുകയായിരുന്നു.

'അപ്പോൾ നമ്മൾ തുല്യദുഃഖിതർ, അത് കൊണ്ട് അത് വിട്. എനിയ്ക്ക് മറ്റൊരു കാര്യം അറിയണം.'

അവൾ എന്താണെന്ന ഭാവത്തിൽ ഹരിയെ നോക്കി.

'അല്ല. ഇയാൾ ഒരുപാട് വേദനിച്ചുവെന്നൊക്കെ പറഞ്ഞല്ലോ. അതെന്തിനായിരുന്നു? ഉം..?'

ഹരി കാളിന്ദിയുടെ ബെഡിനരികിലേയ്ക്ക് നിന്നു അവളോട് ചേർന്നു കൊണ്ടായിരുന്നു ചോദിച്ചത്. കാളിന്ദി അറിയാതെ തന്നെ അവളുടെ മുഖം ചുവന്നുപോയിരുന്നു. ഹരി കൗതുകത്തോടെ അവളെ നോക്കി നിന്നു. മിഴികൾ കൊരുത്തു.

'എന്നെ... എന്നോട് എപ്പോഴാ ഇഷ്ടം തോന്നിയത്..?'

ഒന്നുമാലോചിക്കാതെയുള്ള അവളുടെ ചോദ്യത്തിന് ആദ്യമൊരു ചിരിയായിരുന്നു മറുപടി. കാളിന്ദിയുടെ കവിളുകൾ വീണ്ടുമൊന്നു തുടുത്തുപോയി. അവൾ വേഗം അവനിൽ നിന്നും മിഴികൾ പിൻവലിച്ചതും ശ്രീഹരി പിന്നെയും ചിരിച്ചു.

'മുൻപേ തന്നെ കണ്ടിട്ടുണ്ടെങ്കിലും, ഈ പെണ്ണിനെ ഞാൻ ശരിക്കും ശ്രദ്ധിച്ചത് ഇയാൾ പത്താം ക്ലാസിൽ പഠിയ്ക്കുമ്പോഴാ.'

ഹരി പറഞ്ഞതും കാളിന്ദി അമ്പരപ്പോടെ അവനെ നോക്കി.

'അന്ന്, പരീക്ഷയ്ക്ക് ദേവിയെ സോപ്പിടാൻ അമ്പലത്തിൽ എത്തിയ മകളെ പറ്റി വാസുദേവൻ തിരുമേനി പറയുമ്പോൾ, ചൂളി പരുങ്ങി നിന്നിരുന്ന മുഖം എന്റെ മനസ്സിൽ പതിഞ്ഞിരുന്നു.'

കാളിന്ദി ശരിക്കും ഞെട്ടിയിരുന്നു. ആ ചിരി അവൾ വീണ്ടും കേട്ടു.

'അതിൽ പിന്നെ ഞാൻ, സോപാനം പാടുമ്പോഴൊക്കെ എന്നിൽ മിഴിയർപ്പിച്ചു നിന്നിരുന്നവളെ ഞാനും കണ്ടിരുന്നു. ആദ്യത്തെ കൗതുകത്തിൽ നിന്ന് അതിൽ പ്രണയം കലർന്നത് എപ്പോഴാണെന്ന് എനിയ്ക്കും ശരിക്ക് ഓർമ്മയില്ലെടോ. പ്രായവ്യത്യാസം ഒരു ഘടകം തന്നെയാണെന്ന് തോന്നിയത് കൊണ്ട് അന്നൊന്നും പറയാനും മനസ്സ് വന്നില്ല.'

അവൾ മിഴിച്ചു നോക്കുന്നത് കണ്ടാണ് ഹരി നെറ്റി ചുളിച്ചത്.

'ഉം?'

'അത് ഞാനും... അന്നാണ്...'

കാളിന്ദി പൂർത്തിയാക്കിയില്ലെങ്കിലും അവളുടെ പതർച്ചയിൽ നിന്നും ഹരിയ്ക്ക് കാര്യം മനസ്സിലായിരുന്നു

'എന്താ ഇയാൾ പറഞ്ഞു വരുന്നത്..?'

അറിയാത്തത് പോലെ ഹരി ചോദിച്ചെങ്കിലും ആ സ്വരത്തിൽ ഒളിച്ചു വെച്ച കുസൃതി അവളറിഞ്ഞിരുന്നു.

'ഒന്നൂല്ല്യാ'

അതും പറഞ്ഞു കാളിന്ദി കണ്ണുകൾ ഇറുകെ അടച്ചതും ഹരി പൊട്ടി ച്ചിരിച്ചു.

'അയ്യേ, ഉള്ള കാര്യം മുഖത്ത് നോക്കി പറയുന്നവളാണ് കാളിന്ദിയെ ന്നായിരുന്നു എന്റെ ധാരണ...'

അത് കേട്ടതും അവൾ കണ്ണുകൾ തുറന്നു അവനെ നോക്കി പേടി പ്പിച്ചു.

'മേലേപ്പാട്ട് ശ്രീഹരിയെ ഞാനും ശ്രദ്ധിച്ചത് അന്നായിരുന്നു. അത്രേ യുള്ളൂ.'

നിസ്സാര മട്ടിൽ പറഞ്ഞു കാളിന്ദി വീണ്ടും കണ്ണുകൾ അടച്ചു വെച്ചു.

'എന്നിട്ട്.. ബാക്കി കൂടെ പറയ്.'

'ങും ഹും.'

'വാശിയാണോ..?'

'ആണെങ്കിൽ..?'

'പറയിപ്പിക്കാൻ എനിക്കറിയാം എന്റെ കാളി.'

അത്രമേൽ ആർദ്രമായിരുന്നു ആ സ്വരവും ഭാവവും.

'അതിന് ശ്രീഹരി കുറേ വിയർക്കേണ്ടി വരും.'

'അതല്ലേ അതിന്റെയൊരു ഇത്.'

ആ കള്ളത്തരം ഒളിപ്പിച്ച ചിരി കേട്ടപ്പോഴാണ് പറഞ്ഞത് എന്താണെ ന്ന് കാളിന്ദി ഓർത്തത്.ഒരു താളത്തിൽ അങ്ങ് പറഞ്ഞു പോയതാണ്.

ആ ചിരി കാതോരം കേട്ടപ്പോൾ അവൾ പിടയലോടെ മിഴികൾ തുറ ന്നു. അതേ നിമിഷം ശ്രീഹരിയുടെ അധരങ്ങൾ വലത് ചെവിയ്ക്ക് താ ഴെ പതിഞ്ഞിരുന്നു.

'പറയാൻ പറ്റാതെ പോയതൊക്കെ പറഞ്ഞും അറിയാനുള്ളതൊക്കെ അറിഞ്ഞും നമുക്കിനിയിങ്ങനെ പ്രണയിച്ചു നടക്കാടോ.'

പറഞ്ഞിട്ടു ഹരി മുഖം ഉയർത്തുമ്പോഴേക്കും അവനെ നേരിടാൻ വയ്യാതെ കാളിന്ദി മിഴികൾ അടച്ചു കളഞ്ഞു. വീണ്ടുമാ ചിരി ചെവിക ളിൽ പതിഞ്ഞുവെങ്കിലും കണ്ണുകൾ തുറന്നു അവനെ നോക്കാൻ അവൾ ക്ക് ധൈര്യമുണ്ടായിരുന്നില്ല. ഹരി പുതപ്പ് മേലേയ്ക്ക് വലിച്ചിടുന്നത് അറിഞ്ഞിട്ടും അവൾ മിഴികൾ തുറന്നില്ല. വീണ്ടുമാ അധരങ്ങൾ അവളു ടെ അടഞ്ഞ മിഴികളിൽ പതിഞ്ഞു.

'ഇനി ഉറങ്ങിക്കോ എന്റെ ഭദ്രകാളി'

ഹരി മുറിയിലെ ലൈറ്റ് ഓഫ് ചെയ്തു. ബെഡിലേയ്ക്ക് കിടന്നു. കാളിന്ദിയുടെ ചിന്തകൾ വീണ്ടും മേലെപ്പാട്ടെ ദുരൂഹതകളിൽ തങ്ങി

നിന്നു. പെട്ടെന്തോ ഓർത്തതും അവൾ ഒന്ന് തലയുയർത്തി ഹരിയെ നോക്കി.

ഉറങ്ങിയോ ആവോ..?

'എന്താടോ. ഉറക്കം വരണില്ല്യേ. വേദനിക്കണുണ്ടോ..?'

അപ്പോഴേക്കും ആള് എഴുന്നേറ്റിരുന്നിരുന്നു.

'ഇല്ല... കുഴപ്പമൊന്നുമില്ല.'

'പിന്നെ?'

'ഞാനൊരു കാര്യം ചോദിക്കട്ടെ..?'

'ഉം..? '

'അത്... യക്ഷിക്കാവിനെ പറ്റി പല കഥകളും കേട്ടിട്ടുണ്ട്. അതിലെ ന്തെങ്കിലും സത്യമുണ്ടോ ഹരിയേട്ടാ..?'

'ഛെ, ഇതായിരുന്നോ..?'

ഹരിയുടെ സ്വരത്തിൽ നിരാശ പടർന്നു.

'എന്തേ..?'

'ഞാൻ വിചാരിച്ചു എന്റെ ഭാര്യ റൊമാന്റിക്കായി എന്തേലും ചോദിക്കാൻ വരുവാണെന്ന്.'

ചിരിയുടെ അകമ്പടിയോടെയായിരുന്നു പറച്ചിൽ.

'പിന്നേ'

അവളും ചിരിച്ചു.

'താനെന്താ ഉദ്ദേശിച്ചത്..? യക്ഷിക്കാവിൽ ഉണ്ടെന്ന് പറയപ്പെടുന്ന നിധിയെ പറ്റിയാണോ?'

'ഉം'

'പണ്ട് മേലെപ്പാട്ടെ സർവ്വനാശം ഉന്നം വെച്ചിറങ്ങിയ യക്ഷിയമ്മയെ തളയ്ക്കാൻ, അവിടുത്തെയാളുകൾ പഠിച്ച പണി പതിനെട്ടും നോക്കിയിട്ടും നടന്നില്ല. ഒടുവിൽ, സ്ത്രീജനങ്ങളുടെ കണ്ണുനീരിലാണത്രെ യക്ഷിയമ്മ അലിഞ്ഞത്. അന്ന്, മേലേപ്പാട്ടെ സമ്പാദ്യം മുഴുവനും തന്റെ കാൽക്കൽ അടിയറവ് വെയ്ക്കണമെന്ന് യക്ഷിയമ്മ ആവശ്യപ്പെട്ടുവെന്നും അതനുസരിച്ചു മേലേപ്പാട്ടെ നിലവറയിൽ സൂക്ഷിച്ചിരുന്ന അമൂല്യങ്ങളായ രത്നങ്ങളുൾപ്പെടെ വിലപിടിപ്പുള്ളതെല്ലാം യക്ഷിക്കാവിലെ ആലിന്റെ ചുവട്ടിൽ കുഴിച്ചിട്ടുവെന്നും അതിന് മുകളിൽ പടവുകൾ കെട്ടിയാണ് യക്ഷിയമ്മയെ ആവാഹിച്ചു യക്ഷിക്കാവിൽ പ്രതിഷ്ഠിച്ചതെന്നും കേട്ടിട്ടുണ്ട്. യക്ഷിക്കാവിനോളം കേട്ടു കേൾവിയുള്ള ഒരു പഴങ്കഥ എന്നതിനപ്പുറം എനിക്കതിനെ പറ്റി മറ്റൊന്നും അറിയില്ല കാളിന്ദി.'

പറഞ്ഞു നിർത്തി ഹരി അവളെ നോക്കി..

'എന്ത് പറ്റി ഇപ്പോൾ ഇതിനെ പറ്റി ചോദിക്കാൻ.?'

ഞാൻ... വെറുതെ... വെറുതെയൊരു കൗതുകത്തിന് ചോദിച്ചതാ...'

ഹരിയോട് എന്ത് മറുപടി പറയണമെന്നോർത്ത് അവൾ തപ്പിത്തടഞ്ഞു.

'പിന്നേ, തലയ്ക്ക് അടിയും കിട്ടി കിടക്കുമ്പോഴാ, അവളുടെയൊരു കൗതുകം അതും നട്ടപ്പാതിരായ്ക്ക്...'

ഹരി പറയുന്നത് കേട്ടെങ്കിലും അവൾ മിണ്ടിയില്ല. വെറുതെ ചൊറിഞ്ഞു മാന്ത് തിരിച്ചു വാങ്ങണ്ടല്ലോ ഈ നട്ടപ്പാതിരായ്ക്ക്. അല്ലെങ്കിലും ആ ചോദ്യത്തിന് കൃത്യമായ ഒരു ഉത്തരമില്ല.

ഹരിയേട്ടന് ഈ വക കാര്യങ്ങളിലൊന്നും വിശ്വാസവുമില്ല. താല്പര്യവുമില്ല. ക്ഷേത്രകാര്യങ്ങൾക്കൊക്കെ മുന്നിട്ട് നിക്കാറുണ്ടെങ്കിലും ദൈവവിശ്വാസത്തിലുപരി സാധാരണ മനുഷ്യരുടെ യുക്തിയ്ക്ക് നിരക്കാത്തതൊന്നും, ആള് അംഗീകരിക്കില്ലെന്ന് താൻ മനസ്സിലാക്കിയതാണ്.

അത് കൊണ്ട് തന്നെ തന്റെ സംശയങ്ങൾ ഹരിയേട്ടന് ഉൾക്കൊള്ളാനുമാവില്ല. അവളുടെ മനസ്സ് മേലേപ്പാട്ടെ ദുരൂഹതകൾക്ക് പിറകെയായിരുന്നു.

വിശാൽ എന്താവും ഹരിയേട്ടനോട് പറഞ്ഞത്..?

'ഇന്ദുബാലയുടെ അനേകം കാമുകന്മാരിൽ ചിലരായിരുന്നു ഞാനും വിശാലുമൊക്കെ.'

അവളുടെ ചിന്തകൾ അറിഞ്ഞത് പോലെ പെട്ടെന്ന് ഹരി അത് പറഞ്ഞതും കാളിന്ദി ഞെട്ടി.

'അതേടോ... നമ്മൾ വിചാരിച്ചതിലും വലിയ പുള്ളിയായിരുന്നു ഇന്ദുബാല.'

കാളിന്ദി അവിശ്വസനീയതയോടെ ഹരിയെ നോക്കി.

'ഇത്രയ്ക്കും ഞെട്ടേണ്ട കാര്യമൊന്നുമില്ല മാഡം. അത്രയും ആത്മാർത്ഥമായി പ്രണയിച്ചവനെ തിരിഞ്ഞുപോലും നോക്കാതെ, എന്റെ പിറകെ വന്നവൾക്ക് എത്രയൊക്കെ തരം താഴാനാവുമെന്ന് ഊഹിച്ചൂടെ..?'

കാളിന്ദി അപ്പോഴും ഒന്നും പറഞ്ഞില്ല.

'ഓൺലൈനായും ഓഫ് ലൈനായും ഒരുപാട് പേരെ ഒരേ സമയം കൊണ്ട് നടന്നിരുന്നത്രെ എന്റെ മുൻഭാര്യ. അവള് തേച്ചു പോയതിന് ശേഷമാണ് വിശാലിന്റെ കണ്ണ് തുറന്നതും അവനിതൊക്കെ കണ്ടു പിടിച്ചതും.'

'വിശാൽ.. അവനാണോ ഇതൊക്കെ പറഞ്ഞത്?'

'ഉം. വെറുതെ പറഞ്ഞതല്ല... തെളിവ് സഹിതം ചിലതൊക്കെ

കാണിച്ചു തന്നു.'

ഹരിയുടെ ശബ്ദം വല്ലാതെ മുറുകിയിരുന്നു. ചതിക്കപ്പെട്ടൊരുവന്റെ നിസ്സഹായത ആ വാക്കുകളിൽ നിറഞ്ഞിരുന്നു. അവൾ ഹരിയെ ഉറ്റു നോക്കിയിരുന്നു.

'എനിയ്ക്ക്...എനിയ്ക്ക് കുറച്ചു വെള്ളം എടുത്ത് തരുമോ..?'

അവളുടെ പെട്ടെന്നുള്ള ചോദ്യത്തിൽ ഒന്ന് പകച്ചെങ്കിലും ഹരി ധൃതിയിൽ വെള്ളമെടുത്തു അവൾക്ക് കൊടുത്തു.

'എന്തെങ്കിലും ബുദ്ധിമുട്ടുണ്ടോടോ .?'

ഗ്ലാസ്സ് തിരികെ വെച്ച് ഹരി അവൾക്കരികെ ബെഡിലേയ്ക്ക് ഇരുന്നു കൊണ്ട് ചോദിച്ചു. അവൾ ഒന്നും പറയാതെ പതിയെ തന്റെ തല അവന്റെ തോളിലേയ്ക്ക് ചായ്ച്ചുവെച്ചു. ഒന്ന് ഞെട്ടിയെങ്കിലും ഹരി ഒന്നും പറഞ്ഞില്ല. അവളെ വലത് കയ്യാൽ ചുറ്റിപ്പിടിയ്ക്കുമ്പോൾ ശ്രീഹരിയുടെ ചുണ്ടുകളിൽ ഒരു ചിരിയുണ്ടായിരുന്നു. അവളിലും. അപ്പോഴും ഇരുവരും പരസ്പരം നോക്കിയില്ല.

അവളോടൊപ്പം പ്രാതൽ കഴിക്കുന്നതിനിടെയാണ് ഹരി പറഞ്ഞത്.

'ഇയാളുടെ ദേഷ്യം പോലെ തന്നെ ചിരിയും എനിയ്ക്ക് ഇഷ്ടമാണ്.'

പെട്ടെന്ന് അവനങ്ങനെ പറഞ്ഞപ്പോൾ കാളിന്ദി ഞെട്ടി. ഹരി ചിരിച്ചു.

'സത്യാടോ... തന്റെ ചിരി കാണാൻ നല്ല ഭംഗിയാണ്. പക്ഷെ അപൂർവ്വമായല്ലേ അത് കാണാനുള്ള ഭാഗ്യമുണ്ടാവൂ.'

'എപ്പോഴും ചിരിച്ചോണ്ട് നടക്കാൻ എനിയ്ക്ക് പ്രാന്തൊന്നുല്ല്യ.'

'തന്നോട് തർക്കിച്ചു ജയിക്കാൻ എനിയ്ക്ക് പറ്റില്ലെന്റെ കാളി.'

അവളൊന്നും പറഞ്ഞില്ല. പക്ഷെ ചിരിയ്ക്കുന്നുണ്ടായിരുന്നു.

'എടോ, തന്റെ അനിയത്തി പറഞ്ഞത് ഇഷ്ടമുള്ളോരോട് മാത്രമേ താനിങ്ങനെ തറുതല പറയാറുള്ളുവെന്നാ.'

തന്നെ നോക്കുന്ന മുഖത്തെ കള്ളച്ചിരി കണ്ടതും കാളിന്ദിയുടെ മുഖത്ത് ജാള്യത നിറഞ്ഞു തുടങ്ങി.

'ശരിയാണോ കാളി ..?'

ഹരിയുടെ ചിരി കേട്ടതും അവൾ മുഖം ചുളിച്ചു കൊണ്ട് അവനെ നോക്കി.

'ഞാനല്ലല്ലോ പറഞ്ഞത്..?'

'എന്നാലും എന്നെ ഇഷ്ടമാണെന്ന് സമ്മതിക്കരുത്.'

അവൾ ഒന്നും പറയാതെ ചിരിയോടെ പ്ലേറ്റിലേയ്ക്ക് മുഖം താഴ്ത്തി. മനം തുള്ളി തുളുമ്പുന്നുണ്ട്. ഈ നിമിഷങ്ങൾ അവസാനിക്കരുതേയെന്ന് ആഗ്രഹിച്ചുപോകുന്നുണ്ട്. ഒരിക്കലും പ്രതീക്ഷിക്കാതെ കൈ വന്ന

സൗഭാഗ്യമാണ്.

കാളിന്ദിയുടെ പ്രണയം.

'പക്ഷെ പറയിപ്പിക്കാൻ എനിക്കറിയാം '

'ശ്രമിയ്ക്കുന്നതിൽ തെറ്റില്ല.'

അവൾക്കും ചിരി വരുന്നുണ്ടായിരുന്നു.

'മേലെപ്പാട്ട് ശ്രീഹരിയെ ശരിയ്ക്കും അറിയാത്തത് കൊണ്ടാണ് മോളി ങ്ങനെ വെല്ലുവിളിയ്ക്കുന്നത്.'

ദേവി കാത്തോളണേ.

കാളിന്ദി അറിയാതെ മനസ്സിൽ പറഞ്ഞു പോയി. ഹരിയേട്ടൻ റൊമാന്റി ക്കാവുമ്പോൾ തന്റെ മനസ്സിനെയും പിടിച്ചാൽ കിട്ടില്ലെന്ന് അവൾക്ക് നന്നായി അറിയാമായിരുന്നു.

'ഇങ്ങനെ മസ്സിലും പിടിച്ചിരിക്കണ താനെങ്ങനെയാടോ ആ കൊച്ചു പിള്ളേരെ മാനേജ് ചെയ്തിരുന്നേ..?'

അധികം പരിചയമില്ലാത്തവർക്കിടയിൽ കാളിന്ദി പൊതുവെ ഗൗരവ ക്കാരിയാണ് പണ്ടേ... അതേ സമയം കുട്ടികളോട് അത്രയും അടുപ്പവും അവൾ കാണിക്കാറുമുണ്ടായിരുന്നു.അങ്കണവാടിയിലെ കുട്ടികൾക്ക് അവൾ പ്രിയപ്പെട്ട ടീച്ചറായിരുന്നു. രക്ഷിതാക്കൾക്കും ഇഷ്ടമായിരുന്നു കാന്ദി ടീച്ചറെ.

'അത് നിങ്ങൾക്ക് പിള്ളേരുണ്ടാകുമ്പോ അറിയാം.'

'ഞേ...'

ഇത്തവണ കാളിന്ദി ചിരിച്ചു പോയിരുന്നു.

'അപ്പോൾ കാളിയ്ക്ക് മോനാണോ മോളാണോ ആദ്യം വേണ്ടത്..?'

തെല്ലു കഴിഞ്ഞായിരുന്നു ആ ചോദ്യം.

'എന്താ...?'

അവൾ നെറ്റി ചുളിച്ചുകൊണ്ടവനെ തുറിച്ചു നോക്കിയപ്പോൾ ഹരി ചിരി കടിച്ചു പിടിച്ചു.

'അല്ല, താൻ നമ്മുടെ പിള്ളേരെ മാനേജ് ചെയ്യുന്നത് എങ്ങിനെയെ ന്നറിയാൻ എനിയ്ക്ക് തിടുക്കമായി.'

കാളിന്ദി അവനെയൊന്നു കൂർപ്പിച്ചുനോക്കിക്കൊണ്ട് തലയാട്ടി. ഹരി പൊട്ടിച്ചിരിച്ചുപോയിരുന്നു

കാളിന്ദി അറയുടെ വാതിൽ തുറക്കുമ്പോൾ ഭാമ കിടക്കുകയായിരു ന്നു. മുഖമൊന്നു ഉയർത്തി പോലും നോക്കാതെ.

'ഭാമക്കുട്ടീ..?'

അവളുടെ ശബ്ദം കേട്ടതും ഭാമയൊന്ന് ഞെട്ടി പിടഞ്ഞു. പിന്നെ കാളി

ന്ദിയുടെ മുഖത്തേയ്ക്ക് ഉറ്റു നോക്കി. ആ മിഴികൾ നിറഞ്ഞു തുടങ്ങിയത് അവൾ ആശ്ചര്യത്തോടെ നോക്കി നിന്നു. പൊടുന്നനെ എഴുന്നേറ്റിരുന്ന ഭാമ കാളിന്ദിയുടെ അരക്കെട്ടിലൂടെ ചുറ്റിപ്പിടിച്ചു മുഖം അവളുടെ വയറിൽ മുഖമർത്തി കരഞ്ഞു. ഒന്നും പറയാതെ കാളിന്ദി ആ മുടിയിൽ തഴുകി.

പുറത്തൊരു അനക്കം കേട്ട് കാളിന്ദി തല ചെരിച്ചു നോക്കുമ്പോൾ വാതിൽക്കൽ നിൽക്കുന്ന ഹരിയ്ക്കൊപ്പം മറ്റൊരാളെ കൂടി അവൾ കണ്ടു.

'പവിയേട്ടൻ...'

കാളിന്ദി മന്ത്രിച്ചു. അവളെ ചിരിയോടെ ഒന്നു നോക്കിയെങ്കിലും പവിശങ്കറിന്റെ മിഴികൾ ഭാമയിൽ കുടുങ്ങിപ്പോയിരുന്നു.

17

ഹരി മുറിയിലേയ്ക്ക് കയറി, പതിയെ കാളിന്ദിയിൽ നിന്നും ഭാമയെ വേർപ്പെടുത്തികൊണ്ടു അവളെ വിളിച്ചു... ഭാമയുടെ നോട്ടം ഹരിയിലായതും അവളുടെ ചുണ്ടുകൾ വിതുമ്പി.

'ഒന്നൂല്ലേടാ...'

ഹരി ചേർത്ത് പിടിച്ചതും ഭാമയൊരു പൂച്ചക്കുഞ്ഞിനെ പോലെ അവന്റെ നെഞ്ചിലേയ്ക്ക് പതുങ്ങി..

'മോള് പേടിക്കണ്ടാട്ടോ... ഏടത്തി ഓക്കേയാണ്...'

ഹരി ശബ്ദം താഴ്ത്തി ഭാമയോടായി പറഞ്ഞു. കാളിന്ദിയുടെ മിഴികൾ പവിശങ്കറിലായിരുന്നു. അകത്തേയ്ക്ക് കയറി വന്ന നിമിഷം മുതൽ ആ മുഖത്തെ ഓരോ ഭാവമാറ്റവും കാളിന്ദി സൂക്ഷ്മമായി നിരീക്ഷിക്കുന്നുണ്ടായിരുന്നു. ഏറെ കാലത്തിനു ശേഷം കൂട്ടുകാരന്റെ പെങ്ങളെയോ, അനിയത്തിയേയോ കണ്ട ഭാവമായിരുന്നില്ല പവിയുടെ മുഖത്ത്.

വല്ലാത്തൊരു നോവ് ആ മിഴികളിൽ ഉറഞ്ഞു കിടന്നിരുന്നു. ആ കൺപീലികളിലെ നനവും കാളിന്ദി കണ്ടു. പവിയേട്ടൻ ഭാമയെ അല്ലാതെ മറ്റാരെയും കാണുന്നില്ലെന്ന് അവൾക്ക് തോന്നി. പൊടുന്നനെയാണ് ഹരിയുടെ നെഞ്ചിൽ നിന്നും മുഖമുയർത്തിയ ഭാമ അവർക്കെതിരെ നിൽക്കുന്ന പവിയെ കണ്ടത്.

ഭാമയുടെ മുഖത്തെ ഞെട്ടൽ കാളിന്ദി വ്യക്തമായി കണ്ടു. പവിശങ്കറിനെ ഭാമ തുറിച്ചു നോക്കുന്നുണ്ട്.

'പവി, പവിയേട്ടനെ ഓർമ്മയില്ലെ മോൾക്ക്?'

ശ്രീഹരി ചോദിച്ചതും ഭാമ ഒന്നൂടെ പവിയെ നോക്കി, പിന്നെ മുഖം താഴ്ത്തി. പവിയുടെ മുഖത്തൊരു വാടിയ ചിരി തെളിഞ്ഞിരുന്നു. അവർക്കിടയിൽ സംഭവിച്ചതെന്താണെങ്കിലും ഭാമ പവിയെ തിരിച്ചറിഞ്ഞിട്ടുണ്ടെന്ന് കാളിന്ദിയ്ക്ക് ഉറപ്പായിരുന്നു.

ഒരക്ഷരം ഉരിയാടിയില്ലെങ്കിലും ആ മുറിയിൽ കയറിയതിൽ പിന്നെ പവിയുടെ മിഴികൾ ഭാമയെ വിട്ടു പിരിഞ്ഞിട്ടില്ലെന്നും അവൾ അറിഞ്ഞിരുന്നു. ഭാമയുടെ നോട്ടവും ഇടയ്ക്കിടെ പവിയിൽ എത്തുന്നുണ്ടെങ്കിലും അവളുടെ ഭാവമെന്താണെന്ന് കാളിന്ദിയ്ക്ക് തിരിച്ചറിയാനായില്ല.

പവിയേട്ടനും... ഭാമയും... അവർക്കിടയിൽ എന്തോ ഉണ്ട്.

ഉറപ്പിച്ചു കൊണ്ടാണ് കാളിന്ദി ഭാമയെ ആശ്വസിപ്പിച്ചു ഹരിയ്ക്ക് പിറകെ പുറത്തേയ്ക്ക് നടന്നത്. വാതിൽക്കൽ എത്തിയപ്പോൾ അവളൊന്നു തല ചെരിച്ചു നോക്കി. പവി ഭാമയെ തിരിഞ്ഞു നോക്കുന്നത് കാളിന്ദി കണ്ടു. അതേ നിമിഷം ഭാമയും മുഖമുയർത്തി അവനെ നോക്കിയിരുന്നു. പക്ഷെ പവി നോക്കുന്നത് അറിഞ്ഞതും ഭാമ മുഖം താഴ്ത്തുന്നതും കാളിന്ദി കണ്ടു.

പുറത്തേയ്ക്ക് ഇറങ്ങുമ്പോൾ, പവിയുടെ മിഴികൾ വീണ്ടും നിറഞ്ഞതും, അതും ആരും കാണാതെ തുടയ്ക്കുന്നതും അവളുടെ ശ്രദ്ധയിൽ പെട്ടിരുന്നു..

'ഭാമയുടെ കാര്യത്തിൽ ഇനിയെന്താ ചെയ്യുന്നത്..? ഇത്രയും മാറ്റമൊക്കെ ഉണ്ടായ സ്ഥിതിക്ക്.'

പൂമുഖത്തേക്ക് നടക്കുമ്പോൾ പവി ചോദിച്ചു.

'ഞാൻ സാജനെ വിളിച്ചു എല്ലാം സംസാരിച്ചിരുന്നു. അവനും സ്ഥലത്തില്ലായിരുന്നല്ലോ നാളെ ഇങ്ങോട്ട് വരുന്നുണ്ടെന്ന് പറഞ്ഞിട്ടുണ്ട്.'

'നീ പറഞ്ഞതൊക്കെ വെച്ചു നോക്കുമ്പോൾ ഇതൊരു വലിയ മാറ്റമല്ലേടാ.'

'അത് പിന്നെ പറയാനുണ്ടോ പവി. എത്ര കാലത്തിനു ശേഷമാ എന്റെ കുട്ടി ഒരാളെ തിരിച്ചറിയുന്നത്.'

'ഉം.'

'പക്ഷെ നിന്നെ കണ്ടിട്ട് അവൾക്ക് മനസ്സിലായില്ലെന്ന് കണ്ടപ്പോൾ എനിയ്ക്കൊരു ടെൻഷൻ. നീയുമായി അത്രയും അടുപ്പമല്ലായിരുന്നോ ഭാമ, എന്നിട്ടും മനസ്സിലായില്ലല്ലോ.'

പവിയുടെ മുഖം പെട്ടെന്ന് മാറിയെങ്കിലും ഹരി അവനെ ശ്രദ്ധിക്കാതിരുന്നത് കൊണ്ട് അത് കണ്ടതുമില്ല.

ഭാമയ്ക്ക് തന്നെ മനസ്സിലായിട്ടുണ്ടെന്ന് അറിയാൻ പവിക്ക് ആരുടേയും സഹായം വേണ്ടായിരുന്നു. ആ മിഴികളുടെ പിടച്ചിൽ അവൻ കണ്ടറിഞ്ഞതാണ്.

'എല്ലാം ശരിയാവും. നിങ്ങളുടെ ജീവിതത്തിലെ കരിനിഴലൊക്കെ മാഞ്ഞു പോയി.'

പവി പറയാതെ പറഞ്ഞത് ഹരിയ്ക്ക് മനസ്സിലായിരുന്നു.

'നിനക്കെന്നോട് ദേഷ്യമില്ലേ പവി..?'

പവി ചിരിച്ചു.

'പ്രണയമെന്നത് അങ്ങനെയാണ് ഹരി. പ്രണയിക്കുന്നവരെ പറ്റി

ലോകം മുഴുവനും കുറ്റം പറഞ്ഞാലും നമുക്കത് വിശ്വസിക്കുവാൻ തോന്നില്ല.'

ഹരി സ്വയം പുച്ഛിച്ചു ചിരിച്ചു.

'അത് കൊണ്ടു തന്നെ ഇന്ദുവിനെ പറ്റി അന്ന് ഞാനെന്ത് പറഞ്ഞിട്ടും കാര്യമുണ്ടായിരുന്നില്ല. പക്ഷെ അവളിത്രയും വിഷം കൂടിയയിനം ആയിരുന്നുവെന്ന് ഞാനറിഞ്ഞത് അവൾ പോയതിനു ശേഷമാണ്. അതും യാദൃശ്ചികമായി അവിടെ വെച്ച് വിശാലിനെ വീണ്ടും കണ്ടുമുട്ടിയപ്പോൾ. ഒരു കണക്കിന് അത് നന്നായി. നേരത്തേ അറിഞ്ഞിരുന്നുവെങ്കിൽ ചിലപ്പോൾ നിന്നെ രക്ഷിക്കാനായി ഞാൻ തന്നെ അവളെ തട്ടിയേനെ.'

'എല്ലാം മനസ്സിലായപ്പോഴേയ്ക്കും വൈകിയില്ലെടാ.'

'വൈകിയിട്ടൊന്നുമില്ല ഹരി. ഇനിയാണ് നിങ്ങൾ ജീവിച്ചു തുടങ്ങുന്നത്.'

'എന്തൊക്കെ പറഞ്ഞാലും എന്റെ ഭാമ അവളുടെ ഭാവി സുരക്ഷിതമാവാതെ എനിയ്ക്ക് ഉള്ളു തുറന്നു സന്തോഷിക്കാനാവില്ല പവി. എനിയ്ക്ക് ജീവനുള്ള കാലത്തോളം ഞാനവൾക്ക് ഇനി ഒരു കുറവും വരുത്തില്ല പക്ഷെ അത് മാത്രം പോരല്ലോ.'

'ഒന്ന് സമാധാനിയ്ക്ക് എന്റെ ഹരിക്കുട്ടാ, എല്ലാം ശരിയാവും.'

പവി പറഞ്ഞപ്പോൾ ഹരിയും ചിരിച്ചു.

സന്ധ്യയ്ക്ക് പവിയോടൊപ്പം പോയ ഹരി രാത്രിയേറെയായിട്ടും തിരികെ വന്നിരുന്നില്ല. വെറുതെ കിടന്നു മടുത്തപ്പോൾ കാളിന്ദി, മെല്ലെ എഴുന്നേറ്റു. അവൾ അകത്തളത്തിൽ നിന്നും മുകളിലേയ്ക്കുള്ള ഗോവണിയ്ക്കരികിലേയ്ക്ക് നടന്നു.

അറിയാതെയാ ഇടനാഴിയിലേക്ക് നോട്ടമെത്തിയപ്പോൾ ഒന്നുമാലോചിക്കാതെ കാളിന്ദി അങ്ങോട്ട് നടന്നു. ഇടനാഴിയിലേക്ക് കടക്കുന്ന വാതിൽക്കൽ അവൾ നിന്നു.

ജാനകിയും ശ്രീവേണിയും...

ജാനകിയെയാണ് അന്ന് താൻ ആ അറയിൽ കണ്ടതെന്ന് കാളിന്ദിയ്ക്ക് ഉറപ്പായിരുന്നു. പ്രണയത്താൽ മുറിവേറ്റവൾ. പൊടുന്നനെ ശ്രീവേണിയുടെ അറയിൽ നിന്നൊരു നേർത്ത മൂളിപ്പാട്ട് കേട്ടത് പോലെ കാളിന്ദിയ്ക്ക് തോന്നി.

അവളൊന്നു ഞെട്ടി. വേണിയേടത്തി നല്ലൊരു ഗായികയായിരുന്നുവെന്ന് കേട്ടിട്ടുണ്ട്. കാളിന്ദി ആ ചുമരിൽ ചാരി ഇടനാഴിയിലേക്ക് നോക്കി നിന്നു.

അവളുടെ മനസ്സ് വല്ലാതെ വിങ്ങി. ഇവിടം വിട്ട് പോകാനാവാത്ത

ആത്മാക്കൾ.

വേണിയേടത്തിയ്ക്ക് എന്തോ അപകടം സംഭവിച്ചിട്ടുണ്ടെന്ന് കാളിന്ദി ഉറപ്പിച്ചിരുന്നു.

ചെയ്ത് തീർക്കാൻ ഇനിയുമെന്തൊക്കെയോ ബാക്കിയായിട്ടുള്ളവരുടെ ആത്മാക്കൾ ഇവിടം വിട്ട് പോവില്ലെന്ന് കേട്ടിട്ടുണ്ട്.

എത്ര യുഗങ്ങൾ വേണമെങ്കിലുമവർ കാത്തിരിക്കുമത്രേ. ലക്ഷ്യപൂർത്തീകരണത്തിനായി. തങ്ങളുടെ മോക്ഷപ്രാപ്തിയ്ക്ക് ഒരാൾ പിറവിയെടുക്കുന്നത് വരെ. കാളിന്ദിയുടെ ആത്മാവ് കാത്തിരിക്കുകയാവും ഇപ്പോഴും.

പ്രിയപ്പെട്ടവൻ എന്നോ ഈ ഭൂമി വിട്ടു പോയെങ്കിലും അവളിപ്പോഴും കാത്തിരിക്കുന്നു. വല്ലാത്തൊരു നോവ് തോന്നി കാളിന്ദിയ്ക്ക്.

ആരൊക്കെയോ ചേർന്നു തടവറയിലാക്കിയ ആത്മാക്കൾ. ചതിയിൽപെടുത്തിയതാവാം. ചതിയിൽപെടുത്തിയവരും എന്നേ ഈ ഭൂമിയിൽ നിന്നും പോയിട്ടുമുണ്ടാവാം. എന്നിട്ടുമിവരിവിടെ ബാക്കിയാവുന്നു. എത്രത്തോളം വേദനിയ്ക്കുന്നുണ്ടാവും. നിഴൽരൂപങ്ങൾ പോലെ ഉരുകിയുരുകിയിങ്ങനെ.

അവർ ഉണ്ടും ഉറങ്ങിയും ജീവിച്ചയിടങ്ങൾ പുതിയ അവകാശികൾ സ്വന്തമാക്കുന്നത് കണ്ടു കൊണ്ടങ്ങിനെ. പിറവിയിൽ അനുഗ്രഹിക്കപ്പെട്ടവർക്കേ ആത്മാക്കളുടെ സങ്കടങ്ങൾ അറിയാനും അതിന് പരിഹാരമാവാൻ ശ്രമിക്കാനും കഴിയുകയുള്ളൂ.

അങ്ങനെയൊരാൾ വന്നെത്തുന്നത് വരെ കാത്തിരിക്കണം. തന്നിൽ പൂട്ടി വെച്ച ആ കഴിവിൽ കാളിന്ദിയ്ക്ക് ഇന്ന് വേദനയാണ് തോന്നിയത്.ഇതൊന്നും അറിയാതിരുന്നുവെങ്കിൽ.

മരിച്ചവരുടെ വേദനകൾക്ക് പരിഹാരമാവാനുള്ള തന്റെ നിയോഗം ഇന്നവൾക്ക് ഭാരമായി തോന്നി. അവരോടൊപ്പം വേദനിയ്ക്കുന്ന മനസ്സായിപ്പോയി.

പത്താം വയസ്സിലാണ്, എവിടെ നിന്നറിയാതെ, നിസ്സഹായയായി കരയുന്ന ഒരു അഞ്ചു വയസ്സുകാരിയുടെ കരച്ചിൽ അവളുടെ മനസ്സിനെ ഉലച്ചു തുടങ്ങിയത്.

അതിന്റെ പിറകെ ചെന്നപ്പോഴാണ് തന്നിലടങ്ങിയ സവിശേഷതകളെ കാളിന്ദി തിരിച്ചറിഞ്ഞതും.

ചെറിയച്ഛൻ കാമപൂർത്തീകരണത്തിനായി ഉപയോഗിച്ച് കൊലപ്പെടുത്തിയ ആ കുഞ്ഞിന്റെ കരച്ചിൽ കാലങ്ങളോളം അവളുടെ ഉറക്കം കെടുത്തിയിട്ടുണ്ട്. സ്വന്തം തൊടിയിൽ തന്റെ കുഞ്ഞിന്റെ മരിച്ചു മര

വിച്ച ശരീരം കുഴിച്ചിട്ടിരുന്നുവെന്നറിയാതെ കാണാതായ പൊന്നുമോളെയോർത്ത് ഉരുകിയ ഒരമ്മ. ഒടുവിലാ കാട്ടാളൻ കാളിന്ദിയുടെ കണ്മുന്നിൽ വെച്ചാണ് പിടഞ്ഞു മരിച്ചത്.

കാളിന്ദി ദേവി ആദ്യമായി മോക്ഷപ്രാപ്തിയിൽ എത്തിച്ചത് ആ പിഞ്ചു കുഞ്ഞിന്റെ ആത്മാവിനെയായിരുന്നു. തന്നെക്കാൾ അഞ്ചു വയസ്സിനിളയവളെ. പിന്നെയും ഒരു പാട് പേർ. പ്രിയപ്പെട്ടവരെ വിട്ട് പോകാനാവാതെ പിടഞ്ഞു നീറിയ ആത്മാക്കൾ.

തന്റെ കഴിവ് ആദ്യമൊരു ശാപമായാണ് അവൾക്ക് തോന്നിയിരുന്നത്. മറ്റാരും കാണാത്തത് കാണുകയും കേൾക്കുകയും ചെയ്തിരുന്ന കുട്ടിയെ പലരും ഭയപ്പെട്ടു തുടങ്ങിയപ്പോൾ അച്ഛനും അമ്മയ്ക്കും പേടിയായി തുടങ്ങി.

മുത്തശ്ശിയാണ് അവൾക്കെല്ലാം പറഞ്ഞു കൊടുത്തത്. കാളിന്ദി പറഞ്ഞതെല്ലാം കേൾക്കുകയും വിശ്വസിക്കാൻ തയ്യാറാവുകയും ചെയ്ത ഒരേയൊരാൾ. കാണുന്നതും കേൾക്കുന്നതുമെല്ലാം പങ്കു വെക്കപ്പെടേണ്ടതല്ലെന്ന മുത്തശ്ശിയുടെ വാക്കുകൾ അക്ഷരം പ്രതി അനുസരിക്കുകയായിരുന്നു അതിൽ പിന്നെയവൾ.

മുത്തശ്ശി പോയതിൽ പിന്നെ ഒന്നും ആരോടും പങ്കുവെച്ചിട്ടില്ല ഇന്നോളം. ഇവിടെ തന്നെ കാത്തിരിക്കുന്ന നിയോഗമാണ് ജാനകിയും ശ്രീവേണിയും. തങ്ങളെ സഹായിക്കാൻ കഴിവുള്ളവർക്ക് മുൻപിലേ ആത്മാക്കൾ വെളിപ്പെടുകയുള്ളത്രേ. കാളിന്ദിയെ മുൻപും പലരും ഇവിടെ കണ്ടിട്ടുണ്ടെന്ന് കേട്ടിട്ടുണ്ട്. പക്ഷെ കഴിവുണ്ടായിട്ട് കാര്യമില്ലല്ലോ. കഴി വുണ്ടെന്ന് തിരിച്ചറിയണം. സഹായിക്കാനുള്ള മനസ്സും വേണം.

പക്ഷെ വേണിയേടത്തി. ആദ്യം അവർക്ക് എന്ത് സംഭവിച്ചുവെന്നറിയണം. എന്നാലേ തനിയ്ക്ക് എന്തെങ്കിലും ചെയ്യാനാവൂ. അവളൊന്നു നിശ്വസിച്ചു.

സാധാരണ ഇങ്ങനെയുള്ള സന്ദർഭങ്ങളിലൊക്കെ, ആത്മാക്കളുടെ ചുരുളഴിയാത്ത രഹസ്യങ്ങളിലേയ്ക്കുള്ള എന്തെങ്കിലുമൊരു സൂചന വീണുകിട്ടാറുണ്ട്.

പക്ഷെ ഇവിടെ ആകെയുള്ളത് ആ കുളപ്പടവിലെ സാന്നിധ്യമാണ്. ആ കുളത്തിലായിരുന്നു ജാനകിയുടെയും ശ്രീവേണിയുടെയും അവസാനമെങ്കിൽ, അതിൽ തിരച്ചിൽ നടത്തിയിട്ടും അവരുടെ മൃതദേഹങ്ങൾ കണ്ടെത്താനായില്ലല്ലോ?

പൊതുവെ ആത്മാക്കൾ സൈര്യവിഹാരം നടത്തുന്നവരാണ്. പക്ഷെ ഇവരുടെ ആത്മാക്കൾ മേലേപ്പാട്ടിലെ അകത്തളം വിട്ടു പുറത്ത് കടക്കാൻ

മടിക്കുന്നത് എന്തു കൊണ്ടാവും ?

കാളിന്ദിയുടെ മിഴികൾ ആ അറവാതിൽക്കലെത്തി നിന്നു. തന്റെ ചോദ്യങ്ങൾക്കുള്ള ഉത്തരങ്ങൾ അതിനുള്ളിലുണ്ടെന്ന് തന്നെ മനസ്സ് പറഞ്ഞു. ആ കരിനാഗം അതിന്റെ സൂചനയാണ്. പക്ഷെ അതിനുള്ളിൽ തന്നെ കാത്തിരിക്കുന്നത് എന്താവും.?

അവൾ തിരികെ മുറിയിലേയ്ക്ക് നടന്നു. ചിന്തകളിൽ മുഴുകി അവളെപ്പോഴോ നിദ്രയിൽ അഭയം പ്രാപിച്ചിരുന്നു.

പുലർവേളയിലെപ്പോഴോ ശ്രീഹരിയുടെ മുഖം തന്റെ പിൻകഴുത്തിൽ ചേർന്നപ്പോൾ അവളൊന്ന് വിറച്ചു. പതിയെ ഹരി വലത് കൈ അവൾക്ക് മേൽ ചുറ്റി കാളിന്ദിയോട് ചേർന്നു കിടന്നു.

ഒരു വാക്കും ഉരിയാടാതെ മനസ്സുകൾ എന്തൊക്കെയോ കഥകൾ പറഞ്ഞു കൊണ്ടേയിരുന്നു. അത്രമേൽ പ്രിയത്തോടെ.

'ഇന്ദുവിനെ തിരിച്ചറിഞ്ഞത് കൊണ്ടാണ് ഞാൻ പെട്ടെന്ന് തന്നിലേയ്ക്ക് തിരിഞ്ഞതെന്ന് തോന്നുണ്ടോ തനിയ്ക്ക്?'

'ഇല്ല.'

അത്രേയുള്ളൂ. വിശദീകരിച്ചില്ല. എന്നാലും ആ ശബ്ദം ദൃഢമായിരുന്നു..

'എന്റെ ആദ്യപ്രണയമായിരുന്നു. തനിയ്ക്ക് മറ്റൊരു ഇഷ്ടമുണ്ടെന്ന് ഇന്ദു പറഞ്ഞപ്പോൾ, എന്റെ ഇഷ്ടത്തെ ഞാൻ മനസ്സിലെ ഇരുട്ടിലേയ്ക്കെവിടേയ്ക്കോ തള്ളിവിട്ടു. പിന്നെയതിനെ വെളിച്ചം കാണിക്കാൻ ആഗ്രഹിച്ചുമില്ല, ഇന്ദുപോയിട്ടും. എന്നാലും വിധിയായി വീണ്ടും തന്നെ എന്റെ ജീവിതത്തിലേക്ക് വലിച്ചിട്ടപ്പോൾ ആ ഇഷ്ടം ഞാനറിയാതെ തന്നെ പുറത്തേയ്ക്ക് വരുന്നുണ്ടായിരുന്നു. പക്ഷെ എന്നോട് തന്നെയുള്ള ദേഷ്യവും ഇന്ദുവിനെ മറക്കുന്നുവോയെന്ന കുറ്റബോധവും എന്നെ വീർപ്പുമുട്ടിച്ചിരുന്നു. ഇന്ദുവിന്റെ സത്യം വെളിപ്പെട്ടില്ലായിരുന്നുവെങ്കിൽ തന്നെ എനിക്കൊരിക്കലും പൂർണ്ണമനസ്സോടെ സ്വന്തമാക്കാൻ കഴിയില്ലായിരുന്നു...'

ഒന്നും പറഞ്ഞില്ലെങ്കിലും ആ മനസ്സ് കാളിന്ദിയ്ക്ക് മനസ്സിലാവുന്നുണ്ടായിരുന്നു. സത്യങ്ങൾ അറിഞ്ഞില്ലായിരുന്നുവെങ്കിൽ ഹരിയേട്ടൻ തനിയ്ക്കും ഇന്ദുവിനുമിടയിൽ കിടന്നു വീർപ്പുമുട്ടിയേനെ.തങ്ങൾക്കിടയിൽ എന്നും ഇന്ദുബാലയുണ്ടാകുമെന്ന് മനസ്സിൽ ഉറപ്പിച്ചിരുന്നു. ജീവിതാവസാനം വരെ.

പക്ഷെ, ഹരിയേട്ടന്റെ മനസ്സിൽ നിന്നും പടിയിറക്കിവിട്ടതോടെ, ഇന്ദുബാലയ്ക്ക് തങ്ങളുടെ ജീവിതത്തിൽ നിന്നും അവൾക്ക് സ്ഥാനചലനം സംഭവിച്ചിരിക്കുന്നു. ഇന്ദുവിന്റെ മരണകാരണം കൂടെ വെളിപ്പെട്ടാൽ ഇന്ദുബാല എന്നെന്നേക്കുമായി തങ്ങൾക്കിടയിൽ നിന്നും മാഞ്ഞു പോകു

മെന്ന് കാളിന്ദിയ്ക്ക് ഉറപ്പായിരുന്നു.

പക്ഷെ ഇന്ദുബാലയുടെ ആത്മാവ് ഈ ഭൂമിയിൽ തടവിലായിരിക്കും. എന്നെന്നേക്കുമായി. മോക്ഷമില്ലാതെ... ഈ ഭൂമിയിൽ അലഞ്ഞു തിരിഞ്ഞുകൊണ്ട് അവളിവിടെയൊക്കെ തന്നെയുണ്ടാകും. ആരും കാണാതെ. ആരും അറിയാതെ. ഒന്നും ചെയ്യാനാവാതെ.

ശ്രീഹരിയുടെയും കാളിന്ദിയുടെയും ശിഷ്ടജീവിതം കണ്ടുകൊണ്ട്. ഒന്നും ചെയ്യാനാവാതെ. അതിലും വലിയൊരു ശിക്ഷ ഇന്ദുബാലയ്ക്ക് വേറെ കിട്ടാനില്ലെന്ന് കാളിന്ദിയ്ക്ക് നന്നായി അറിയാമായിരുന്നു. അവൾ ചതിച്ചവരും ദ്രോഹിച്ചവരും ജീവിതത്തിൽ വീണ്ടും സന്തോഷം കണ്ടെത്തി തുടങ്ങുന്നത് ഇന്ദുവിനെ പോലെയൊരുവൾക്ക് സഹിയ്ക്കാൻ കഴിയാവുന്നതല്ല.

സമയം കടന്നു പോയപ്പോൾ ഹരി തടഞ്ഞുവെങ്കിലും അത് വകവെയ്ക്കാതെ അവൾ എഴുന്നേറ്റു. ശ്രീഹരി മുഖവും വീർപ്പിച്ചു തലയിണയും കെട്ടിപ്പിടിച്ചു കിടപ്പാണ്. കണ്ണുകളടച്ചു കവിളും വീർപ്പിച്ചു കിടന്നിരുന്നയാളുടെ നെറ്റിയിൽ ചുണ്ടുകൾ ചേർക്കുമ്പോൾ അവളുടെ മിഴികൾ തിളങ്ങിയിരുന്നു.

മൃദുവായി അധരങ്ങൾ നെറ്റിയിൽപതിഞ്ഞതും ഹരി ഞെട്ടലോടെ കണ്ണുകൾ തുറന്നു. കുപ്പിവളകൾ കിലുങ്ങുന്നത് പോലുള്ളൊരു ചിരി ആ മുറിയിൽ അലയടിച്ചിരുന്നു.

ഹരി തലയുയർത്തി നോക്കുമ്പോഴേക്കും അവൾ ബാത്റൂമിന്റെ വാതിൽക്കൽ എത്തിയിരുന്നു. തന്നെ കൗതുകത്തോടെ നോക്കുന്നവനെ കുസൃതിച്ചിരിയോടെ മിഴികൾ ചിമ്മിക്കാണിച്ചു കാളിന്ദി വാതിൽ തുറന്നു അകത്തേയ്ക്ക് കയറി.

അപ്പോഴും അമ്പരപ്പ് മാറാതെ ഹരി തന്റെ ഇടതു കവിളിൽ തൊട്ടു. 'ഭദ്രകാളി കൊള്ളാലോ.'

ഹരി ചിരിയോടെ കവിളിൽ വിരൽ ചേർത്ത് അടച്ചിട്ട ബാത്റൂമിന്റെ വാതിലിനു നേരെ നോക്കി.

18

രാവിലത്തെ ഭക്ഷണമൊക്കെ കൊടുത്ത്, വരുമ്പോൾ ചാരിയിട്ടിരുന്ന ഭാമയുടെ അറവാതിൽ പാതി തുറന്നു കിടക്കുന്നത് കണ്ടാണ് കാളിന്ദി വേവലാതിയോടെ ചെന്നു നോക്കിയത്. അവിടുത്തെ കാഴ്ച്ച കണ്ടവൾ ഒരു മാത്ര സ്തംഭിച്ചു നിന്നു.

പവിയുടെ കരവലയത്തിൽ ചേർന്ന് ഒരു പൂച്ചക്കുഞ്ഞിനെ പോലെ ഭാമ. പവിയുടെ കൈകൾ അവളുടെ കവിളുകളിലും മുടിയിഴകളെയുമെല്ലാം തലോടുന്നുണ്ട്. ഭ്രാന്തമായി.

'അമ്മൂസേ..?'

പവിയുടെ ഇടറിയ ആ ശബ്ദം കേട്ട് കാളിന്ദി വീണ്ടും ഞെട്ടി. പവിയുടെ മിഴിയിൽ നിന്നൊരു തുള്ളി ഭാമയുടെ കയ്യിലേയ്ക്ക് ഇറ്റ് വീണതും അവൾ കണ്ടു. ഭാമയുടെ പതറിയ നോട്ടവും ഇടയ്ക്കിടെ അവനിലെത്തുന്നുണ്ട്.

'ഹലോ ?'

കാളിന്ദി പൊടുന്നനെ അവർക്ക് മുൻപിലെത്തി വിരൽ ഞൊടിച്ചു. പവി ഞെട്ടിയെന്നോണം അവളെ നോക്കി. അയാളുടെ മുഖം വിളറി.

'എന്താണ് ഇതിന്റെയൊക്കെ അർത്ഥം..?'

കാളിന്ദിയുടെ ശബ്ദത്തിൽ ഗൗരവമായിരുന്നു.

'എന്റെ... എന്റെ പെണ്ണാണ്.'

വളരെ പതിഞ്ഞു പോയിരുന്നു പവിശങ്കറിന്റെ ശബ്ദം.

'ഓഹോ... എപ്പോൾ മുതൽ..?'

കാളിന്ദി അവന്റെ മുൻപിൽ കൈ കെട്ടി നിന്നു. ഗൗരവത്തോടെ.

'ഇവള് പ്ലസ് വണ്ണിന് പഠിക്കുന്ന കാലം മുതൽ.'

ഇത്തവണ ഞെട്ടിയത് കാളിന്ദിയായിരുന്നു. ആദ്യം അവളൊന്നും മിണ്ടിയില്ല. പിന്നെ ചോദിച്ചു.

'കൂട്ടുകാരന് അറിയാമോ ഇത്..?'

പവിയുടെ മുഖത്തെ പതർച്ച കാളിന്ദി വ്യക്തമായി കണ്ടു.

'എന്റെ മനസ്സിലൊരു പെണ്ണുണ്ടെന്ന് ഹരിയ്ക്ക് അറിയാമായിരുന്നു. അത് ഇവളാണെന്നും ഒരു പക്ഷെ അവൻ മനസ്സിലാക്കിയിരിക്കാം.'

കാളിന്ദി ഒന്നും മിണ്ടാതെ അവനെ തന്നെ നോക്കി.

'കൂട്ടുകാരന്റെ പെങ്ങളെ പ്രേമിക്കുന്നത് അത്ര നല്ല കാര്യമായി തോന്നാത്തത് കൊണ്ട് ഞാൻ തന്നെ, ആദ്യം അമ്മൂട്ടിയുടെ ഇഷ്ടം മടക്കിയതാണ്. അപ്പോൾ അവളത് ഒരിക്കൽ ഭ്രാന്ത് വന്ന പെണ്ണിനെ സ്വീകരിക്കാനുള്ള മടിയായി കണക്കാക്കി.'

അവസാന വാചകത്തിൽ എന്തോ ഓർത്തെന്നത് പോലെ പവി ഒന്ന് ചിരിച്ചു. പിന്നെ ഒരു കുഞ്ഞിനെയെന്നോണം ഭാമയെ ഒന്നൂടെ ചേർത്ത് പിടിച്ചു.

'പ്രണയസല്ലാപങ്ങളോ, വീട്ടുകാർ കാണാതെയുള്ള കൂടിക്കാഴ്ച്ചകളോ ഒന്നുമുണ്ടായിട്ടില്ല കാളിന്ദി. ഒരു തരം നിശബ്ദപ്രണയമായിരുന്നു, ഞങ്ങൾക്കിടയിൽ.'

പവിയുടെ ശബ്ദം ശാന്തമായിരുന്നു.

'എന്റെ സാഹചര്യങ്ങളൊക്കെ തനിയ്ക്ക് അറിയാവുന്നതല്ലേ. കുടുംബത്തെ താങ്ങി നിർത്താൻ ഞാൻ വേണമായിരുന്നു. അതാണ് എന്റെ പ്രണയത്തെ ഇവിടെ കാത്തിരുത്തി പോയത്. എന്റെ പ്രശ്നങ്ങളൊക്കെ തീർന്നിട്ട് ഹരിയോട് പറയാമെന്നു കരുതി. ഞങ്ങളുടെ പ്രണയം അറിഞ്ഞാൽ ഏട്ടൻ തന്നെ മുന്നിട്ട് നിന്ന് നടത്തി തരുമെന്ന പ്രതീക്ഷയിൽ ഇവളും കാത്തിരിക്കാമെന്ന് വാക്ക് തന്നു. പക്ഷെ.'

പവിയുടെ ശബ്ദം ഇടറി.

'ഹരിയുടെ ഫോൺ കോളുകളിലൂടെയാണ് അമ്മൂട്ടിയുടെ മനസ്സിന്റെ താളം വീണ്ടും തെറ്റിയത് ഞാനും അറിഞ്ഞത്. വീട്ടിൽ എന്നെയും പ്രതീക്ഷിച്ചു ജീവിക്കുന്നവരെ മറന്നു, അവിടെ നിന്നുമെല്ലാം ഇട്ടെറിഞ്ഞു വരാൻ സാധിക്കുമായിരുന്നില്ല കാളിന്ദി.'

കാളിന്ദി അലിവോടെ അവനെ നോക്കി.

'എന്നിട്ടും അവിടെ നിന്നും ഇല്ലാത്ത ലീവുണ്ടാക്കി ഞാൻ വന്നു. പ.. പക്ഷെ...'

പവി ഇടത് കയ്യാൽ മുഖം പൊത്തി.

'എന്നെയിവൾ തിരിച്ചറിഞ്ഞത് പോലുമില്ല. ഒന്നും ചെയ്യാനാവാതെ നോക്കി നിൽക്കേണ്ടി വന്നു. പൂർണ്ണമായും സമനില തെറ്റിയ എന്റെ പെണ്ണിനെ. ഒരന്യനെ പോലെ. ഇപ്പോൾ...ഇപ്പോഴാണ് ഞാനൊന്ന് ഇങ്ങനെ ചേർത്ത് പിടിയ്ക്കുന്നത് പോലും.'

കാളിന്ദിയുടെ ഉള്ളിലും നോവ് തിങ്ങി.

'ഭാമയ്ക്ക് ഇപ്പോഴും മാറ്റം വന്നില്ലായിരുന്നുവെങ്കിൽ..?'

പവി അവളെയൊന്ന് നോക്കി. പിന്നെ ചിരിച്ചു.

'കാളിന്ദിയ്ക്ക് സംശയമുണ്ടോ എന്റെ പ്രണയത്തിൽ..?'

അവൾ മറുപടിയൊന്നും പറഞ്ഞില്ല.

'തത്കാലം എന്റെ കടമകളുടെ ലിസ്റ്റ് കഴിഞ്ഞു. ഇനിയെനിയ്ക്ക് ഒരു തിരിച്ചു പോക്കില്ല കാളിന്ദി. അന്ന് വാക്ക് പറഞ്ഞത് പോലെ എന്റെ പെണ്ണിനെ കൂടെ കൂട്ടാനാണ് ഇത്തവണത്തെ വരവ്. ഹരിയുടെയും അപ്പച്ചിയുടെയും സമ്മതത്തോടെ. അതിപ്പോൾ ഏതവസ്ഥയിലാണെങ്കിലും. പവിശങ്കർ ഒരു പെണ്ണിനെയേ സ്നേഹിച്ചിട്ടുള്ളൂ. സ്വന്തമാക്കണമെന്ന് മോഹിച്ചിട്ടുള്ളൂ.'

വാക്കുകൾക്ക് നല്ല ഉറപ്പുണ്ടായിരുന്നു. പവി വീണ്ടും ഭാമയെ ചേർത്ത് പിടിച്ചു നെറുകയിൽ മുത്തി. ഭാമയൊന്ന് കുറുകിക്കൊണ്ട് അവനോട് ചേർന്നിരുന്നു. കാളിന്ദിയുടെ കണ്ണുകൾ നിറഞ്ഞുപോയിരുന്നു. അവൾക്കും ഒന്നും പറയാനില്ലായിരുന്നു.

'ഞാൻ... പുറത്തുണ്ടാകും...'

പവിയെ നോക്കാതെ അങ്ങനെ പറഞ്ഞു അവൾ പുറത്തേക്കിറങ്ങി. അകത്തളത്തിലേക്ക് ഇറങ്ങി ചെല്ലുമ്പോൾ അവിടെ കസേരയിൽ കണ്ണുകളടച്ചു ചാരികിടപ്പുണ്ട് ശ്രീഹരി.

'എന്തേയ്, എല്ലാം ഒത്തു തീർപ്പാക്കിയോ..?'

കണ്ണുകൾ തുറക്കാതെയാണ് ചോദ്യം.. കാളിന്ദി ഒന്ന് മൂളി.

'ഭാമ..?'

ഹരി തല നേരെയാക്കി കണ്ണുകൾ തുറന്നു മുടിയിലൂടെ വിരലോടിച്ചു അവളെ നോക്കി.

'അവിടെ ഇരിപ്പുണ്ട്. ഒന്നും പറഞ്ഞില്ല.'

'ഉം...'

ഹരി അലസമായി ഒന്ന് മൂളി.

'ഹരിയേട്ടന് അറിയാമായിരുന്നല്ലേ..?'

'ഉം...'

വീണ്ടുമൊന്ന് മൂളിയെങ്കിലും പിന്നെ പറഞ്ഞു.

'എന്റെ കൂടപ്പിറപ്പും കൂട്ടുകാരനുമല്ലെ. എനിയ്ക്ക് മനസ്സിലാകാതിരിക്കുമോ. സന്തോഷമായിരുന്നു. അപ്പച്ചിയോടും ഞാൻ സൂചിപ്പിച്ചിരുന്നു. ഉത്തരവാദിത്തങ്ങളൊക്കെ തീർത്തു അവൻ തിരികെ വരുമ്പോൾ നിറഞ്ഞ മനസ്സോടെ പിടിച്ചേൽപ്പിക്കണമെന്നും കരുതിയിരുന്നു പക്ഷെ...'

ഹരിയുടെ മുഖത്ത് നിസ്സഹായത നിറഞ്ഞു.

'പിന്നീടുള്ള ഭാമയുടെ അവസ്ഥ. അവളിൽ കുടുങ്ങി അവന്റെ ജീവിതം കൂടെ നശിക്കേണ്ടെന്ന് കരുതി ഞാനൊന്നും ചോദിച്ചിട്ടില്ല ഇന്നോളം.'

'പക്ഷെ, ഭാമയുടെ പ്രണയത്തിൽ നിന്നും പുറത്തു വരാൻ പവിശങ്കർ ആഗ്രഹിക്കുന്നില്ല.'

ഹരി പകപ്പോടെ അവളെ നോക്കി.

'ഭാമയെ തന്റെ ജീവിതത്തിലേയ്ക്ക് ചേർക്കുമെന്നാണ് പറഞ്ഞത്, അമ്മയുടെയും ഹരിയേട്ടന്റെയും അനുഗ്രഹത്തോടെ. അതിപ്പോൾ ഭാമയുടെ അവസ്ഥ എന്തായാലും.

'പക്ഷെ'

ഹരി വീണ്ടുമെന്തോ പറയാൻ തുടങ്ങിയതും അവൾ ചൂണ്ടു വിരൽ ചുണ്ടിൽ ചേർത്തു.

'ശ്ശ്... അത് അവരുടെ പ്രണയമാണ്. ജീവിതമാണ്. തീരുമാനിക്കേണ്ടതും ജീവിക്കേണ്ടതും അവരാണ്. ഉപദേശം കൊണ്ട് മാറ്റം വരുത്താവുന്നതല്ല പവിശങ്കറിനു ഭാമയോടുള്ള പ്രണയം. അതിനു വ്യഥാ ശ്രമിക്കേണ്ട ഹരിയേട്ടൻ.'

കാളിന്ദിയുടെ വാക്കുകളുടെ ദൃഢത ഹരിയെ നിശബ്ദനാക്കി.അവൾ പതിയെ ഹരിയുടെ കസേരയ്ക്കിപ്പുറമുള്ള നടുമുറ്റത്തേയ്ക്കുള്ള ചാരുപടിയിലിരുന്നു.

'പവിയേട്ടനെ പോലെ പ്രണയിക്കാൻ കഴിയുന്നവർ ചുരുക്കമായിരിക്കുമല്ലേ..?'

നടുമുറ്റത്തേയ്ക്ക് നോക്കിയിരിക്കവേ പെട്ടന്നാണ് അവൾ ചോദിച്ചത്.

'കാളിന്ദിയും പവിയെ പോലെയല്ലേ..?'

അവളൊന്ന് തിരിഞ്ഞു നോക്കി.

'ഒരാളിൽ മാത്രം മനസ്സിനെ കുരുക്കിയിടാൻ കഴിയുന്നവരിൽ ഒരാൾ.'

ആ വാക്കുകളിൽ ഒളിപ്പിച്ച നിരാശ കാളിന്ദിയ്ക്ക് തിരിച്ചറിയാനാവുന്നുണ്ടായിരുന്നു.

'ഞാനും എപ്പോഴോ അങ്ങനെയാകണമെന്നാഗ്രഹിച്ചിരുന്നു.'

ആ കണ്ണുകൾ വീണ്ടും അടച്ചുകൊണ്ടാണ് പറഞ്ഞത്.

'അതിന് ഇനിയും ചാൻസുണ്ടല്ലോ മാഷേ.'

പൊടുന്നനെ കാളിന്ദി പറഞ്ഞതും ഹരിയുടെ മിഴികൾ തുറന്നു പോയിരുന്നു. അവളുടെ മുഖത്തൊരു കള്ളച്ചിരി ഒളിച്ചിരിക്കുന്നത് ശ്രീഹരി കണ്ടു

'സമ്മതമാണോ..?'

പതിയെയൊന്നു കുനിഞ്ഞു ആ കാതോരമാണ് ചോദിച്ചത്. പൊടുന്നനെ ആ ചോദ്യം കേട്ടതും കാളിന്ദി പിന്തിരിഞ്ഞൊന്ന് നോക്കി.

'അങ്ങനെ സ്നേഹിക്കപ്പെടാൻ..?'

ഹരിയുടെ കണ്ണുകളുടെ തിളക്കത്തിൽ അവളുടെ മുഖം ചുവന്നു പോയിരുന്നു. അവളൊന്നു മിണ്ടാതെ ചിരിയോടെ മുഖം തിരിച്ചു നോട്ടം വീണ്ടും നടുമുറ്റത്തേയ്ക്കാക്കി.

'എന്റെ ജീവന്റെ പാതിയാകുവാൻ. ഇരുദേഹവുമൊരുദേഹിയുമായി മാറാൻ. കഴുത്തിലണിയിച്ച മഞ്ഞലോഹത്തിന്റെ ബലത്തിലല്ല. എന്റെ പ്രണയത്താൽ പാതി ജീവൻ പകുത്തെടുക്കാൻ സമ്മതമാണോയെന്നാണ് ചോദ്യം..?'

ഒരു നിമിഷം കാളിന്ദി ഉത്തരമൊന്നും പറഞ്ഞില്ല.

'ഹരിയേട്ടന്റെ ആദ്യ പ്രണയത്തിന്റെ അടയാളങ്ങൾ ഇപ്പോഴും മനസ്സിൽ ബാക്കിയില്ലേ ?'

'എന്റെ ആദ്യ പ്രണയം കാളിന്ദിയായിരുന്നു. നമ്മുടെ ജീവിതത്തിനിടയിൽ ഇനിയൊരിക്കലും ഇന്ദുബാലയുണ്ടാവില്ല. ആ വാക്ക് മതിയോ കാളിന്ദി ദേവിയ്ക്ക് ശ്രീഹരിയെ സ്വീകരിക്കുവാൻ..?'

ഉത്തരമേതും പറഞ്ഞില്ലെങ്കിലും തന്റെ മനസ്സറിഞ്ഞ ആ ചോദ്യത്തിൽ അവളൊന്നു ഞെട്ടിയിരുന്നു.

ഭാമയുടെ അറയ്ക്ക് മുന്നിലെത്തിയെങ്കിലും അകത്തേയ്ക്ക് കയറാൻ മടിച്ചു ഹരിയും കാളിന്ദിയും വാതിൽക്കൽ നിന്നും തിരിഞ്ഞു നടക്കാൻ തുടങ്ങുമ്പോഴാണ് പവി അവരെ കാണുന്നത്.

'ഹരി?'

പവിയുടെ ശബ്ദം വല്ലാതെ പതിഞ്ഞുപോയിരുന്നു. ഹരി തല ചെരിച്ചു അവനെ ഒന്നു നോക്കി. എന്നിട്ട് വീണ്ടും വാതിൽക്കലേക്ക് നടന്നു. ഹരി അകത്തേക്ക് കയറിയെങ്കിലും പവി കട്ടിലിൽ നിന്ന് എഴുന്നേൽക്കുകയോ, ഭാമയെ തന്റെ മടിയിൽ നിന്ന് മാറ്റാൻ ശ്രമിക്കുകയോ ചെയ്തില്ല.

പക്ഷേ തന്നെ നോക്കിയ പവിയുടെ കണ്ണുകളിലെ പിടച്ചിൽ ഹരി കണ്ടിരുന്നു.

'ഹരി... അത് ഞാൻ..'

പവി പരുങ്ങലോടെ മുഖം താഴ്ത്തി.

'ഹാ, ധൈര്യമായിട്ട് അങ്ങോട്ട് പറയെന്റെ പവിയേട്ടാ, ഇതാണ് ഞാൻ പ്രേമിക്കുന്ന പെണ്ണെന്ന്.'

പൊടുന്നനെ കാളിന്ദി പറഞ്ഞതും ഇരുവരും ഞെട്ടലോടെ അവളെ നോക്കി. കാളിന്ദി ഒരു കള്ളച്ചിരിയുമായി നിൽക്കുകയാണ്.

ഒരു നിമിഷം കഴിഞ്ഞാണ് പവി ഹരിയെ നോക്കിയത്.

'നിനക്ക് ദേഷ്യമുണ്ടോ ഹരി..?'

'എന്തിന്..? '

ഹരിയുടെ ശബ്ദം ശാന്തമായിരുന്നു.

' ഞാനിത് നിന്നോട് പറയാതെ.'

പവി പൂർത്തിയാക്കാതെ വീണ്ടും ഹരിയിൽ നിന്നും നോട്ടം മാറ്റി.

'എനിക്കിത് അറിയില്ലായിരുന്നുവെന്ന് നീ കരുതിയോ..?'

ഹരിയുടെ മറുപടി കേട്ട് പവി പകപ്പോടെ അവനെ നോക്കി.

ഹരി ചിരിച്ചു.

'എനിക്ക് അന്നേ അറിയാമായിരുന്നെടാ, നിന്റെ മനസ്സിലുള്ള പെണ്ണ് എന്റെ ഭാമയാണെന്ന്.'

പവി അപ്പോഴും തലകുനിച്ച് ഇരിക്കുകയായിരുന്നു.

'ഒരിക്കൽ നിങ്ങളിരുവരും ചേർന്ന് എന്നോടത് പറയുമെന്നും ഞാനന്ന് പ്രതീക്ഷിച്ചിരുന്നു. പക്ഷേ.'

പൂർത്തിയാക്കാതെ ഹരിയുടെ നോട്ടം ഭാമയിലേക്ക് എത്തി. മിഴികളടച്ചു പവിയുടെ മടിയിൽ തലവെച്ചു കിടക്കുകയായിരുന്നു ഭാമ. അവളുടെ മുഖത്ത് ഭാവവ്യത്യാസമൊന്നുമുണ്ടായില്ലെങ്കിലും, ഒരുവേള അവൾക്കിതെല്ലാം മനസ്സിലാവുന്നുണ്ടോയെന്ന് സംശയം തോന്നി ഹരിക്ക്.

'പക്ഷേ ഒരിക്കൽ പോലും നീ എന്നോട് ചോദിച്ചില്ലല്ലോടാ.'

പവി പറഞ്ഞപ്പോൾ ഹരി അവനെയൊന്ന് രൂക്ഷമായി നോക്കി.

'നീ എന്നോട് പറഞ്ഞിരുന്നോ..?'

'അത്... എന്റെ പ്രശ്നങ്ങളെല്ലാം നിനക്കറിയാമായിരുന്നതല്ലേ ഹരി. അതെല്ലാമൊന്ന് തീർത്തിട്ട്, നിന്റെ മുമ്പിൽ വന്നു അന്തസ്സായി പെണ്ണ് ചോദിക്കാമെന്ന് കരുതിയതായിരുന്നു ഞാൻ.'

ഹരിയുടെ നോട്ടം കൂർത്ത് തന്നെയിരുന്നു.

'എന്നിട്ട് ചോദിക്കുന്നില്ലേ ?'

'ഹലോ, ഇതിപ്പോ എന്താ കഥ,ചേട്ടന്മാര് രണ്ടും മെലോഡ്രാമ കളിക്കുകയാണോ..?'

കാളിന്ദി എളിയിൽ കയ്യും കുത്തി ഇരുവരേയും മാറിമാറി നോക്കി.

പതിയെ പവിയുടെ ചുണ്ടിൽ ചിരി തെളിഞ്ഞു. അവൻ ഹരിയെ ഒന്ന് നോക്കി.

'ഈ കൊച്ചു നമ്മൾ വിചാരിച്ച പോലെയൊന്നുമല്ലല്ലേ..?'

കാളിന്ദിയെ നോക്കിയുള്ള പവിയുടെ കുസൃതി ചോദ്യത്തിൽ ഹരിയുടെ മുഖത്തുമൊരു കള്ളച്ചിരി തെളിഞ്ഞു. അവനും അവളെ നോക്കി.

'ഉം... അതുക്കും മേലേ'

കാളിന്ദി അവനെ നോക്കി കണ്ണുരുട്ടിയപ്പോൾ ഹരി പവി കേൾക്കാ

തെ പിറുപിറുത്തു.

'ഭദ്രകാളി...'

'പവിയേട്ടന്റെ ഒരു സഹായം വേണമെനിയ്ക്ക്'

ഇടയ്ക്ക് പവിയെ തനിച്ചു കിട്ടിയപ്പോൾ ഒരു മുഖവുരയുമില്ലാതെ കാളിന്ദി പറഞ്ഞു. പവി തെല്ലമ്പരപ്പോടെ നോക്കി.

'ഇന്ദുബാലയുടെ കാമുകന്മാരുടെ ലിസ്റ്റ്. വിശാലിനോട് പറഞ്ഞു ഒന്നു വാങ്ങിത്തരണം'

പവി അന്തം വിട്ടു അവളെ നോക്കി. കാളിന്ദി ചിരിച്ചു.

'ഇന്ദുബാലയെ ഞങ്ങളുടെ ജീവിതത്തിൽ നിന്നും എന്നെന്നേക്കുമായി ഒഴിവാക്കിയേ പറ്റൂ പവിയേട്ടാ.'

ഒന്നുരണ്ടു നിമിഷത്തെ മൗനത്തിനു ശേഷമാണ് അവൻ ചോദിച്ചത്.

'ഈ സിഐഡി പണിയുടെ കാര്യം മാഡത്തിന്റെ ഭർത്താവിന് അറിയാമോ?'

'ഇല്ലാല്ലോ. എങ്ങാനും അദ്ദേഹ്ത് അറിഞ്ഞാൽ പവിശങ്കർ ഭാമയെ തിരഞ്ഞു ഇങ്ങോട്ട് വരേണ്ടി വരില്ല. നിങ്ങടെ പ്രേമം ഞാൻ പൊളിച്ചു കയ്യിൽ തരും.'

പവി ചിരിച്ചു പോയിരുന്നു.

'അവന് ഇതിലും വലുത് വരാനില്ല.'

കാളിന്ദി കണ്ണുരുട്ടിയപ്പോൾ പവി വീണ്ടും ചിരിച്ചു. അവളോട് അവനൊരു ഇഷ്ടം തോന്നിയിരുന്നു.

കാളിന്ദി ദേവിയാണ് ശ്രീഹരിയുടെ ശക്തി.

അർദ്ധാംഗിനി...അവൾ അവനിലേയ്ക്ക് വന്നു ചേർന്നതോടെ, ശ്രീഹരിയുടെ മേൽ പതിഞ്ഞിരുന്ന വിധിയുടെ കറുത്ത നിഴലുകൾ മങ്ങി തുടങ്ങിയിരിക്കുന്നു.

'ലിസ്റ്റൊക്കെ ഞാൻ വാങ്ങിത്തരാം. അജി അതിനെ പറ്റി അന്വേഷണം തുടങ്ങിക്കഴിഞ്ഞു.'

'അജി?'

'എസ്പി അജയഘോഷ്. ഇന്ദുവിന്റെ മരണത്തെപറ്റിയുള്ള അന്വേഷണം എങ്ങും എത്തിയില്ലെങ്കിലും അൺഒഫീഷ്യലി ഹരി അജിയുടെ സഹായം തേടിയിരുന്നു. അജി ഞങ്ങളുടെ ഫ്രണ്ടാണ്.സ്കൂളിൽ ഞങ്ങൾ അഞ്ചു പേരായിരുന്നു ഒരു ഗാങ്'

അത് അവൾക്കൊരു പുതിയ വിവരമായിരുന്നു.

അഞ്ചു പേരടങ്ങുന്ന സംഘത്തിലെ നാലാമനായിരുന്നു റൂറൽ എസ്പി അജയഘോഷ്..

ശ്രീഹരി, പവിശങ്കർ, സാജൻ കോശി, അജയഘോഷ്, റാം കിഷോർ..

അഞ്ചു പേരും ഒരുമിച്ചായിരുന്നു സ്കൂളിൽ. സ്കൂൾ കഴിഞ്ഞപ്പോ സാജൻ തിരികെ ദുബായിലേയ്ക്ക് മടങ്ങിപ്പോയി.

വേണിയെ കാണാതായ സമയത്ത്, ഭാമയ്ക്ക് പ്രശ്നം വന്നപ്പോൾ ചികിത്സിച്ചത് സാജന്റെ അമ്മാവനും സൈക്യാട്രിസ്റ്റുമായ ജെയിംസ് ഡോക്ടറായിരുന്നു. സാജൻ തിരികെ വന്നു നാട്ടിൽ ജോലി ചെയ്യാൻ തുടങ്ങിയതിനിടെയാണ്, ഭാമയ്ക്ക് വീണ്ടും അസുഖം വന്നത്. സാജനായിരുന്നു പിന്നീടുള്ള ചികിത്സ ഏറ്റെടുത്തത്.

അജയഘോഷ് കോളേജ് കാലഘട്ടം വരെ ഇവരോടൊപ്പം ഇവിടെ ഉണ്ടായിരുന്നുവെങ്കിലും, പിന്നീട് പോലീസിൽ തന്നെ ജോലി ചെയ്തിരുന്ന അച്ഛന്റെ സ്ഥലം മാറ്റത്തെ തുടർന്ന് മറ്റൊരു സ്ഥലത്തേയ്ക്ക് പോവേണ്ടി വന്നിരുന്നു.

റാം കിഷോർ സ്കൂൾ പഠനം കഴിഞ്ഞു, അച്ഛൻ മരിച്ചതോടെ, അമ്മയുടെ നാട്ടിലേയ്ക്ക് പോയതാണ്. ആദ്യമൊക്കെ ഫോൺ വിളികളിലൂടെയും മറ്റും ബന്ധം നിലനിർത്തിയിരുന്നുവെങ്കിലും പിന്നീടെപ്പോഴോ ആ സൗഹൃദം അകന്നു പോയിരുന്നു.

മറ്റു രണ്ടു പേരും തിരികെ നാട്ടിലേയ്ക്ക് വന്നെങ്കിലും റാമിനെ എല്ലാവരും കണ്ടിട്ട് വർഷങ്ങൾ കഴിഞ്ഞിരിക്കുന്നു.

'ഞങ്ങൾ എല്ലാവരും തമ്മിലുള്ള ബന്ധം ഇപ്പോഴും പഴയപടി തന്നെയുണ്ട്. റാം ഒഴികെ. അവനെപ്പറ്റി ഒരു വിവരവുമില്ല. അവന്റെ തറവാട് മേലത്തൂരാണ്.'

മേലത്തൂർ...

ആ പേര് കാളിന്ദിയുടെ ചെവികളിൽ വീണ്ടും വീണ്ടും മുഴങ്ങി... ഈ പേര് താനെവിടെയോ കേട്ടിട്ടുണ്ട്. അവൾ ഓർമ്മയുടെ താളുകളിൽ പരതി.

19

രാവിലെ, ഹരി പോയതിന് ശേഷം കാളിന്ദി പതിയെ ഗോവണിപ്പടികൾ കയറി തങ്ങളുടെ മുറിയിലേയ്ക്ക് നടന്നു. മഴ വീണ്ടും തുടങ്ങിയിരുന്നു. മുറിയിലേയ്ക്ക് നടക്കുന്നതിനിടെ, മഴയുടെ താളത്തിനൊത്താടുന്ന വൃക്ഷത്തലപ്പുകൾ കണ്ടപ്പോൾ അവൾ മുറിയിലേയ്ക്ക് കയറാതെ നേരെ ബാൽക്കണിയിലേയ്ക്ക് നടന്നു. തൂണിൽ ചാരിയിരുന്നവൾ മഴയുടെ സംഗീതത്തിൽ ലയിച്ചു.

തെല്ലകലെ യക്ഷിക്കാവിലോളം കണ്ണുകളെത്തിയപ്പോൾ ചിന്തകൾ വീണ്ടും ചിതറിത്തുടങ്ങിയിരുന്നു.

മേലത്തൂരില്ലം.

മനസ്സ് വീണ്ടും തങ്ങിനിന്നത് അവിടെയായിരുന്നു. റാം കിഷോറിന്റെ തറവാട് എന്നതിനപ്പുറം ആ പേര് തന്നെ ഇത്രമാത്രം അസ്വസ്ഥയാക്കാൻ കാരണമെന്തവൾ ചുഴിഞ്ഞാലോചിച്ചു.

ഒരിക്കൽ അബദ്ധവശാലാണ് തറവാട്ടിലെ നിലവറയ്ക്കരികിൽ എത്തുന്നതും മുത്തശ്ശി ചെയ്യുന്ന കർമ്മങ്ങൾ കണ്ടു നിന്നതും.

ആ നിലവറയിൽ മുത്തശ്ശിയെ കൂടാതെ മറ്റൊരാളുടെ സാന്നിധ്യം കൂടെയുണ്ടായിരുന്നുവെന്നതാണ് തന്നെ ഭയപ്പെടുത്തിയത്. അരൂപിയായ ഒരു പെണ്ണിന്റെ സാന്നിധ്യം. അവൾ കരയുന്നുണ്ടായിരുന്നു. മുത്തശ്ശി സമാധാനിപ്പിക്കുന്നുമുണ്ടായിരുന്നു. പിന്നെ മുത്തശ്ശി എന്തോ പൂജ കർമ്മങ്ങളിലേയ്ക്ക് തിരിഞ്ഞു. അപ്പോഴൊക്കെ ആ തേങ്ങിക്കരച്ചിൽ കേൾക്കാമായിരുന്നു.

പൊടുന്നനെ ആ ശബ്ദം കാതടപ്പിക്കുന്ന ഒരലർച്ചയായി മാറിയ നിമിഷം ഒരു കരച്ചിലോടെ താനും മയങ്ങി വീണിരുന്നു. നിലവറയ്ക്കരികിൽ നിന്നും തന്നെ കണ്ടുകിട്ടുമ്പോൾ ബോധമില്ലായിരുന്നുവെന്ന് അമ്മ പറഞ്ഞ ഓർമ്മയുണ്ട്. കണ്ട കാഴ്ച്ച ആരോടെങ്കിലും പറയാൻ ഭയന്നു.

അതിൽ പിന്നെയാണ് ഒറ്റപ്പെട്ടു പോയ ആത്മാക്കളുടെ ശബ്ദം തന്നെ തേടിയെത്തി തുടങ്ങിയത്. ഭയമായിരുന്നു. ഒരിക്കൽ മുത്തശ്ശി തന്നെയും ആ നിലവറയിൽ കൂട്ടി കൊണ്ടുപോയി. തനിയ്ക്ക് കിട്ടിയത് അപൂർവ്വമായ ഒരു കഴിവാണെന്ന് പറഞ്ഞിട്ടും അത് ഉൾക്കൊള്ളാൻ ആയില്ല.

ഒറ്റപ്പെട്ടു പോയ ആത്മാക്കൾക്ക് വഴികാട്ടിയാവുന്നത് ദൈവാനുഗ്രഹത്താൽ മാത്രം സാധ്യമാകുന്നതത്രെ. അതൊരു നിയോഗമാണ്. ഈ കഴിവ് കിട്ടിയവർ എല്ലാവരും അത് വിനിയോഗിക്കണമെന്നില്ല. ചിലപ്പോൾ തിരിച്ചറിയണമെന്നു തന്നെയില്ല. ഇതേ കഴിവുകൾ ദുരുപയോഗം ചെയ്യാനും വഴികൾ ഏറെയുണ്ടത്രേ.

രക്ഷിച്ചു മോക്ഷത്തിലേയ്ക്ക് വഴി കാണിക്കേണ്ടതിനു പകരം ഈ പാവം ആത്മാക്കളെ അടിമകളാക്കി സ്വാർത്ഥലാഭങ്ങൾക്കായി ഉപയോഗിക്കുന്നവരുമുണ്ട്. മുത്തശ്ശി തന്നെയാണ് എല്ലാം പഠിപ്പിച്ചു തന്നത്.

ആരും അറിയാതെ. ആരും കാണാതെ മന്ത്രതന്ത്രങ്ങൾ സ്വായത്തമാക്കിയതും മുത്തശ്ശിയോടൊപ്പം തന്നെയായിരുന്നു.

ആരോടും പറഞ്ഞിട്ടില്ല. ഒന്നും...

താൻ വഴി മോക്ഷത്തിലെത്തിയ ആത്മാക്കൾ അനുഗ്രഹിച്ചു കാണണം. അതാവും ഒരു പക്ഷെ തന്റെ പ്രണയം സഫലമായത്. പക്ഷെ ജാനകിയും വേണിയും. ആ സമസ്യയ്ക്ക് പരിഹാരമെന്തെന്ന് ഇനിയും മനസിലാക്കാൻ കഴിഞ്ഞിട്ടില്ല.

മുത്തശ്ശി പറഞ്ഞാണ് മേലത്തൂരിലെ വാമദേവനെ പറ്റി അറിഞ്ഞതും.

അസുര ജന്മം. സ്വാതികന്മാരായ തിരുമേനിമാർക്കിടയിലുണ്ടായ നീചൻ. ആഭിചാരക്രിയകൾക്ക് വേണ്ടി ആശ്രിതന്മാരായ അടിയാളന്മാരെ ബലികൊടുക്കാൻ പോലും മടിയില്ലാതിരുന്നവൻ.

ഒരു നാടാകെ പേടിച്ചിരുന്നവൻ. വാമദേവൻ എന്ന മൃത്യുഞ്ജയൻ. മരണത്തിനുപോലും തന്നെ തോൽപ്പിക്കാൻ ആവില്ലെന്ന് അഹങ്കരിച്ചു മരണത്തെ ജയിച്ചവനെന്ന് സ്വയം പേരിട്ടു വിളിച്ചവൻ. കാലം കഴിയവേ ഒരു നാൾ അയാളും മരണത്തിന് കീഴടങ്ങിയെങ്കിലും തറവാട്ടുകാർ ആ വിവരം പുറത്ത് വിട്ടില്ല. അയാളുടെ ശവശരീരം ആ തറവാട്ടിനുള്ളിൽ തന്നെയാണത്രേ സൂക്ഷിച്ചിട്ടുള്ളതും. അയാളുടെ മരണവാർത്ത അറിഞ്ഞതിനു ശേഷവും പലയിടത്തും വെച്ച് അയാളെ കണ്ടവരുണ്ടെന്നും കഥകൾ പരന്നിരുന്നു.

മൃത്യുഞ്ജയന് ശേഷം വന്നവരും അയാളെ പോലെ തന്നെ നീചകർമ്മങ്ങളാൽ ആകൃഷ്ടരായവരായിരുന്നു. മേലത്തൂർ തറവാട് അയൽ പ്രദേശങ്ങൾ വരെ ഭയപ്പെടുന്ന ഒരു പേരായി മാറിയിരുന്നു.

മേലത്തൂർ നീലകണ്ഠൻ മൂസത്. അയാളാണ് ഇപ്പോഴത്തെ കാരണവർ. കേട്ടറിഞ്ഞത് ശരിയാണെങ്കിൽ റാം കിഷോറിന്റെ അമ്മാവൻ. പണത്തിനും പ്രശസ്തിയ്ക്കും വേണ്ടി എന്ത് നീചകർമ്മവും ചെയ്യാൻ

മടിയില്ലെന്ന് കേട്ടിട്ടുണ്ട്.

വൈകുന്നേരമാണ് പവിശങ്കർ വിളിച്ചത്. അവന്റെ ശബ്ദത്തിലെ മാറ്റം കൊണ്ടുതന്നെ എന്തോ പ്രശ്നമുണ്ടെന്നു കാളിന്ദിയ്ക്ക് മനസ്സിലായിരുന്നു.

'കാളിന്ദി, അത്. വിശാലിന്റെ ലിസ്റ്റിൽ അവസാനത്തെ പേര് അവന്റേതായിരുന്നു. റാമിന്റെ.'

അത് കേട്ടിട്ടും അവൾക്കെന്തോ ഞെട്ടലൊന്നും തോന്നിയില്ല.

സോഷ്യൽ മീഡിയയിലുൾപ്പെടെ എവിടെയും ആക്റ്റിവല്ലായിരുന്ന ആളെങ്ങനെ ഇന്ദുവിനെ പരിചയപ്പെട്ടു.?

ആവശ്യക്കാരനല്ലേ, മേലേപ്പാട്ട് മനയ്ക്കലെ മരുമകളാവാൻ പോകുന്നവളെ തിരഞ്ഞു കണ്ടുപിടിച്ചു കാണും. കൂടെ കൂട്ടിയിട്ടുണ്ടാവും.

'ഒരു കാര്യം കൂടെയുണ്ട് കാളിന്ദി.'

അവൾ പവിയുടെ വാക്കുകൾക്കായി കാത്തു.

'അജി അവനെ അന്വേഷിച്ചു പോയിരുന്നു. റാം ദേഹം തളർന്നു കിടപ്പിലായിട്ട് വർഷങ്ങളായി. അതും ഏതാണ്ട് ഇന്ദു മരിച്ച സമയം തന്നെ.'

ഒന്നു നിർത്തി പവി പറഞ്ഞു.

'കാളിന്ദി, തത്കാലം താനിത് ഹരിയോട് പറയണ്ട.'

കൂട്ടുകാരന്റെ ചതി കൂടെ താങ്ങാൻ കഴിയില്ലെന്ന് കരുതിയാവും. പവി സംസാരിച്ചു കോൾ കട്ട് ചെയ്തിട്ടും കേട്ട വിവരങ്ങളിലൂടെ അലയുകയായിരുന്നു കാളിന്ദിയുടെ മനസ്സ്.

രാത്രി കുറച്ചു വൈകിയായിരുന്നു അന്ന് ഹരി വന്നത്. അത്താഴമൊന്നും വേണ്ടെന്നും പറഞ്ഞു പോയിക്കിടന്നിരുന്നു.

കാളിന്ദി ചെന്ന് നോക്കുമ്പോൾ കിടക്കയിൽ കമിഴ്ന്നു കിടപ്പുണ്ടായിരുന്നവൻ. അവളും ഒന്നും പറയാതെ അടുത്ത് ചെന്ന് കിടന്നതും ഹരി അവളെ ചുറ്റിപ്പിടിച്ചു.

'എന്തു പറ്റി..?'

മുടിയിഴകളിൽ വിരലോടിച്ചു കൊണ്ടാണ് ചോദിച്ചത്.

'വീണ്ടും വീണ്ടും വിഡ്ഢിയാവുകയായിരുന്നു വെന്ന് തിരിച്ചറിയുന്ന ഒരാളുടെ മാനസികാവസ്ഥ ഇയാൾയ്ക്ക് ഊഹിക്കാനാവുമോ..?'

ആദ്യമൊന്ന് ഞെട്ടിയെങ്കിലും കാര്യമവൾ ഊഹിച്ചിരുന്നു.

'റാം കിഷോർ..?'

ഇത്തവണ ഹരി ഞെട്ടലോടെ മുഖമുയർത്തി അവളെ നോക്കി.

'തനിയ്ക്ക്..?'

'ഞാനാണ് പവിയേട്ടനോട് അന്വേഷിക്കാൻ പറഞ്ഞത്. പക്ഷെ ഹരി

യേട്ടൻ എങ്ങനെ?'

'അജി അവൻ വിളിച്ചിരുന്നു. അവനറിയില്ലായിരുന്നു ഞാൻ അറിഞ്ഞിട്ടില്ലെന്ന്.'

ഹരി വേദനയോടെ ഒന്ന് ചിരിച്ചു.

'എനിയ്ക്ക് വേദനിക്കാതിരിക്കാൻ എല്ലാരും മറച്ചു വെയ്ക്കാൻ ശ്രമിച്ചു.'

അവൾക്കൊന്നും പറയാനുണ്ടായിരുന്നില്ല.

'എന്നാലും എന്തിനാടോ അവളെന്നോട് ഇങ്ങനെയൊക്കെ ചെയ്തത്..?'

'എന്തെങ്കിലും കാരണമുണ്ടാവുമെന്ന് ഹരിയേട്ടന് തോന്നുന്നില്ലേ..?'

ആദ്യം ഒന്നും മിണ്ടിയില്ലെങ്കിലും ഹരി പതിയെ തലയൊന്നാട്ടി.

'അതേയ് എന്താണ് ഉദ്ദേശ്യം..?'

ഹരി മുഖമുയർത്തി അവളെ നോക്കി.

'മുൻ കാമുകി തേച്ചതിൽ ശോകമടിച്ചിരിക്കാനാണ് പരിപാടിയെങ്കിൽ എന്നെ വിട്ടേരെ.'

അതും പറഞ്ഞു കാളിന്ദി എഴുന്നേൽക്കാൻ ശ്രമിച്ചതും ഹരി അവളെ പിടിച്ചു വെച്ചു.

'അതെല്ലെടോ.. പെട്ടെന്ന് കേട്ടപ്പോൾ.'

'അതെനിക്ക് മനസ്സിലാകും ഹരിയേട്ടാ. പക്ഷെ അവളങ്ങിനെയായിരുന്നു. അത് ഹരിയേട്ടന്റെ കുറ്റമല്ല. ഇനിയും ഒരുപക്ഷെ അവളെ പറ്റി പുതിയത് പലതും കേട്ടെന്നും വരും. അതിനൊക്കെ ഇങ്ങനെ വിഷമിക്കാനാണ് ഭാവമെങ്കിൽ അതിനേ നേരം കാണൂ.'

ഹരി വീണ്ടും കാളിന്ദിയെ ചുറ്റിപ്പിടിച്ചു അവളിലേയ്ക്ക് മുഖം പൂഴ്ത്തി വെച്ചു.

'ശരിയാണ്, ഞാനെന്തിനാണ് വിഷമിക്കുന്നത്. എനിക്കെന്റെ ഭദ്രകാളിയുണ്ടല്ലോ.'

അവൻ പതിയെ പറഞ്ഞു. എന്തോ ഇത്തവണ പക്ഷെ ഹരിയുടെ സ്നേഹലാളനകൾ ആസ്വദിക്കാൻ അവൾക്ക് കഴിയുന്നുണ്ടായിരുന്നില്ല. എങ്കിലും അവൾ ഹരിയെ തടഞ്ഞതുമില്ല.

'എന്തേ?'

ഹരി പെട്ടെന്ന് അവളുടെ മുഖത്തേയ്ക്ക് നോക്കി.

'ങുംഹും.'

ഹരിയുടെ ചുണ്ടിലൊരു ചിരി തെളിഞ്ഞു.

'എന്റെ വിഷമം തീർക്കാനോ, ഇന്ദുവിന്റെ ചതി മറക്കാനോ ഞാൻ

തന്നെ കരുവാക്കില്ലെടോ.'

തന്റെ മനസ്സറിഞ്ഞത് പോലെ ഹരി മിഴികളിലേയ്ക്ക് ഉറ്റു നോക്കിക്കൊണ്ട് പറഞ്ഞപ്പോൾ കാളിന്ദിയൊന്ന് പതറി.

'നമ്മളുടെ പ്രണയത്തിൽ നമ്മൾ മാത്രം മതി. പങ്കു വെയ്ക്കുമ്പോൾ മനസ്സിലും പ്രണയം മാത്രമേ ഉണ്ടാകാവൂ. അതെനിയ്ക്ക് നിർബന്ധമാണെടോ. ഇനിയും പിടിച്ചു നിർത്താനാവില്ലെന്ന് ഇരുവർക്കും തോന്നുന്ന നിമിഷത്തിൽ. അല്ലാതെ മറ്റൊന്നിനും പകരമായി ശ്രീഹരി കാളിന്ദിയെ സ്വന്തമാക്കില്ല.'

അവളുടെ നെറുകയിൽ അധരങ്ങളമർത്തി കാളിന്ദിയെ ചേർത്ത് പിടിച്ചവൻ പറഞ്ഞ നിമിഷം അവളുടെ മനസ്സ് നിറഞ്ഞിരുന്നു.

ശ്രീഹരിമായുള്ള പ്രണയത്തിന്റെ പൂർണ്ണതയിൽ അവർക്കിടയിൽ ഇന്ദുബാല ഉണ്ടാവരുതെന്ന് കാളിന്ദിയും ആഗ്രഹിച്ചിരുന്നു..

ഹരിയുടെ നെഞ്ചിൽ ചേർന്നു കിടന്നു കൊണ്ടാണവൾ പറഞ്ഞത്. അവരുടെ കൈകൾ പരസ്പരം കൊരുത്തിരുന്നു.

കാളിന്ദി ഹരിയുടെ മിഴികളിലേയ്ക്ക് ഉറ്റു നോക്കി.

'തകർന്നു പോകരുത്. വിഷമിക്കരുതെന്ന് ഞാൻ പറയില്ല. തളർന്നു പോകരുത്. ഞാനുണ്ട് കൂടെ.'

പിന്നെയവളൊന്ന് നോട്ടം കൂർപ്പിച്ചു.

'അതോ അത് പോരെന്നുണ്ടോ ശ്രീഹരിയ്ക്ക്..? ഉം..?'

ആ ചോദ്യത്തിൽ ഹരി ചിരിച്ചു പോയിരുന്നു.

'തന്നെയുണ്ടല്ലോ എന്റെ കാളി...'

പറഞ്ഞതും ഹരി അവളുടെ കഴുത്തിലേയ്ക്ക് മുഖം പൂഴ്ത്തിയിരുന്നു. ഇക്കിളിയിട്ടതും അവളും ചിരിച്ചു പോയിരുന്നു. പിടച്ചിലോടെ. ഇന്ദുബാല നൽകിയ മുറിവുകൾക്കുള്ള മരുന്നാണ് കാളിന്ദിയെന്ന് ശ്രീഹരി അറിയുകയായിരുന്നു.

എത്ര വേഗമാണ് തന്റെ മനസ്സിൽ അവൾ തണുപ്പ് വീഴ്ത്തുന്നത്. എല്ലാം നിസ്സാരമാണെന്ന് തോന്നിപ്പിക്കുന്നത്.

'ഐ ലവ് യൂ കാളി.'

സ്വയമറിയാതെയാണ് ഹരി പറഞ്ഞത്. അവൾ ചിരിച്ചതേയുള്ളൂ. അതി മനോഹരമായി.

ഉറക്കം അവരെ തിരഞ്ഞെത്തുമ്പോഴും ഹരിയുടെ കരങ്ങൾ കാളിന്ദിയ്ക്ക് ചുറ്റുമുണ്ടായിരുന്നു. അവന്റെ ഹൃദയതാളം അവൾക്ക് താരാട്ടാനും.

ദിവസങ്ങൾ കടന്നു പോകവേ അവർ പരസ്പരം കൂടുതലറിയുക

യായിരുന്നു. ശ്രീഹരിയുടെ പ്രണയം കാളിന്ദിയുടെ പ്രതിരോധത്തെ പാടേ തകർക്കാൻ ശേഷിയുള്ളതായിരുന്നു. അവന്റെ പ്രണയത്തെ എങ്ങനെ നേരിടണമെന്നറിയാതെ കാളിന്ദി ദേവി വലഞ്ഞു. അവളുടെ ഒരടവും വിലപ്പോകാത്ത മട്ടിൽ ശ്രീഹരി തന്റെ പ്രണയം കൊണ്ടവളുടെ മനസ്സിനെ തന്റേതാക്കിയിരുന്നു.

അതിനിടെ ഡോക്ടർ സാജൻ വന്നു ഭാമയെ കണ്ടിരുന്നു.പൂർണ്ണമായും പഴയത് പോലെ ആയില്ലെങ്കിലും പവിയുടെ സാന്നിധ്യം കൂടെയുള്ളത് കൊണ്ടു ഭാമയിൽ പ്രകടമായ മാറ്റങ്ങൾ ഉണ്ടായിരുന്നു.

പക്ഷെ ജാനകിയുടെയും വേണിയുടെയും കാര്യത്തിൽ കാളിന്ദിയ്ക്ക് കൂടുതലൊന്നും കണ്ടെത്താൻ കഴിഞ്ഞില്ല.

പ്രത്യക്ഷത്തിൽ മേലത്തൂരില്ലവും മേലേപ്പാട്ട് മനയും തമ്മിൽ ബന്ധമോ ശത്രുതയോയില്ല.

മേലെപ്പാട്ട് തറവാട്ടിൽ വേളികഴിച്ചുകൊണ്ടു വന്ന കാളിന്ദി മേലത്തൂരില്ലത്തെ അടിയാത്തി ആയിരുന്നുവെന്നതൊഴിച്ചാൽ...

പക്ഷെ അന്ന് മേലത്തൂരില്ലത്താർക്കും ആ വേളിയോട് എതിർപ്പുണ്ടായിരുന്നില്ല എന്ന് മാത്രമല്ല, അക്കാലത്ത് ഇല്ലം ആഭിചാരക്രിയകളാൽ കുപ്രസിദ്ധിയാർജ്ജിച്ചിരുന്നുമില്ല. അതിനുശേഷമാണ് മൃത്യുഞ്ജയന്റെ കരുത്താർജ്ജിച്ച രംഗ പ്രവേശവും.

അതുകൊണ്ട് തന്നെ കാളിന്ദിയുടെ വേളിയും മേലത്തൂരില്ലവും തമ്മിൽ ബന്ധമുണ്ടെന്ന് ചിന്തിക്കാനും വയ്യ.

പക്ഷെ എന്തിന് വേണ്ടി ഇന്ദുബാലയെ റാം വശത്താക്കിയെടുത്തു ഇവിടെ എത്തിച്ചു?

എന്തൊക്കെയോ നുറുങ്ങു വിവരങ്ങൾ ഇടകലർന്നു മനസ്സിൽ പടർന്നിട്ടുണ്ടെന്നല്ലാതെ ഒന്നിനും വ്യക്തമായ ഒരു രൂപമില്ല.

ഒന്നും അങ്ങോട്ട് കണക്ക് ആവുന്നുമില്ല.

കാളിന്ദി ആകെ കുഴങ്ങി... സംശയങ്ങൾ... ചോദ്യങ്ങൾ. ആരോടാണ് ഒന്ന് ചോദിക്കുക?

മുത്തശ്ശിയുണ്ടായിരുന്നുവെങ്കിൽ എന്ത് സംശയത്തിനും മറുപടി ഉണ്ടാവുമായിരുന്നു. ഇനിയിപ്പോൾ എന്തെങ്കിലും അറിയാത്തത് ഉണ്ടെങ്കിൽ അതുകണ്ടെത്താനുള്ള വഴികളും ആള് പറഞ്ഞുതരുമായിരുന്നു.

ആലോചനയിൽ പൊടുന്നനെ കാളിന്ദിയുടെ മിഴികളൊന്ന് വിടർന്നു.

'ത്രിപുരസുന്ദരിക്കുഞ്ഞമ്മ...'

ചുണ്ടുകൾ ആ പേര് ഉച്ചരിച്ചു. മുത്തശ്ശിയുടെ സഹോദരന്റെ മകൾ പക്ഷെ അവരുടെയും തന്റെ ചെറിയച്ഛന്റെയും വേളിയുടെ പേരിലു

ള്ളൊരു വഴക്കിനൊടുവിൽ കുടുംബങ്ങൾ വേർപിരിഞ്ഞു..

കാലമിത്രയായിട്ടും ഒരു കാര്യത്തിനും അവർ അങ്ങോട്ടും ഇങ്ങോട്ടും പോകാറില്ല.

മുത്തശ്ശിയുടെ തറവാട്ടിൽ ഇപ്പോൾ കുഞ്ഞമ്മ തനിച്ചാണ്.

ത്രിപുരസുന്ദരി.

അതിസുന്ദരിയും അവിവാഹിതയും... അതിലുപരി തന്റേടിയുമായ ഒരു സ്ത്രീ.

ചെറുതായിരിക്കുമ്പോൾ സ്കൂളിലൊക്കെ പോകുമ്പോൾ നേർക്ക് നേരെ വന്നുപോയാൽ ഇരുമിഴികളും ചിമ്മിക്കാണിച്ചു ഒരു ചിരിയുണ്ട് അവരുടെ. ആള് ഇടയ്ക്കിടെ യാത്രയിലായത് കൊണ്ട് മുതിർന്നപ്പോൾ അങ്ങനെ അടുത്ത് കണ്ടിട്ടില്ല. അവർക്ക് ഇങ്ങനെയുള്ള വിഷയങ്ങളിൽ വല്യതാല്പര്യമാണെന്ന് കേട്ടിട്ടുണ്ട്. അതിനാണത്രേ ഇടയ്ക്കിടെ യാത്രകൾ പോകുന്നതും.

എല്ലാറ്റിലുമുപരി എന്റെ കഴിവുണ്ടെന്ന് എനിയ്ക്കറിയാവുന്ന ഒരേയൊരാൾ അവരാണ്. മുത്തശ്ശി പറഞ്ഞുകേട്ടതാണ്. പക്ഷെ അവരത് എങ്ങിനെ ഉപയോഗിക്കുന്നെന്ന് പോലും അറിയില്ല. ആളുടെ സ്വഭാവത്തെ പറ്റിയും..

എന്നാലും ഒരു സഹായം ചോദിക്കാൻ മറ്റൊരാളില്ല എന്തായാലും പോയി കാണണം..

അന്ന് ഉച്ചവരെ നല്ല മഴയായത് കൊണ്ടു കാളിന്ദിയ്ക്ക് പുറത്തേക്കിറങ്ങാൻ കഴിഞ്ഞിരുന്നില്ല.ഹരി വന്നു ഭക്ഷണം കഴിച്ചു പോയതിന് ശേഷമാണവൾ തൊടിയിലേക്കിറങ്ങിയത്.പറമ്പിലും കുളത്തിലുമെല്ലാം വെള്ളം നിറഞ്ഞു കവിഞ്ഞു കിടക്കുന്നത് കൊണ്ട് അധികം ചുറ്റിത്തിരിയാൻ നിന്നില്ലവൾ. തിരികെ വന്നു കയറുമ്പോൾ പൂമുഖത്തു ചെറിയമ്മയുണ്ടായിരുന്നു.

'ആ കുളത്തിനപ്പുറം എന്താണ് ചെറിയമ്മേ...'

'അതിനപ്പുറമൊരു ചാലുണ്ട് കാന്ദി. മഴക്കാലത്ത് വെള്ളം കയറുമ്പോൾ നല്ല ഒഴുക്കുണ്ടാവും.'

രുക്മിണി അലസമായി പറഞ്ഞവാക്കുകളിൽ തങ്ങിനിന്നിരുന്നു കാളിന്ദിയുടെ മനസ്സ്.

20

'കാഞ്ഞിലേരി മനയ്ക്കലേയ്ക്കുള്ള റോഡിലൂടെ നടക്കുമ്പോൾ തെല്ലൊരു പരിഭ്രമം തന്നെ വന്നു പൊതിയുന്നത് അവളറിഞ്ഞു.

കുടുംബബന്ധമുണ്ടെന്നുള്ളതിനപ്പുറം അവർ തീർത്തും അപരിചിതയാണ്...

ഒരുപാട് പ്രത്യേകതകളുള്ള സ്വഭാവത്തിനുടമ. ആരെയും അങ്ങനെ അടുപ്പിക്കാറില്ല. എപ്പോഴും അവരെ ചൂഴ്ന്നു നിൽക്കുന്ന നിഗൂഢത കാരണമാവാം ആരും അങ്ങോട്ട് ചെന്ന് മുട്ടാൻ മടിക്കുന്നതും.

ചാരിയിട്ട ഗേറ്റ് തുറന്നവൾ അകത്തേയ്ക്ക് കയറി... മേലേപ്പാട്ട് മനയോളം വലുപ്പമുള്ള തറവാടാണ്.

പേരും വിവരവുമൊക്കെ ചോദിച്ചറിഞ്ഞു ജോലിക്കാരി അകത്തു പോയി പറഞ്ഞതിനു ശേഷമാണ് കാളിന്ദിയ്ക്ക് അകത്തേക്ക് പ്രവേശനം കിട്ടിയത്. മതിൽക്കെട്ടിനുള്ളിൽ ഏക്കറുകണക്കിന് പറമ്പുണ്ട്. കുഞ്ഞമ്മയ്ക്ക് രണ്ടു സഹോദരങ്ങളാണ്. രണ്ടു പേരും പുറം നാട്ടിലെവിടെയോ ആണെന്ന് കേട്ടിട്ടുണ്ട്. നാട്ടിലേയ്ക്ക് വരാറൊന്നുമില്ലത്രേ. ത്രിപുരസുന്ദരിയുടേത് ഒരു പ്രത്യേക സ്വഭാവമാണെന്ന് കേട്ടിട്ടുണ്ട്. ആരോടും അടുപ്പമില്ലാതെ തന്റെ ഇഷ്ടങ്ങളുമായി തനിച്ചു കഴിയുന്നൊരുവൾ.

അച്ഛന് ഒരു ഇളയസഹോദരനുണ്ടായിരുന്നു. ശിവരാമൻ. ആളൊരു യാത്രാപ്രിയനായിരുന്നു. ഒരിക്കൽ അങ്ങനെയൊരു യാത്ര പോയയാള് തിരികെ വന്നില്ല. പിന്നൊരിക്കലും.

ശിവരാമൻ ചെറിയച്ഛനെ കണ്ട ഓർമ്മയില്ല. പക്ഷെ കൈക്കുഞ്ഞായിരുന്ന തന്നെ വലിയ കാര്യമായിരുന്നെന്ന് അമ്മ പറഞ്ഞുകേട്ടിട്ടുണ്ട്.

ചെറിയച്ഛനായിരുന്നു ത്രിപുരസുന്ദരിയുടെ പ്രണയം. പക്ഷെ തറവാട്ടുകാർ തമ്മിലുള്ള വഴക്കിന്റെ പേരിൽ അവരുടെ പ്രണയത്തിനു വേർപിരിയേണ്ടി വന്നു.

ആലോചനയിൽ മുഴുകിയിരിക്കുമ്പോഴാണ് ആ കാലൊച്ച കേട്ടത്. നോക്കിയിരുന്നു പോയവൾ. പ്രായത്തിന്റെ മങ്ങലേൽക്കാതെയവർ. ത്രിപുര സുന്ദരി.

ചുവപ്പിൽ കറുപ്പും കസവും ചേർന്ന ബോർഡറുള്ള സാരിയിൽ അവർ

അതിസുന്ദരിയായിരുന്നു. പുറം നിറഞ്ഞു കവിഞ്ഞ ചുരുൾ മുടിയാകെ അഴിച്ചിട്ടിരുന്നു. കരിമഷിയെഴുതിയ നീണ്ട മിഴികളിൽ ഒരു തിളക്കമുണ്ടായിരുന്നു അപ്പോഴും.

നെറ്റിയിൽ ചുവന്ന വട്ടപ്പൊട്ടും മൂക്കിലെ വലിയ വെള്ളക്കൽ മൂക്കുത്തിയും അവർക്കഴകു കൂട്ടുന്നുണ്ടായിരുന്നു. ചിരിയൊന്നും മുഖത്ത് കണ്ടില്ല. ആ അഴകിന് ചേരാത്തൊരു തീക്ഷ്ണതയായിരുന്നു, പക്ഷെ ആ മിഴികളിൽ. കാളിന്ദിയെ അവരൊന്ന് അടിമുടി നോക്കി. ചെറിയൊരു പതർച്ച തോന്നിയെങ്കിലും അവളത് പുറത്ത് കാണിച്ചില്ല.

'കാളിന്ദി... കാളിന്ദി ദേവി അല്ലേ..? '

കേൾക്കാനിമ്പമുണ്ടെങ്കിലും മൂർച്ചയുള്ള ശബ്ദം. അവൾ നേർത്തൊരു ചിരിയോടെ തലയാട്ടി.

'ഇരിക്കൂ...'

സോഫയിലേയ്ക്ക് തന്നെ ചൂണ്ടിക്കാട്ടി അവർ എതിരെയുള്ള കസേരയിലേയ്ക്കിരുന്നു. അപ്പോഴും മുഖഭാവത്തിൽ ഗൗരവം തന്നെയായിരുന്നു.

'പറയൂ..?'

ഒരു കുശലവുമില്ലാതെ, എടുത്തടിച്ചതു പോലുള്ള ചോദ്യത്തിൽ കാളിന്ദി പരുങ്ങി.. അത് കണ്ടാവണം പിന്നെയും പറഞ്ഞത്.

'ഞാനെന്ത് വേണം..?'

'അത്... എനിക്കൊരു സഹായം വേണം...'

കാളിന്ദിയും നേരെ കാര്യത്തിലേയ്ക്ക് കടന്നു. അവരുടെ അധരങ്ങളിൽ നേർത്തൊരു ചിരി മിന്നിമാഞ്ഞു.

'പൂവോത്ത് മനയ്ക്കൽ ദാക്ഷായണി തമ്പുരാട്ടിയുടെ കൊച്ചുമകൾക്കും സംശയമോ?'

കളിവാക്കിൽ പരിഹാസത്തിന്റെ നേർത്തൊരു മുനയുള്ളത് പോലെ അവൾക്ക് തോന്നി.

'സംശയം ആർക്കും എപ്പോൾ വേണമെങ്കിലും വരാല്ലോ..?'

അവർ തന്നെ അളക്കുകയാണെന്ന് കാളിന്ദി മനസ്സിലാക്കിയിരുന്നു.

'ഞാൻ അറിഞ്ഞിടത്തോളം കാളിന്ദി ദേവിയുടെ സഹായം മറ്റുള്ളവർക്കാണ് വേണ്ടത്.'

അവൾ അമ്പരപ്പോടെ നോക്കുമ്പോൾ ആ അധരങ്ങളിൽ ഒരു ചെറു ചിരിയുണ്ട്. ആ പറഞ്ഞതിനർത്ഥം തന്നെ പറ്റി എന്തോ അറിയാമെന്നല്ലേ..?

കാളിന്ദിയുടെ മുഖം ആലോചനയിൽ ചുളിഞ്ഞത് കണ്ടാവാം അവ

രുടെ മുഖത്തെ ചിരി മാഞ്ഞില്ല.

'പൂവോത്ത് മനയ്ക്കലെ മോക്ഷദായനിയായ ഇളമുറ തമ്പുരാട്ടിയെ പറ്റി ഞാൻ കേട്ടിട്ടുണ്ടെന്ന് വെച്ചോളൂ...'

'കാഞ്ഞിലേരിയില്ലത്തെ മോക്ഷദായിനിയെപറ്റി ഞാനും കേട്ടിട്ടുണ്ട്.'

കാളിന്ദിയുടെ ചുണ്ടുകളിലുമൊരു ചിരി തെളിഞ്ഞു.

'ആഹാ, അപ്പോൾ ഈ വരവ് വെറുതെയല്ല.'

'അത്.. മാഡത്തിന് അറിയാമല്ലോ..?'

ഇത്തവണ അവരുടെ നെറ്റി ചുളിഞ്ഞു.

'ശിവേട്ടന്റെ മാനസപുത്രിയ്ക്ക് ഇതിനേക്കാൾ നന്നായി എന്നെ അഭിസംബോധന ചെയ്യാമായിരുന്നു.'

ഒരു നിമിഷം കാളിന്ദിയുടെ മനസ്സ് ശൂന്യമായി പോയെങ്കിലും അടുത്ത മാത്രയിൽ അവളുടെ അധരങ്ങൾ മൊഴിഞ്ഞു.

'ചെറിയച്ഛൻ...'

'അതേ... പൂവോത്ത് മനയ്ക്കലെ ശിവരാമൻ എന്ന കാളിന്ദിയുടെ ചെറിയച്ഛൻ... ഈ ത്രിപുര സുന്ദരി ദേവിയുടെ പ്രണയം.'

കാളിന്ദിയുടെ ഭാവം കണ്ടാവണം അവർ പൊട്ടിച്ചിരിച്ചു.അവൾ നോക്കിയിരുന്നു പോയി. ആ കവിളുകളിൽ തെളിയുന്ന നുണക്കുഴികൾ. എന്തൊരു ഭംഗിയാണ്..

'പക്ഷെ ചെറിയച്ഛൻ..?'

അവളത് പൂർത്തിയാക്കിയില്ല.

'പ്രണയിതാവിനെ മരണമുള്ളൂ, പ്രണയത്തിനു മരണമില്ല കാളിന്ദി.'

ശബ്ദത്തിൽ വ്യത്യാസമൊന്നും ഇല്ലായിരുന്നുവെങ്കിലും അതിനിടയിലുള്ള നോവ് അവൾ അറിഞ്ഞിരുന്നു.

'ശിവേട്ടൻ പോയതിൽ പിന്നെ ഞങ്ങളുടെ പ്രണയത്തെ പറ്റി ഞാൻ വേറൊരാളോട് പറയുന്നത് ഇതാദ്യമാണ്. വർഷങ്ങൾക്ക് ശേഷം.'

കാളിന്ദി അപ്പോഴും അവരെ നോക്കിയിരിക്കുകയായിരുന്നു.

'കാരണം അറിയാമോ കാളിന്ദിയ്ക്ക്. ശിവേട്ടന് നീ അത്രയും പ്രിയപ്പെട്ടവളായിരുന്നു. അത് കൊണ്ടാവും ഞാനറിയാതെ ഇങ്ങനെ സംസാരിച്ചു പോയതും.'

കാളിന്ദിയുടെ അതിശയഭാവത്തിലേയ്ക്ക് നോക്കി അവരൊന്നു ചിരിച്ചു.

'എന്തു പറയുന്നു. മേലേപ്പാട്ട് മനയ്ക്കൽ ശ്രീഹരി..?'

കാളിന്ദിയ്ക്ക് അമ്പരക്കാനേ നേരമുണ്ടായിരുന്നുള്ളൂ.

'അത്... സുഖമായിരിക്കുന്നു.'

'ആണോ?'

ആ ചോദ്യത്തിൽ ഒരു മുനയുണ്ടായിരുന്നു... പരിഹാസത്തിന്റെയോ കളിയാക്കലിന്റേതോ അല്ലായിരുന്നുവെങ്കിലും.

അവരൊന്നു മുൻപോട്ടാഞ്ഞിരുന്നു. പതിഞ്ഞ സ്വരത്തിലാണ് ചോദിച്ചത്.

'ഇനി പറയൂ. കാളിന്ദിയുടെ ആവശ്യമെന്താണ്..? കാളിന്ദി ദേവിയ്ക്ക് പരിഹരിക്കാൻ ആവാത്തതെന്നാൽ അതിത്തിരി ഗൗരവം കൂടിയതാവുമെന്ന് എനിയ്ക്ക് ബോധ്യമുണ്ട്.'

എവിടെ തുടങ്ങണം എന്നുള്ള ചിന്തയിലായിരുന്നവൾ.

'ചെറിയമ്മയ്ക്ക് മേലത്തൂരില്ലത്തെ പറ്റി എന്തറിയാം..?'

ത്രിപുരസുന്ദരി കണ്ണുകൾ മിഴിച്ചവളെ നോക്കി. കാളിന്ദി പുഞ്ചിരിച്ചു.

'അല്ല, എന്റെ ചെറിയച്ഛന്റെ പെണ്ണായിരുന്നുവെന്നല്ലേ പറഞ്ഞത്. അപ്പോൾ അതിനനുസരിച്ചു അഭിസംബോധന ചെയ്യേണ്ടേ..?'

അവർ ചിരിച്ചു. കാളിന്ദിയെ നോക്കിയ മിഴികളിൽ വാത്സല്യത്തിന്റെ രേണുക്കൾ തെളിഞ്ഞിരുന്നു.

'മിടുക്കി..'

അവരുടെ മിഴികളും ഒന്ന് തിളങ്ങിയിരുന്നു.

'മേലത്തൂരില്ലം കാളിന്ദിയുടെ മനസ്സിനെ അലട്ടാനുള്ള കാരണം..?'

മറുചോദ്യമായിരുന്നു പിന്നെയും.

'പറയാം. അതിന് മുൻപ് ചെറിയമ്മയ്ക്ക് അവിടെത്തെ അറിയാവുന്ന കാര്യങ്ങൾ പറയാമോ..?'

അവരൊന്നു നിശ്വസിച്ചു. പിന്നെ മിഴികളടച്ചു.

'ദുഷ്ക്കർമ്മങ്ങളുടെ ഈറ്റില്ലമായ മേലത്തൂരില്ലത്തെ പറ്റി കാളിന്ദിയ്ക്ക് എന്താണ് അറിയേണ്ടത്..?'

'മേലത്തൂരിലെ മൃത്യുഞ്ജയനിൽ നിന്നും തുടങ്ങാം...'

കാളിന്ദിയുടെ വാക്കുകൾ കേട്ട് ത്രിപുര സുന്ദരിയുടെ മിഴികൾ അറിയാതെ തുറന്നു പോയിരുന്നു. അവരുടെ മുഖത്തെ ഞെട്ടൽ അവൾ വ്യക്തമായി കണ്ടു. അവർ കാളിന്ദിയെ തുറിച്ചു നോക്കി. അവളുടെ മുഖത്ത് ഭാവവ്യത്യാസമൊന്നും ഉണ്ടായിരുന്നില്ല.

'മൃത്യുഞ്ജയൻ.'

അവരുടെ അധരങ്ങൾ മന്ത്രിച്ചു

'അയാൾ. അയാളുമായി. എന്താ, അതൊക്കെ ഒരു പാട് കാലം മുൻപുള്ളതല്ലേ കുട്ടി.'

'അയാളിൽ നിന്നാണല്ലോ ആ തറവാട്ടിലെ ദുരൂഹതകളുടെ തുടക്കം.

ഒരു കാര്യത്തെ പറ്റി മനസ്സിലാക്കാൻ തുടങ്ങുമ്പോൾ ആദ്യം മുതൽ അറിയുന്നതല്ലേ ഭംഗി..?'

കാളിന്ദിയുടെ മുഖത്തേയ്ക്ക് നോക്കിയ അവരിലും ഒരു ചിരി തെളിഞ്ഞു.

'അപ്പോൾ കാര്യങ്ങൾ അത്ര എളുപ്പമല്ലല്ലോ കാളിന്ദി ദേവി..?'

'അതുകൊണ്ടാണല്ലോ ഞാൻ സഹായം ചോദിച്ചു വന്നത്.

'ഉം...'

അവരൊന്നു മൂളി പിന്നെ മിഴികളടച്ചു.

'മൃത്യുജ്ഞയനെ പറ്റി പണ്ടത്തെയാളുകൾ പറഞ്ഞു പതിഞ്ഞു പോയ കഥകളിൽ കേട്ടിട്ടുള്ളത് അയാളെ പോലൊരു നീചനായ മനുഷ്യനെ അക്കാലത്തൊന്നും ആരും കണ്ടിട്ടുണ്ടാവില്ലെന്നായിരുന്നു...'

ത്രിപുര സുന്ദരിയമ്മയുടെ പുരികങ്ങൾ വില്ല് പോലെ വളയുന്നത് കാളിന്ദി കണ്ടു. അവർ ഓർമ്മകളിൽ നിന്നെടുത്തു പറയുന്ന വാക്കുകളാണ് ഇതൊക്കെയെന്ന് അവൾ തിരിച്ചറിയുന്നുണ്ടായിരുന്നു.

'സ്വന്തം സ്വാർത്ഥലാഭത്തിനു വേണ്ടി ഏതറ്റം വരെയും പോകാൻ മടിയില്ലാത്തയാളായിരുന്നത്രെ അയാൾ. സ്വന്തം തറവാട്ടിലെ കുരുന്നിനെ തന്നെ അയാൾ ബലി കൊടുത്തിട്ടുണ്ടെന്നൊക്കെ കേട്ടിട്ടുണ്ട്. എല്ലാർക്കും പേടിയായിരുന്നു വാമദേവനെന്ന മൃത്യുജ്ഞയനെ. അയാളുടെ സ്വഭാവം പോലെ തന്നെ ആകാരവും ആരെയും ഒന്ന് വിറപ്പിക്കുന്നതായിരുന്നുവെന്നും കേട്ടിട്ടുണ്ട്. മിഴികളുടെ ചെറിയൊരു ചലനം കൊണ്ട് പോലും മുൻപിൽ നിൽക്കുന്നയാളുടെ മനസ്സറിയാനുള്ള കഴിവുണ്ടായിരുന്നു പോലും വാമദേവന്.'

കാളിന്ദി ഇമകൾ ചിമ്മാൻ പോലും മടിച്ചു കേട്ടിരിക്കുകയായിരുന്നു.

'എന്തൊക്കെ കഴിവുകൾ ഉണ്ടായിരുന്നുവെങ്കിലും എല്ലാവരെയും പോലെ മൃത്യുജ്ഞയനും മരണത്തെ ഭയപ്പെട്ടിരുന്നു. മരണത്തെ ജയിക്കാനുള്ള പരീക്ഷണങ്ങളും അനവധി നടത്തിയിട്ടുണ്ട്. എന്നാലും അവസാനം അങ്ങനെയൊരു പരീക്ഷണത്തിനിടയിലാണ് അയാൾ കൊല്ലപ്പെട്ടതെന്നും, അതൊരു പെണ്ണ് കാരണമാണെന്നും ഒരു ശ്രുതിയും ഉണ്ടായിരുന്നു. എന്തായാലും വാമദേവൻ മരിച്ചു ഏറെ കാലം കഴിഞ്ഞാണത്രേ സംഭവം പുറംലോകം അറിയുന്നത്. അയാളുടെ മൃതദേഹം ഇപ്പോഴും തറവാട്ടിലെ അറയ്ക്കുള്ളിൽ സൂക്ഷിച്ചുവെച്ചിട്ടുണ്ട് എന്നൊക്കെ കേട്ടിട്ടുണ്ട് അക്കാലത്ത്.'

അവരൊന്നു ചിരിച്ചു.

'പിന്നെ ഇതിനൊന്നും വലിയ ആധികാരികതയൊന്നുമില്ല. ഇന്നത്തെ

പോലെ അക്കാലത്തും കഥകൾ ഉണ്ടാക്കാനും പ്രചരിപ്പിക്കുവാനും മിടുക്കുള്ളവർ ഉണ്ടായിരിക്കുമല്ലോ.'

ഒരു നിമിഷത്തെ നിശബ്ദതയ്ക്ക് ശേഷമായിരുന്നു കാളിന്ദി ചോദിച്ചത്.

'അയാൾ ബ്രഹ്മചാരിയായിരുന്നോ..?'

ത്രിപുര സുന്ദരി കാളിന്ദിയെ സൂക്ഷിച്ചൊന്ന് നോക്കിയിട്ടാണ് മറുപടി പറഞ്ഞത്.

'അയാൾ വേളിയൊന്നും കഴിച്ചിട്ടില്ലെങ്കിലും അസ്സൽ സ്ത്രീലമ്പടനാണെന്ന് കേട്ടിട്ടുണ്ട്.'

കാളിന്ദി ഒന്നാലോചിച്ചതിന് ശേഷമാണ് ചോദിച്ചത്.

'മേലെപ്പാട്ട് മനയ്ക്കലെ ജാനകിയുടെ കഥ ചെറിയമ്മ കേട്ടിട്ടുണ്ടാവുമല്ലോ. കാളിന്ദി മേലത്തൂരെ കീഴാളപ്പെൺകൊടിയായിരുന്നു.'

'അതിന്..?'

'ജാനഥിയുടെ തിരോധാനത്തിന് അന്നാളുമായി വല്ല ബന്ധവുമുണ്ടാകുമോ..?'

കുറച്ചു നേരത്തെ ആലോചനയ്ക്ക് ഒടുവിലാണ് മറുപടി വന്നത്.

'അങ്ങനെ ചോദിച്ചാൽ മേലേപ്പാട്ടെ പത്മനാഭനും കീഴാളപെൺകൊടിയായിരുന്ന കാളിന്ദിയും തമ്മിലുള്ള ബന്ധം അക്കാലത്ത് വൻ വിവാദം തന്നെയായിരുന്നത്രേ. പക്ഷെ മേലത്തൂരിൽ നിന്നും എതിർപ്പൊന്നും വന്നതായി അറിവില്ല. കാളിന്ദിയുടെ തിരോധാനവുമായും മൃത്യുഞ്ജയന് ബന്ധമുള്ളതായും കേട്ടിട്ടില്ല. പക്ഷെ.'

അവരൊന്നു നിർത്തി. കാളിന്ദി ആകാംക്ഷയോടെ നോക്കിയിരിക്കുകയായിരുന്നു...

'മേലെപ്പാട്ട് പത്മനാഭന്റെ മുറപ്പെണ്ണും അയാളുമായി വേളി നിശ്ചയിച്ചിരുന്നവളുമായിരുന്ന ഹേമാംബികയ്ക്ക് മൃത്യുഞ്ജയനുമായി എന്തോ ഇടപാടുകളുള്ളതായി ഒരു ശ്രുതിയുണ്ടായിരുന്നു.'

കാളിന്ദിയുടെ മിഴികൾ വിടർന്നു. ഒട്ടും പ്രതീക്ഷിക്കാത്ത ഒരു കാര്യം.

'ജാനകിയുടെ തിരോധാനത്തെ പറ്റി ഇത്ര ഗൗരവമായി അന്വേഷിക്കാൻ കാളിന്ദിയെ പ്രേരിപ്പിച്ചത് എന്താണ്..?'

ഇത്തിരി നേരം കഴിഞ്ഞാണ് അവൾ മറുപടി പറഞ്ഞത്.

'ജാനകിയുടെ മാത്രമല്ല മേലേപ്പാട്ടെ ശ്രീവേണിയുടെയും കരച്ചിൽ എന്നെ അലട്ടുന്നുണ്ട്.'

കാളിന്ദിയുടെ ശബ്ദം പതിഞ്ഞിരുന്നു.

'കാളിന്ദി ദേവിയുടെ മുൻപിൽ തുറക്കാത്ത വാതിലുകളോ..?'

പരിഹാസമൊന്നുമില്ലായിരുന്നു ആ കളിവാക്കിൽ.

'ഇന്നോളം ഇങ്ങനെയൊന്നുണ്ടായിട്ടില്ല. എല്ലായ്പ്പോഴും എന്തെങ്കിലുമൊരു തുമ്പ് കിട്ടും. അതും ആ ആത്മാക്കളിൽ നിന്ന് തന്നെ. പക്ഷെ ഈ തവണ.'

അല്പ നേരം അവരൊന്നും പറഞ്ഞില്ല.

'കാളിന്ദി ശരിക്കും ശ്രദ്ധിക്കാഞ്ഞിട്ടാണ്. അവരുടെ ശരീരം എവിടെയാണ് നഷ്ടമായതെന്നതിലേയ്ക്ക് എന്തെങ്കിലും ഒരു ചൂണ്ടുപലകയുണ്ടാവും.'

കാളിന്ദി കുളത്തിന്റെ കാര്യമോർത്തു. അത് പറഞ്ഞതും പിന്നെയും അവർ ആലോചനയിലായി.

'അവരുടെ ശരീരവുമായി ബന്ധപ്പെട്ട എന്തോ ഒരു കാര്യം ആ കുളവുമായി ബന്ധപ്പെട്ട് കിടക്കുന്നുണ്ട്.'

'ആ കുളത്തിൽ അന്നവർ ഒരുപാട് തിരച്ചിലൊക്കെ നടത്തിയെന്നാണ് കേട്ടത്. രണ്ടു തവണയും.'

'തിരഞ്ഞവർ കണ്ടെത്താത്ത, അല്ലെങ്കിൽ അറിയാത്ത എന്തെങ്കിലും കാര്യം ഉണ്ടായിരിക്കും കാളിന്ദി.'

ഉറപ്പോടെ അവർ പറഞ്ഞതിനെ ഖണ്ഡിക്കാൻ കാളിന്ദിയ്ക്ക് തോന്നിയില്ല.

'മറ്റൊന്ന് കൂടെയുണ്ട് ചെറിയമ്മേ... ജാനകിയുടെയും ശ്രീവേണിയുടെയും ആത്മാക്കൾക്ക് മേലെപ്പാട്ടില്ലത്തിനു പുറത്തേയ്ക്ക് വരാൻ കഴിയുന്നില്ലെന്നാണ് എനിയ്ക്ക് തോന്നിയിട്ടുള്ളത്.'

'അങ്ങനെ വരാൻ വഴിയില്ലല്ലോ കാളിന്ദി... ആത്മാക്കളുടെ സഞ്ചാര സ്വാതന്ത്ര്യം വിലക്കിയിട്ടുള്ള ചുരുക്കം ചിലയിടങ്ങളിലൊഴികെ മറ്റെവിടെയും അവർക്ക് സ്വതന്ത്രമായി വിഹരിക്കാമെന്ന് കാളിന്ദിയ്ക്കും അറിവുള്ളതല്ലേ.'

അവൾ മറുപടിയൊന്നും പറഞ്ഞില്ല.

'മറ്റൊന്ന് കൂടെ ചോദിക്കട്ടെ. മേലത്തൂരിലെ പിൻതലമുറ..?'

'മൃത്യുഞ്ജയന്റെ അതേ പാത പിന്തുടർന്നു. ഈ തലമുറയിലുള്ളവർ ഉൾപ്പെടെ.'

കാളിന്ദിയുടെ ഹൃദയമിടിപ്പ് കൂടിയിരുന്നു.

'ഈ തലമുറയെന്ന് പറയുമ്പോൾ... നീലകണ്ഠനാണോ..? നീലകണ്ഠൻ മൂസത്..?'

'അയാൾ മാത്രമല്ല.'

ത്രിപുര സുന്ദരി പറഞ്ഞ പേരുകൾ കാളിന്ദിയിൽ അത്ഭുതമൊന്നും

ഉളവാക്കിയില്ല.

'മേലേപ്പാട്ട് ശ്രീഹരിയുടെ മുൻഭാര്യ ഇന്ദുബാല ലക്ഷ്യത്തിലേയ്ക്കുള്ള ഒരു വഴി മാത്രമായിരുന്നു കാളിന്ദി.'

'ഒന്നും കൂടെയുണ്ട് ചെറിയമ്മേ, വേണിയേടത്തി പ്രണയിച്ചിരുന്നയാൾ, ചന്ദ്രസേനൻ. എനിയ്ക്ക് വേണ്ടി അയാളോട് ഒന്നു സംസാരിക്കണം, ചിലതറിയാൻ.'

അവളുടെ ചോദ്യങ്ങൾക്കുള്ള മറുപടികൾ തൃപ്തികരമായിരുന്നു. ത്രിപുര സുന്ദരിയ്ക്ക് ഇക്കാര്യങ്ങളിലുള്ള അറിവും താല്പര്യവുമായിരുന്നു ഇങ്ങോട്ട് വരുമ്പോൾ കാളിന്ദിയുടെ പ്രതീക്ഷ. അവർ അവസാനം പറഞ്ഞ ചില കാര്യങ്ങൾ കൂടെ അറിഞ്ഞതോടെ കാളിന്ദിയുടെ സംശയങ്ങൾ ഏതാണ്ടൊക്കെ മാറിയിരുന്നു.

ഇനി അറിയേണ്ടത് എങ്ങിനെയെന്നാണ്.

അതിലേക്കുള്ള ചില സൂചനകളും അനുഗ്രഹവും കൂടെ കൊടുത്താണ് ത്രിപുരസുന്ദരി കാളിന്ദിയെ പറഞ്ഞയച്ചത്.

അന്ന് വൈകുന്നേരത്തിനു മുൻപേ ത്രിപുരസുന്ദരി കാളിന്ദിയെ വിളിച്ചിരുന്നു. സംസാരം അവസാനിക്കുമ്പോൾ വേണിയുടെ തിരോധാനത്തിനു പിറകിലെ രഹസ്യവും ഇന്ദുബാലയുടെ മേലേപ്പാട്ട് മനയ്ക്കലെ അവതാരവുമുൾപ്പെടെ പലതിനുമവൾ ഉത്തരം കണ്ടെത്തിയിരുന്നു.

അന്ന് രാത്രി, നാളെ വൈകുന്നേരം തനിയ്ക്ക് ഓഫീസിലെയൊരു കാര്യത്തിനായി തിരുവനന്തപുരം വരെ പോകേണ്ടതുണ്ടെന്നു പറഞ്ഞിരുന്നു ശ്രീഹരി. അതിനവൾ മറുപടിയൊന്നും പറയാതെ കിടക്കുമ്പോഴാണ് ചോദിച്ചത്.

'എന്ത് പറ്റി?'

'ഹരിയേട്ടന് എന്നെ വിശ്വാസമുണ്ടോ.?'

അവനോട് ചേർന്നു കിടന്നു മുഖമുയർത്താതെയാണ് ചോദിച്ചത്. ഹരി അവളെ തന്നെ നോക്കി കിടന്നു. പിന്നെ പറഞ്ഞു.

'എന്നെ പോലെ തന്നെ.'

അവളൊന്നും പറഞ്ഞില്ല.

'പക്ഷെ ഒന്നുണ്ട്. കാളിന്ദിദേവിയില്ലാതെ ഇനി ശ്രീഹരിയുണ്ടാവില്ല. ഞാനും നീയുമല്ല. നമ്മളാണ്. നിനക്ക് വേദനിച്ചാൽ അത് എനിയ്ക്ക് വേദനിയ്ക്കുന്നത് പോലെയാണ്.'

കാളിന്ദി അവന്റെ നെഞ്ചിൽ മുഖമമർത്തി കിടന്നതല്ലാതെ ഒന്നും പറഞ്ഞില്ല.

'തനിയ്ക്ക് ഇഷ്ടമുള്ളതെന്തും ചെയ്യാം. ഞാൻ ഒന്നിനും എതിരല്ല.

പക്ഷെ തിരികെ എന്നിലേയ്ക്ക് എത്തണം. ഒരു പോറൽ പോലും ഏൽക്കാതെ. എന്തു ചെയ്യുമ്പോഴും എന്റെ കൂടെ ജീവനും ജീവിതവുമാണ് കാളിന്ദിയിൽ ഉള്ളതെന്ന് ഓർമ്മ വേണം.'

അവൾ ഞെട്ടലോടെ മുഖമുയർത്തി നോക്കി. ഹരി ചിരിച്ചു.

'എന്റെ ഒരു സഹായവും കാളിന്ദി ദേവിയ്ക്ക് ആവശ്യം വരില്ലെന്ന് അറിയാം. എങ്കിലും ഞാനുണ്ടാകും എന്തിനും.'

ഒന്നും പറഞ്ഞിട്ടില്ല ഇതുവരെ. ഒന്നും ചോദിച്ചിട്ടുമില്ല. വിശ്വാസമില്ലെന്ന് തുറന്നു പറഞ്ഞിട്ടുമുണ്ട്. എന്നാലും മനസ്സിലാക്കിയല്ലോ.

പക്ഷെ താനെന്താണ് ചെയ്യാൻ പോകുന്നതെന്നറിഞ്ഞാൽ ഹരിയേട്ടൻ സമ്മതിക്കില്ലെന്ന് അറിയാവുന്നത് കൊണ്ടു അവളൊന്നും പറഞ്ഞില്ല.പകരം ഇറുകെ കെട്ടിപ്പിടിച്ചു. ഹരിയുടെ പതിഞ്ഞ ചിരിയൊച്ച അവളുടെ കാതിൽ വീണു

'അത്രയ്ക്കിഷ്ടമാണോ എന്നെ ഇയാൾക്ക്?'

അവനെ ഒന്നൂടെ മുറുക്കെ കെട്ടിപ്പിടിച്ചതല്ലാതെ ഒന്നും പറഞ്ഞില്ല. ഹരി പൊട്ടിച്ചിരിച്ചു.

'എനിക്കറിയാം പെണ്ണേ.'

ശ്രീഹരിയും അവളെ ഇറുകെ പുണർന്നു അവളിലേയ്ക്ക് മുഖം ചേർത്തു വെച്ചിരുന്നു.

21

അന്നത്തെ രാവിന്റെ ഭദ്രകാളിയാമത്തിനായുള്ള കാത്തിരിപ്പിലായിരുന്നു കാളിന്ദി ദേവി. കാലങ്ങളായി കെടാതെ സൂക്ഷിച്ച പകയുടെയും പ്രതികാരത്തിന്റെയും ചുരുളഴിയുന്ന രാത്രി.

ഭദ്രകാളിയാമം

രാവിന്റെ ഗാഢത വർദ്ധിക്കുമ്പോൾ രാപ്പാടിയും പാട്ടുനിറുത്തി നിദ്രയുടെ മടിത്തട്ടിൽ ശരണം തേടുന്നു. രാത്രി പത്തുമണി കഴിയുമ്പോൾ പാലപ്പൂമണം പരക്കും. രാത്രിയുടെ രണ്ടാംയാമമായ ഭദ്രകാളിയാമം തുടങ്ങുന്നതപ്പോഴാണ്. ഭദ്രകാളിയുടെ അനുചരവൃന്ദത്തിലെ യക്ഷികിന്നരഗന്ധർവാദികൾ സ്വതന്ത്രസഞ്ചാരത്തിന് പുറപ്പെടുന്ന സമയമിതാണ്.

രാത്രി പത്തുമുതൽ രണ്ടുവരെയുള്ള ഭദ്രകാളിയാമം, പൈശാചിക ശക്തികൾക്ക് സ്വൈരവിഹാരത്തിനുള്ളതാണത്രേ. ആസുരകർമ്മങ്ങൾക്ക് വേദിയൊരുക്കുന്ന നേരം.

ആസുരമല്ലെങ്കിലും തന്റെ കർമ്മത്തിനും അനുയോജ്യമായ സമയം ഇത് തന്നെയാണ്.

ഭദ്രകാളിയാമം തുടങ്ങുന്നതിനു മുൻപായി കാളിന്ദി കുളിച്ചു ചുവന്ന പട്ടുടുത്ത് ഒരുങ്ങിയിരുന്നു.

പടികൾ ഇറങ്ങിയവൾ ഇടനാഴിയിലൂടെ നടന്നു ജാനകിയുടെ അറയ്ക്ക് മുൻപിൽനിന്നു. മേലെപ്പാട്ടുള്ളവരെല്ലാം അന്ന് പതിവിലും നേരത്തെ ഗാഢനിദ്രയിൽ ലയിച്ചിരുന്നു.

കാളിന്ദി അവൾക്കാവശ്യമുള്ള പൂജാ സാമഗ്രികളെല്ലാം ആ അറയ്ക്ക് മുൻപിൽ വെച്ചിരുന്നു.

ഒരു നിമിഷമവൾ കണ്ണുകളടച്ചു പ്രാർത്ഥിച്ചു.

കുട്ടിക്കാലത്തെങ്ങോ മുത്തശ്ശിയിൽ നിന്നും സ്വായത്തമാക്കിയ മന്ത്രങ്ങൾ ഉരുവിട്ട്, രാജേശ്വരി കാണാതെയെടുത്ത ആ പഴയ താക്കോൽ ജാനകിയുടെ അറവാതിലിലിലെ മണിച്ചിത്രത്താഴിലേയ്ക്കിട്ടു.

കാളിന്ദി അകത്തേയ്ക്ക് കാലെടുത്തുവെക്കാൻ തുനിഞ്ഞ നിമിഷം അറയിൽ നിന്നും ഒരു സീൽക്കാരം കേട്ടു. കരിനാഗം. അവൾക്ക് മുൻ

പിൽ പത്തി വിടർത്തി നിന്നു.

യക്ഷിയമ്മയുടെ കാവൽക്കാരൻ. യക്ഷിയമ്മയ്ക്ക് മേലേപ്പാട്ടെ പടി താണ്ടി അറയ്ക്കുള്ളിൽ പ്രവേശിക്കാൻ കഴിയില്ല. പകരം അയച്ചതാവും ഇയാളെ.

കാളിന്ദി തൊഴുകയ്യാലെ നാഗസ്തുതിയുരുവിട്ടു. നിമിനേരം കഴിഞ്ഞതും കരിനാഗം പതിയെ ഇഴഞ്ഞു അവൾക്കരികിലൂടെ പടി കടന്നു പുറത്തേക്കിഴഞ്ഞു നീങ്ങി.

ജാനകിയുടെ അറയിൽ നിശബ്ദതയും ഇരുളും കനത്തു കിടന്നിരുന്നു. ഒരു ചെറുശബ്ദം പോലും ഇല്ലെങ്കിലും അവളുടെ സാന്നിധ്യം അവിടെയുണ്ടെന്ന് കാളിന്ദി അറിഞ്ഞിരുന്നു.

എണ്ണക്കറുപ്പിനഴകുള്ള സുന്ദരിയായ ജാനകി, വീർത്തുന്തിയ വയറും പാറിപറക്കുന്ന അഴിഞ്ഞുലഞ്ഞ നീണ്ട മുടിയിഴകളുമായ്, ആ അറയുടെ ഒരു കോണിലായി നിൽക്കുന്നതായി ഒരു മാത്രയവൾക്ക് തോന്നി. പഴമയുടെ ഗന്ധം നിറഞ്ഞു നിൽക്കുന്ന അറയിൽ, കാളിന്ദിയുടെ കയ്യിലെ കുത്തുവിളക്കിലെ പ്രകാശം പരന്നു.

പണ്ടെങ്ങോ അടച്ചിട്ട ആ അറയിലെമ്പാടുമുള്ള വസ്തുക്കളിലാകെ പൊടി പിടിച്ചു കിടന്നിരുന്നു. തന്റെ കർമ്മങ്ങൾക്കുള്ള ഇത്തിരി സ്ഥലം വൃത്തിയാക്കി എടുക്കുമ്പോഴും കാളിന്ദിയുടെ മനസ്സും ശരീരവും ജാഗരൂകമായിരുന്നു.

ജാനകിയുടെ മോചനം ആഗ്രഹിക്കാത്തവർ ഇപ്പോഴും ബാക്കിയുണ്ട്.പൂജാദ്രവ്യങ്ങൾ എടുത്തു വെച്ചവൾ. വളരെ സൂക്ഷിച്ചു ചെയ്യേണ്ട പ്രവൃത്തിയാണ്.കർമ്മങ്ങളിലോ ഉരുവിടുന്ന മന്ത്രങ്ങളിലോ അണുവിട വ്യത്യാസം വന്നാൽ എല്ലാം ആദ്യം മുതൽ പിന്നെയും ആവർത്തിക്കേണ്ടി വരും.

ഏകാഗ്രമായ മനസ്സോടെ മന്ത്രക്കളം വരച്ചു കാളിന്ദി ആവണ പലകയിൽ പടഞ്ഞിരുന്നു.

പ്രഥമ പൂജ്യനായ വിനായകനെ മനസ്സിൽ ധ്യാനിച്ചവൾ ഗണപതി സ്തുതികൾ ഉരുവിട്ടു തുടങ്ങി.

‘ഏകദന്തം മഹാകായം
തപ്തകാഞ്ചന സന്നിഭം
ലംബോദരം വിശാലാക്ഷം
വന്ദേഹം ഗണനായകം

ഓം ‘ശുക്ലാംബരധരം വിഷ്ണും ശശിവർണ്ണം ചതുർഭുജം പ്രസന്നവദനം ധ്യായേത് സർവവിഘ്നോപശാന്തയേ.’

എള്ളും അരിയും നെയ്യും മറ്റു ദ്രവ്യങ്ങളും ഹോമകുണ്ഡത്തിൽ അർച്ചിക്കുന്നതിനോടൊപ്പം കാളിന്ദിയുടെ അധരങ്ങൾ ഇടമുറിയാതെ ഗണപതി സ്തുതികൾ ഉരുവിട്ടുകൊണ്ടിരുന്നു. വിനായകനെ പ്രീതിപ്പെടുത്തി

അവൾ എഴുന്നേറ്റ നിമിഷം ആ അറയിലെവിടെയോ നിന്നൊരു തേങ്ങൽ കേട്ടത് പോലെ കാളിന്ദിയ്ക്ക് തോന്നി.

'ജാനകി, നീ ഇവിടെ എവിടെയോ ഉണ്ടെന്ന് എനിക്കറിയാം. വർഷങ്ങളായുള്ള നിന്റെ താപം ഞാനറിയുന്നു. മേലേപ്പാട്ട് മനയ്ക്കൽ വലത് കാൽ വെച്ചു കയറിയ നിമിഷം മുതൽ, ആരും കേൾക്കാനില്ലാതിരുന്ന നിന്റെ തേങ്ങൽ എന്റെ കർണ്ണപുടങ്ങളെ തുളച്ചെത്തിയിരുന്നു. നിനക്കും മോക്ഷം വേണം. അത് നേടിത്തരാൻ എനിയ്ക്കാകും. പക്ഷെ അതിന് നീ കൂടെ എന്നോടൊപ്പം വേണം. നിനക്ക് എന്ത് സംഭവിച്ചുവെന്ന് എനിക്കറിയണം.'

കാളിന്ദിയുടെ വാക്കുകൾ ആ അറയുടെ ചുമരുകളിൽ തട്ടിയുടഞ്ഞു.

'ജാനകി, എന്നാലേ നിന്റെ മോക്ഷപദത്തിലേയ്ക്കുള്ള യാത്രയിൽ എനിയ്ക്ക് നിന്നെ സഹായിക്കാനാവൂ.'

ഇത്തവണ കാളിന്ദിയുടെ ശബ്ദം തെല്ലുകടുത്തിരുന്നു. അവൾ ഉച്ചത്തിൽ വിളിച്ചു പറഞ്ഞുകൊണ്ടു ചുറ്റും നോക്കി. ഇനിയുള്ള കർമ്മങ്ങളിൽ ജാനകിയുടെ സാന്നിധ്യം കൂടെ വേണം. അറയിലെ സപ്രമഞ്ചക്കട്ടിലിന്റെ പുറകിലായി വലിയൊരു ഛായാചിത്രമുണ്ട്.

ഒരു പെണ്ണിന്റെ, അത് ജാനകിയുടേതാണത്രേ. പത്മനാഭൻ തിരുമേനി വരച്ചതാണ്.

അകലാപ്പുഴക്കരയിലെവിടെയോ ജാനകി വിറകു പെറുക്കാൻ വന്നപ്പോഴാണ് പത്മനാഭൻ തിരുമേനി ആ അടിയാളപെൺകൊടിയെ കാണുന്നതും അവളിൽ അനുരക്തനാവുന്നതും... തമ്പുരാന്റെ പെരുമാറ്റത്തിൽ അവളാകെ ഭയന്നു വിറച്ചു പോയിരുന്നു.

ദീർഘനാൾ പത്മനാഭൻ ജാനകിയുടെ പിറകെ നടന്നുവെങ്കിലും അടിയാളപെൺകൊടിയോട് തമ്പുരാന് പ്രണയം തോന്നിയെന്ന സത്യം ജാനകി അംഗീകരിച്ചില്ല. ഒടുവിലൊരുനാൾ ഇത്തിരി ബലമായി തന്നെ അവളെ പിടിച്ചുനിർത്തി കാര്യം പറഞ്ഞപ്പോൾ തമ്പുരാന്റെ മുഖത്തൊന്ന് പൊട്ടിക്കാനും ജാനകി മടിച്ചില്ലത്രേ.

പിന്നെയെപ്പോഴോ പത്മനാഭന്റെ പ്രണയം സത്യമെന്ന തിരിച്ചറിവിൽ ജാനകിയും ആ പ്രണയം തിരികെ നൽകാൻ തയ്യാറാവുകയായിരുന്നു.

ഒരുപാട് അഗ്നിപരീക്ഷകൾക്കൊടുവിലാണ് അവർക്ക് ഒരുമിച്ചു ഒരു ജീവിതം തുടങ്ങാനായത്. അതിന് നിമിത്തമായത് യക്ഷിയമ്മയും. മുൻ

പൊരു അനുഭവം ഉള്ളത് കൊണ്ടും ജാനകി യക്ഷിയമ്മയുടെ കടുത്ത ഭക്തയായത് കൊണ്ടും അവൾ പത്മനാഭന്റെ നല്ല പാതിയായി മേലെപ്പാട്ട് പ്രവേശിക്കുന്നതിനെ എതിർക്കാൻ ആരും ധൈര്യപ്പെട്ടില്ല..

പത്മനാഭന്റെ വേളി മുറപ്പെണ്ണായ ഹേമാംബികയുമായി നിശ്ചയിച്ചു വെച്ചിരുന്നുവെന്ന കാരണം കൊണ്ട് കൂടി ജാനകിയെ ഉള്ളാലെ അംഗീകരിക്കുവാൻ മേലെപ്പാട്ടുകാർക്ക് കഴിഞ്ഞിരുന്നുമില്ല.

എന്നാൽ, പത്മനാഭനെ പ്രണയിച്ചിരുന്ന ഹേമാംബിക,എല്ലാവരുടെയും പ്രതീക്ഷയ്ക്ക് വിരുദ്ധമായ് ഒരു കാലുഷ്യവുമില്ലാതെയായിരുന്നു ജാനകിയോടും പത്മനാഭനോടും പെരുമാറിയത്.

അതിസുന്ദരിയായിരുന്ന ഹേമയെ നിരസിച്ചു അടിയാളത്തിയായ ജാനകിയെ തറവാട്ടിലേയ്ക്ക് വിളിച്ചു കൊണ്ട് വന്നതിലുള്ള അരിശം അവിടെയുള്ളവർ പലപ്പോഴും ജാനകിയോട് കാണിച്ചിരുന്നു. അവളത് പത്മനാഭനോട് പറഞ്ഞില്ലെങ്കിലും കാര്യങ്ങൾ ഊഹിച്ചിരുന്ന അയാൾ ഭാര്യയെയും കൊണ്ടു വേറെ മാറി താമസിക്കാനുള്ള ഒരുക്കങ്ങൾ നടത്തുന്നതിനിടെയാണ് ജാനകിയെ കാണാതാവുന്നത്.

അവളെ പറ്റി ഒരു വിവരവും ലഭിക്കാതെയായപ്പോൾ ഒരു ദിനം പത്മനാഭൻ ആത്മഹത്യ ചെയ്യുകയായിരുന്നു. അധികം വൈകാതെ ഒരു നാൾ ഹേമാംബിക യക്ഷിക്കാവിൽ വെച്ച് വിഷം തീണ്ടി മരിക്കുകയും ചെയ്തു.

ജാനകിയിൽ നിന്നൊരു പ്രതികരണവുമില്ലാത്തത് അവളിൽ നിരാശ പരത്തി തുടങ്ങിയ നിമിഷമാണ് ആ അറയിൽ പൊടുന്നനെയെത്തിയ കാറ്റൊന്ന് ചുറ്റിത്തിരിഞ്ഞത്.

എന്തോ താഴെ വീണത് പോലൊരു ശബ്ദം കേട്ടപ്പോൾ കാളിന്ദിയുമൊന്ന് ഞെട്ടി. ആ ഛായാചിത്രം താഴെ വീണിരിക്കുന്നു. ചുളിഞ്ഞ നെറ്റിയോടെ അവൾ അതിനരികിലേയ്ക്ക് നടന്നു.

കമിഴ്ന്നു കിടക്കുന്ന ചിത്രം എടുക്കാൻ കയ്യെത്തിച്ചപ്പോഴാണ് അവൾ അതിന്റെ പുറകിൽ എന്തോ തിരുകി വെച്ചത് കണ്ടത്.

കാളിന്ദി വിറയാർന്ന കൈകളോടെ അതെടുത്തു. ഒരു താളിയോല ചുരുളായിരുന്നു അത്. നിറം മങ്ങി പഴകി പൊടിഞ്ഞു തുടങ്ങിയ അതിൽ എന്തോ എഴുതിയത് പോലെ തോന്നിയെങ്കിലും, അത് ആ അരണ്ട വെളിച്ചത്തിൽ അവൾക്ക് മനസ്സിലാക്കാനായില്ല..

കാളിന്ദി കത്തിച്ചു വെച്ച വിളക്കിനരികിലേയ്ക്ക് ആ താളിയോല അടുപ്പിച്ചു പിടിച്ചു. എത്ര ശ്രമിച്ചിട്ടും അവൾക്കതിൽ എന്താണ് എഴുതിയതെന്ന് മനസ്സിലാക്കാനായില്ല.

നിരാശയോടെയവൾ നെഞ്ചിൽ കൈ വെച്ചു കണ്ണുകളടച്ചു. ഉള്ളിൽ തെളിഞ്ഞത് യക്ഷിയമ്മയുടെ കൽപ്രതിമയാണ്.

പിന്നെയും കുറച്ചു പണിപ്പെട്ടാണ് അതിലെ ഒന്ന് രണ്ടു വാക്കുകൾ കാളിന്ദി മനസ്സിലാക്കിയെടുത്തത്.

ഹേമാംബിക. ബന്ധം...

അതിന് താഴെയുള്ള പേര് കണ്ടതും മുൻപേ ഊഹിച്ചിരുന്നുവെങ്കിലും കാളിന്ദി ഞെട്ടി.

മൃതുഞ്ജയൻ.

എത്ര ശ്രമിച്ചിട്ടും അതിൽ കൂടുതലൊന്നും കാളിന്ദിയ്ക്ക് വായിച്ചെടുക്കാനായില്ല. ഓല ആകെ പൊടിഞ്ഞു തുടങ്ങിയിട്ടുണ്ട്. ഒന്ന് രണ്ടു നിമിഷങ്ങൾ അവൾ ആലോചനയോടെ നിന്നു പിന്നെ ചുറ്റും നോക്കി.

'അവർ... അവരാണോ ജാനകി ..?'

നിശബ്ദതയിൽ കാളിന്ദിയുടെ ശബ്ദം നേർത്തു പോയിരുന്നു.

'മൃത്യുഞ്ജനനും ഹേമാംബികയും ചേർന്നാണോ നിന്നെ..?'

കാളിന്ദിയുടെ ശബ്ദം ഉയർന്ന നിമിഷം മുറിയിലാകെ ശക്തിയായി കാറ്റ് വീശി.

ജനൽ പാളികൾ താനെ തുറന്നു. അവളിൽ ഭാവഭേദമൊന്നും ഉണ്ടായില്ല.

'നിന്റെ മരണത്തിന് ഇവിടുത്തെ കുളവുമായി എന്തോ ബന്ധമുണ്ടെന്നു എനിക്കറിയാം, നിന്നെ കുളത്തിൽ വെച്ചാണോ..?'

കാറ്റ് പതിയെ നിലച്ചിരുന്നു.

'അല്ല... അതായിരിക്കില്ല.'

കാളിന്ദിയുടെ മനസ്സ് പറഞ്ഞു. ചിന്തകൾ അതിദ്രുതം ചുറ്റിത്തിരിഞ്ഞു.

ഈ അറയിലും ഇതിന് തൊട്ടരികിലും മാത്രമേ ജാനകിയുടെ ആത്മാവ് ചുറ്റിത്തിരിയുന്നുള്ളൂ.

അതിനർത്ഥം?

കാളിന്ദി വീണ്ടും ഞെട്ടി.

'ഈ അറയിൽ. ഇവിടെ വെച്ചാണോ ജാനകി?'

കാളിന്ദിയുടെ ശബ്ദം പതറി. ഉത്തരമെന്നത് പോലെ വീണ്ടും കാറ്റ് ആഞ്ഞ് വീശി. അരണ്ട വെളിച്ചത്തിൽ, ആ അറയിലെ പൊടിപടലങ്ങൾ ചുറ്റുമുയർന്നിരുന്നത് അവൾ കണ്ടു. അത് ചുമരിൽ ഒരു നിഴൽ തീർത്തിരുന്നു.

നീണ്ട മുടിയിഴകളുള്ള, വീർത്തുന്തിയ വയറുമായി ഒരു പെണ്ണിന്റെ

നിഴൽ. ആ തേങ്ങൽ ചീളുകൾ കാളിന്ദിയുടെ കാതുകളിൽ വീണു പൊള്ളി. ഈ അറയിൽ വെച്ചാണ് ഗർഭിണിയായിരുന്നൊരുവളെ ക്രൂരമായി കൊലപ്പെടുത്തിയത്.

ജീവന് വേണ്ടി യാചിച്ചു കാണുമവൾ. പിറക്കാൻ പോകുന്ന കുഞ്ഞിന് വേണ്ടി കേണിരിക്കാം. പ്രാണന് തുല്യം സ്നേഹിക്കുന്ന പതി വന്നു രക്ഷിച്ചുവെങ്കിലെന്ന് മോഹിച്ചിരിക്കാം. ഒടുവിൽ ജീവൻ വേർപെടുന്ന നിമിഷത്തിലും ഒരു നോക്ക് കാണാനാവാതെ പോയ പിഞ്ചോമലിനെയോർത്താവാം പിടഞ്ഞത്.

കാളിന്ദിയുടെ മിഴികൾ നിറഞ്ഞിരുന്നു. ആ നിമിഷം അവൾ ജാനകിയായിരുന്നു.

എന്തായാലും മേലേപ്പാട്ട് മനയ്ക്കൽ കയറി വരാൻ മൃത്യുഞ്ജയനാവില്ല.

അപ്പോൾ ഹേമാംബികയാവും കാളിന്ദിയെ കൊലപ്പെടുത്തിയത്. ഈ അറയിൽ വെച്ച്. എന്നിട്ട് ആ മൃതദേഹം കുളത്തിൽ ഇട്ടിരിക്കാം. അതിന് അവൾക്ക് സഹായികളും ഉണ്ടായിരുന്നിരിക്കാം.

'എനിക്കറിയാം ജാനകി, കുളത്തിൽ നിന്നും നിന്റെ മൃതദേഹം ഒഴുകി പോയിരിക്കാം.'

അതൊരു പെരുമഴക്കാലമായിരുന്നുവെന്നും, ആറും തോടും പാടവും പുഴയുമെല്ലാം ഒന്നിച്ചു കവിഞ്ഞൊഴുമ്പോഴും, ആരും പുറത്തിറങ്ങാൻ മടിച്ചു നിൽക്കുമ്പോഴും പത്മനാഭൻ ജാനകിയെ തിരഞ്ഞിറങ്ങിയിരുന്നെന്ന് അപ്പച്ചി പറഞ്ഞത് കാളിന്ദിയോർത്തു.

'പക്ഷെ നിന്റെ ശരീരം എങ്ങോട്ടാണ് ഒഴുകി പോയതെന്ന് എനിക്കറിയില്ല ജാനകി, അതാണ് എന്നെ കുഴക്കുന്നത്. അതറിഞ്ഞാലേ എനിക്കിനി മുൻപോട്ട് പോകാനാവൂ.'

കാളിന്ദിയുടെ ചോദ്യത്തിന് എങ്ങും ഒരനക്കവുമുണ്ടായില്ല. അവൾക്ക് തളർച്ച തോന്നി. കാലിനരികെ നിന്നൊരു സീൽക്കാരം കേട്ടാണവൾ തലതാഴ്ത്തി നോക്കിയത്. കരിനാഗം അവളുടെ കാലിനു തൊട്ടരികെ പത്തി വിടർത്തി ആടുന്നു.

കാളിന്ദി ആലോചനയോടെ നാഗത്തിന്റെ മനോഹരമായ ഫണത്തിലേയ്ക്ക് മിഴി നട്ടു നിന്നു.

'ആ മേലേപ്പാട്ടെ യക്ഷിക്കാവിന്റെ ഉള്ളിലേയ്ക്കെങ്ങാനും ഒരു കുളമുണ്ടെന്ന് കേട്ടിട്ടുണ്ട് കുട്ട്യേ. ഭദ്രകാളിയാമത്തിൽ യക്ഷിയമ്മ അവിടെ നീരാട്ടിനിറങ്ങുമെന്നും പറഞ്ഞു കേട്ടിട്ടുണ്ട്.'

പണ്ടെങ്ങോ മുത്തശ്ശി പറഞ്ഞ വാക്കുകൾ കാളിന്ദിയുടെ മനസ്സിൽ മുഴങ്ങിക്കേട്ടു. അന്നൊന്നും എത്ര കേട്ടാലും പറഞ്ഞാലും മതിയാവി

ല്ലായിരുന്നു യക്ഷിയമ്മയുടെയും യക്ഷിക്കാവിലെയും വിശേഷങ്ങളെ പറ്റി കുഞ്ഞു കാളിന്ദിയ്ക്ക്. അവളുടെ മിഴികൾ വീണ്ടും ആടിയിളകുന്ന നാഗത്തിലേയ്ക്ക് നീങ്ങി.

'യക്ഷിക്കാവിനുള്ളിലെ കുളത്തിലാണോ ജാനകി ..?'

കാളിന്ദിയുടെ മൂർച്ചയുള്ള ശബ്ദം വീണ്ടും ആ അറയിൽ മുഴങ്ങി. അവളുടെ നോട്ടമെത്തുമ്പോൾ കരിനാഗം പതിയെ ഹോമകുണ്ഡത്തിനപ്പുറത്തേയ്ക്ക് പിൻവാങ്ങിയിരുന്നു.

കുളത്തിൽ കൊണ്ടിട്ട ജാനകിയുടെ മൃതദേഹം ആ ചാലിലൂടെ ഒഴുകിയെത്തിയത് യക്ഷിക്കാവിനുള്ളിലാവും.

അവൾക്ക് ഒരു കാര്യം ഉറപ്പായിരുന്നു. തന്റെ ഒപ്പം യക്ഷിയമ്മയുണ്ട്. തന്റെ പ്രിയപ്പെട്ടവരെ നശിപ്പിച്ചവരോട് പകരം ചോദിക്കാൻ പകയോടെ കാത്തിരിക്കുന്ന യക്ഷിയമ്മ.

മേലേപ്പാട്ടെ പടികടന്നു അകത്തു കയറാൻ ആസുരശക്തികൾക്കൊന്നുമാവില്ല. ഒരു കാലത്ത് ആസുരഭാവം പൂണ്ടു മേലെപ്പാട്ടില്ലത്ത് വിളയാടിയിരുന്ന യക്ഷിയമ്മയ്ക്ക് പോലും. അതുകൊണ്ട് തന്നെയാവും അന്ന് ജാനകിയെ രക്ഷിക്കാനും യക്ഷിയമ്മയ്ക്ക് കഴിയാതെ പോയത്.

ജാനകിയുടെ മൃതദേഹം എത്തിച്ചേർന്നത് യക്ഷിക്കാവിനുള്ളിലെ കുളത്തിലാണെങ്കിൽ?

കാളിന്ദിയുടെ ഉള്ളിലൊരു കൊള്ളിയാൻ മിന്നി. യക്ഷിക്കാവിൽ പോകേണ്ടി വരും. ആ അസ്ഥികൾ ശേഷിക്കുന്നുണ്ടെങ്കിൽ അത്, അല്ലെങ്കിൽ അവിടുത്തെ ഒരു പിടി മണ്ണ്. അത് കിട്ടിയാലേ ജാനകിയുടെ മോക്ഷത്തിലേക്കുള്ള പാത തെളിയൂ.

ഭദ്രകാളി പൂജ കൂടെ ചെയ്തു കാളിന്ദി തത്കാലം കർമ്മങ്ങൾ നിർത്തി.

'ജാനകി, നിന്റെ മരണരഹസ്യം ഞാനിന്ന് അറിയുന്നു. മൃത്യുഞ്ജയന്റെ നിർദ്ദേശാനുസരണം ഹേമാംബികയും കൂട്ടാളികളും കൂടെ നിന്നെ കൊലചെയ്തു മൃതദേഹം കുളത്തിലെറിഞ്ഞു. മഴക്കാലമായിരുന്നത് കൊണ്ടു ഒഴുക്കിൽപെട്ടു ശരീരം ഒഴുകി യക്ഷിക്കാവിലെ കുളത്തിനുള്ളിലെത്തിയിരിക്കാം. ഈ അറയിൽ നിന്നും നീ പുറത്തിറങ്ങാത്തതിന്റെ കാരണം ഇന്നെനിയ്ക്കറിയാം. നിന്റെ ആത്മാവിനായി കാത്തു നിൽക്കുന്നവർ ഇനിയും ബാക്കിയുണ്ട്.'

അറയിൽ വീണ്ടുമാ കാറ്റ് വീശുന്നുണ്ടായിരുന്നു.

'ഇതിനെ പറ്റിയെല്ലാം കണ്ടുപിടിച്ച അല്ലെങ്കിൽ കണ്ടുപിടിക്കാൻ ശ്രമിച്ച പത്മനാഭനെയും അവർ വകവരുത്തിക്കാണും. തന്നെ അവർ വകവരുത്തുമെന്ന് പത്മനാഭനും ഊഹിച്ചു കാണും. അയാളുടേത് ഒരു ആ

ത്മഹത്യയാണെന്ന് വരുത്തി തീർത്തതിന്റെ പിറകിലും ഹേമാംബിക യും ഉണ്ടാവാം.'

അറയിലെ കാറ്റ് വീണ്ടും ശക്തിയാർജ്ജിച്ചിരുന്നു.

'ജാനകി, ഞാൻ, കാളിന്ദി ദേവി നിനക്കിതാ വാക്ക് നൽകുന്നു. നി ന്റെ മോക്ഷപ്രാപ്തിയ്ക്ക് വഴി തെളിയിക്കാൻ ഞാനുണ്ടാകും. അതിനു വേണ്ടി എന്റെ ജീവൻ വെടിയേണ്ടി വന്നാലും. യക്ഷിക്കാവിൽ പോയി വരാനുള്ള സമയം കൂടെ നീ എനിയ്ക്ക് നൽകണം.'

മുറിയിലെ കാറ്റ് ശക്തി പ്രാപിച്ചിരുന്നു. തുറന്നു പോയ ജാലകവാ തിൽ വീണ്ടും അടഞ്ഞു കാളിന്ദി പതിയെ എഴുന്നേറ്റു. ചുറ്റും നോക്കി. ചുമരിൽ അവൾ വീണ്ടും ജാനകിയുടെ നിഴൽ രൂപം കണ്ടു.

അറയിൽ കൊണ്ടുവെച്ചതൊന്നും തിരികെ എടുക്കാതെ കാളിന്ദി പു റത്തേക്കിറങ്ങി വീണ്ടും അറവാതിൽ താഴിട്ട് പൂട്ടി.

പുറത്ത് നിൽക്കുമ്പോൾ വീണ്ടും ഒരു തേങ്ങൽ കേട്ട് കാളിന്ദി അറ വാതിക്കലേയ്ക്ക് ചെവി ചേർത്ത് വെച്ചെങ്കിലും ശബ്ദം വന്നത് അവിടെ നിന്നുമായിരുന്നില്ല.

അവൾ അന്താളിപ്പോടെ തിരിഞ്ഞ് നോക്കി. പിന്നെ സംശയം നിറ ഞ്ഞ മുഖവുമായി ശ്രീവേണിയുടെ അറയ്ക്ക് അരികിലേയ്ക്ക് നടന്നു. തേങ്ങൽ കേൾക്കുന്നത് അവിടെ നിന്നും തന്നെയാണ്. ഒരു നിമിഷം സംശയിച്ചു നിന്നവൾ പതിയെ താക്കോലിട്ട് ആ അറവാതിലും തുറ ന്നു. വാതിൽ തുറന്നതും ആ തേങ്ങലിന്റെ ശബ്ദം നിലച്ചിരുന്നു.

ഉള്ളിൽ കനത്ത ഇരുട്ടാണ്. അവൾ കയ്യിലെ കുത്തു വിളക്ക് മുൻപി ലേക്ക് ഉയർത്തിപ്പിടിച്ചു.

കൈതപ്പൂവിന്റെ മണമായിരുന്നു ആ അറയിലാകെ. ശ്രീവേണിയെ കാണാതായതിന് ശേഷം, ആ മുറിയിൽ ഒരു മാറ്റവും വരുത്തിയിട്ടില്ലെന്ന് അപ്പച്ചി പറഞ്ഞിട്ടുണ്ട്..

പൊടി പിടിച്ചിട്ടുണ്ടെങ്കിലും എല്ലാം വൃത്തിയായി അടുക്കി വെച്ചി ട്ടുണ്ട്.

വിളക്കിന്റെ വെളിച്ചത്തിൽ ആ ചുമരിൽ കാളിന്ദി കണ്ട നിഴലും ഒരു പെണ്ണിന്റേതായിരുന്നു. ഗർഭിണിയായ ഒരു പെണ്ണ്.

അവൾ ഞെട്ടലോടെ വീണ്ടും ആ നിഴൽ രൂപത്തിലേയ്ക്ക് തുറിച്ചു നോക്കി.

ജാനകി ഇവിടെയും.? അല്ല... ഇത് ജാനകിയല്ലല്ലോ... അപ്പുറത്തെ അറയിൽ കണ്ടത് ഈ രൂപമല്ല.

അപ്പോൾ?

22

ഇത് ശ്രീവേണിയുടെ അറയാണ്. അപ്പോൾ ഇവിടെ കാണുന്നയാൾ ആരാണ്.? കാളിന്ദി വീണ്ടും നോക്കിയ നിമിഷം ചുമരിൽ നിന്നും ആ നിഴൽ മെല്ലെ മാഞ്ഞു പോയി.

അപ്പോൾ ആ ഗർഭിണിയായ പെൺകുട്ടി..?

വേണിയേടത്തി ഗർഭിണിയായിരുന്നുവോ..?

അതിനെ പറ്റി ആരും ഒന്നും പറഞ്ഞില്ലാലോ.

അവൾ വേവലാതിയോടെ ചുറ്റും നോക്കി.

അടച്ചിട്ട ചുമരലമാരകളും എന്തൊക്കെയോ പുസ്തകങ്ങൾ അടുക്കി വെച്ച ഒരു മേശയും അതിനരികെ ഒരു കസേരയും കട്ടിലുമാണ് ആ മുറിയിൽ ഉണ്ടായിരുന്നത്.

ധൃതിയിൽ നടന്നു ആ വിളക്ക് കാളിന്ദി മേശമേൽ ഒരരികിലായി വെച്ചു. തെല്ലു വെപ്രാളത്തോടെയാണ് ചുമരലമാര വലിച്ചു തുറന്നത്. ശ്രീവേണിയുടെ വസ്ത്രങ്ങൾ അടുക്കിവെച്ചിട്ടുണ്ട്.

ഒരു നിമിഷം മിഴികൾ അടച്ചു നിന്നുപോയി. കൈതപ്പൂവിന്റെ മണം. അന്ന് ശ്രീഹരി പറഞ്ഞത് കാളിന്ദിയോർത്തു. എന്തോ ഒരു നോവ് അവൾക്കുള്ളിൽ പടർന്നു.

അറയിൽ ഒരനക്കം പോലുമില്ല. എങ്കിലും ശ്രീവേണി അവിടെയുണ്ടെന്ന് കാളിന്ദിയ്ക്ക് അറിയാമായിരുന്നു. ഹരിയേട്ടനെ പോലെ തന്നെ വേണിയേടത്തിയ്ക്കും നല്ല വായനാശീലമുണ്ടായിരുന്നുവെന്ന് തോന്നുന്നു. നിറയെ പുസ്തകങ്ങളുണ്ട്.

മേശപ്പുറത്തെ പുസ്തകങ്ങളിൽ പരതിയെങ്കിലും കാര്യമായി ഒന്നും കണ്ടുകിട്ടിയില്ല..

ജാനകിയുടെ കാര്യങ്ങൾ മുൻപേ തന്നെ ഏതാണ്ട് ഊഹിച്ചിരുന്നുവെങ്കിലും വേണിയേടത്തിയുടെ തിരോധാനത്തിലെ ദുരൂഹതകൾ ഇനിയും മറനീക്കി പുറത്ത് വരാനുണ്ട്. കയ്യിലെടുത്ത തടിച്ച പുസ്തകം മേശപ്പുറത്തു തിരികെ വെയ്ക്കാൻ തുടങ്ങുന്നതിനിടെയാണ് അതവളുടെ കയ്യിൽ നിന്നും താഴെ വീഴുന്നത്.

കുനിഞ്ഞു അതെടുക്കാൻ തുടങ്ങുന്നതിനിടെയാണ് അതിന്റെ പുറം

കവറിൽ നിന്നും എന്തോ പുറത്തേയ്ക്ക് തള്ളിനിക്കുന്നത് കാളിന്ദി ശ്രദ്ധിച്ചത്. അവളത് വലിച്ചെടുത്തു. മടക്കി വെച്ച ഒരു കടലാസ് കഷ്ണം. തുറന്നപ്പോൾ അതൊരു എഴുത്താണെന്ന് കാളിന്ദി കണ്ടു. ശ്രീവേണി ചന്ദ്രന് എഴുതിയത്.

ചന്ദ്രേട്ടാ,

ആകെ പേടിച്ചിരിക്കുവാണ് ഞാനിവിടെ. വിചാരിച്ചത് പോലെ തന്നെ സംഭവിച്ചു. ഞാൻ ഗർഭിണിയാണ്. എന്ത് ചെയ്യണമെന്ന് എനിക്കറിയില്ല്യാ. ആരോടും ഒന്നും പറയാനും വയ്യാ.

വേളി നിശ്ചയിച്ചത് കൊണ്ടു കാവിൽ പൂജകൾ തുടങ്ങാൻ പോകുകയാണ്. അത് കൊണ്ടു തന്നെ എനിക്കിവിടെ നിന്നും ഇനി പുറത്തിറങ്ങാനും വയ്യാ.

വേളി കഴിയുന്നത് വരെ തത്കാലം ആരോടും പറയണ്ട എന്നാണ് കരുതുന്നതെങ്കിലും ചന്ദ്രേട്ടനോട് അത്രയും ദിവസം ഇത് മറച്ചു വെയ്ക്കാൻ തോന്നിയില്ല്യാ...

നമ്മുടെ കുഞ്ഞ് എന്റെ വയറ്റിലുണ്ടെന്ന് ഓർക്കുമ്പോൾ സന്തോഷം കൊണ്ടു ലോകത്തോട് മുഴുവനും വിളിച്ചു പറയാൻ തോന്നുന്നുണ്ട് സാധിക്കില്ലല്ലോ. കാത്തിരിക്കാം.

പിന്നെ അയാളുടെ ശല്യം അധികമായിട്ടുണ്ട് ഇപ്പോൾ. ഇന്നലെ ഇവിടെയും വന്നിരുന്നു എന്തൊക്കെയോ പറഞ്ഞു. നമ്മടെ വേളി ഉറപ്പിച്ചതറിഞ്ഞു ഭ്രാന്ത് പിടിച്ചത് പോലെയായിട്ടുണ്ട്. എന്നെ ഭീഷണിപ്പെടുത്തി. ചന്ദ്രേട്ടൻ സൂക്ഷിക്കണം. എന്തും ചെയ്യാൻ മടിയില്ലാത്തവനാണ്.

എനിക്കൊന്നു കാണണം. മറുപടി കൊടുത്ത് വിട്ടാൽ മതി.

ചന്ദ്രേട്ടന്റെ മാത്രം വേണി,

ഒപ്പം നമ്മുടെ കുഞ്ഞും.

നോട്ട് ബുക്കിലെ പേജ് കീറിയെടുത്ത് എഴുതിയതാണ്.

വേണിയേടത്തി ഗർഭിണിയായിരുന്നു.ഒരു മാത്ര കാളിന്ദി തരിച്ചു നിന്നു.

മേലെപ്പാട്ട് ആരും അറിഞ്ഞിട്ടില്ല. ചന്ദ്രനും. അയാൾ അറിഞ്ഞിട്ടുണ്ടെങ്കിൽ കുഞ്ഞമ്മ സംസാരിച്ചപ്പോൾ പറഞ്ഞേനെ.

കാര്യങ്ങൾ കാളിന്ദിയ്ക്ക് ഏതാണ്ട് വ്യക്തമായി തുടങ്ങിയിരുന്നു.

ജാനകിയ്ക്ക് സംഭവിച്ചത് തന്നെയാവും ശ്രീവേണിയുടെ ജീവിതത്തിലും നടന്നിട്ടുണ്ടാവുക. കാലവും ആളുകളും മാറിയിട്ടുണ്ടാവാമെങ്കിലും ഉദ്ദേശം ഒന്ന് തന്നെയാവും.

ജാനകിയിലേയ്ക്ക് എത്താനുള്ള ചവിട്ടു പടിയായി ശ്രീവേണിയെ ഉപയോഗിക്കാൻ വല വിരിച്ചവന് തിരിച്ചടിയായത് ചന്ദ്രനുമായുള്ള പ്രണയവും വേളിയും ആയിരുന്നിരിക്കണം.

അതിന്റെ പക പോക്കാൻ എത്തിയപ്പോഴാവും ശ്രീവേണി കൊല്ലപ്പെട്ടത്. ഒരുപക്ഷെ കൊല്ലാൻ എത്തിയവനും അവളുടെ ഉദരത്തിൽ വളർന്നു തുടങ്ങിയ ജീവനെപറ്റി അപ്പോഴായിരിക്കും അറിഞ്ഞിട്ടുണ്ടാകുക.

ജാനകിയെ പോലെ ഗർഭിണിയായ മേലേപ്പാട്ടെ പെൺകൊടി. സാധ്യതകൾ അനേകമാണെന്ന് മനസ്സിലായിട്ടുണ്ടാകാം. ശ്രീവേണിയെയും കുളത്തിൽ താഴ്ത്തിയിരിക്കും. ജാനകിയെപോലെ അവളുടെ മൃതദേഹവും എത്തിയത് യക്ഷിക്കാവിലെ കുളത്തിലായിരിക്കാം.

വർഷങ്ങൾ കടന്നു പോയപ്പോൾ പുതിയ രൂപത്തിൽ ശത്രുക്കൾ വീണ്ടും ഒരുങ്ങിയിറങ്ങി. ഇത്തവണ അവർ മുൻപിൽ നിർത്തിയത് ഇന്ദുബാലയെയായിരുന്നു.

ഇപ്പോൾ മനസ്സിലാവുന്നുണ്ട്. മേലേപ്പാട്ടെ സമ്പത്തോ യക്ഷിക്കാവിലെ നിധിയോ ഒന്നുമായിരുന്നില്ല അവരുടെ ലക്ഷ്യം.

ജാനകിയും ശ്രീവേണിയുമായിരുന്നു. അവരുടെ ആത്മാക്കളെയായിരുന്നു.

രാവ് പുലരാറാവുമ്പോഴാണ് കാളിന്ദി ആ അറയിൽ നിന്നും പുറത്തേക്കിറങ്ങിയത്.

അവളാകെ തളർന്നിരുന്നു.

മുറിയിൽ കയറിയപ്പോൾ അവൾക്ക് ശ്രീഹരിയെ ഓർമ്മ വന്നു. എന്തോ ഒരു സങ്കടം വന്നുമൂടുന്നത് പോലെ. അരികിൽ നിന്നും പോയിട്ട് ഒരു രാവ് പുലർന്നിട്ടില്ല.

എന്നിട്ടും.

തന്നിൽ നിന്നും ശ്രീഹരിയിലേയ്ക്ക് ഇനിയും ദൂരമേതുമില്ലെന്നവൾ തിരിച്ചറിഞ്ഞിരുന്നു.

പഴയ കാളിന്ദിയുടെ പ്രണയം ശാന്തമായിരുന്നു. ഒരു തുള്ളി പോലും പുറത്തേയ്ക്കൊഴുകാതെ അത് തന്നിൽ മാത്രം ഒതുങ്ങി നിന്നിരുന്നു. എന്നാലിപ്പോൾ അതിന്റെ തീവ്രത അവളെ ഒരേ സമയം അത്ഭുതപ്പെടുത്തുകയും ഭയപ്പെടുത്തുകയും ചെയ്തു.

ശ്രീഹരി തലേന്ന് പോകുമ്പോൾ അഴിച്ചിട്ടു പോയ ടീ ഷർട്ട് കസേരയിൽ കിടപ്പുണ്ടായിരുന്നു. ഒരു നേർത്ത ചിരിയോടെ അവൾ അതെടുത്തു മുഖമമർത്തി.

ഹരിയേട്ടന്റെ ഗന്ധം..

കാളിന്ദിയുടെ മുഖം അവളറിയാതെ ചുവന്നു പോയിരുന്നു. തങ്ങൾക്കിടയിലെ അവസാന തരി അകൽച്ചയും ഇല്ലാതായിരിക്കുന്നു.

'ഐ ലവ് യൂ ഹരിയേട്ടാ.'

സ്വയമറിയാതെയാണ് പറഞ്ഞു പോയത്.

അടുത്ത നിമിഷം തല കുടഞ്ഞു കാളിന്ദി ചിരിച്ചു. പഴയ കൗമാരക്കാരിയായിരിക്കുന്നു താൻ.

സന്ധ്യയ്ക്ക് ശ്രീഹരി കയറി വരുമ്പോൾ കാളിന്ദി പൂമുഖത്തു ചെറിയമ്മയോടൊപ്പമിരുന്നു മുല്ലമാല കെട്ടുകയാണ്. ശങ്കരിയമ്മയും ഭാമയും അവിടെയിരിപ്പുണ്ട്. ഹരിയും കുറച്ചേറെ നേരം അവിടെയിരുന്നു. സംസാരത്തിനിടെ ഹരിയുടെ മിഴികൾ അവളെ തേടിയെത്തി. എവിടെ... ആയമ്മ കുത്തിയിരുന്നു മുല്ലമാല കെട്ടുവാ.

മുഖമൊന്നു ചുളിച്ചു ഈർഷ്യയോടെ ശ്രീഹരി എഴുന്നേറ്റ് പോയതും കാളിന്ദിയുടെ ചുണ്ടിലൊരുചിരി വിടർന്നിരുന്നു. അത്താഴം കഴിയ്ക്കുമ്പോഴും ഹരിയുടെ മുഖത്ത് തെളിച്ചമുണ്ടായിരുന്നില്ല.

കാളിന്ദി മുകളിലേക്കുള്ള പടികൾ കയറുമ്പോൾ പുറത്ത് വീണ്ടും മഴ ശക്തിയാർജ്ജിച്ചിരുന്നു. മുറിയിൽ ചെന്നപ്പോൾ ആളെ കണ്ടില്ല.

കുളി കഴിഞ്ഞു വന്നു, ഷെൽഫിൽ നിന്നും ചുവപ്പിൽ സ്വർണ്ണക്കരയുള്ള സാരിയെടുക്കുമ്പോൾ അവളുടെ മുഖത്തൊരു ഗൂഢസ്മിതമുണ്ടായിരുന്നു.

കണ്ണാടിയ്ക്ക് മുൻപിൽ സാരി ഭംഗിയായി ഞൊറിഞ്ഞുടുത്തവൾ നെറ്റിയിലൊരു ചുവന്ന വട്ടപൊട്ടുകുത്തി. വിടർന്ന മിഴികൾ കരിമഷിയാൽ നീട്ടിയെഴുതി. വാഴയിലക്കീറിൽ പൊതിഞ്ഞുവെച്ച മുല്ലമാല കുളിപ്പിന്നലിട്ട നീണ്ട മുടിയിഴകളിൽ തിരുകിവെച്ചവൾ കണ്ണാടിയിൽ നോക്കി.

മിഴികൾ തിളങ്ങി. ചൊടികളിൽ വശ്യമായൊരു ചിരി തെളിഞ്ഞു. ഉള്ളിൽ തുളുമ്പുന്ന പ്രണയത്താലാവാം കാളിന്ദി ദേവി അതിസുന്ദരിയായിരുന്നപ്പോൾ.

ബാൽക്കണിയിലേയ്ക്ക് നടന്നപ്പോൾ പ്രതീക്ഷിച്ചത് പോലെ മഴയിലേയ്ക്കും നോക്കി ആള് ചാരുപടിയിലിരിപ്പുണ്ട്. വീശിയടിക്കുന്ന കാറ്റിൽ, മഴത്തുള്ളികൾ കൊണ്ടു ആ ദേഹമാകെ നനയുന്നുണ്ടെങ്കിലും ആള് ഗാഢമായ ആലോചനയിലാണ്.

അടുത്ത് നിന്നും അനക്കംകേട്ടു തല ചെരിച്ചു നോക്കിയ ശ്രീഹരി മനം മയക്കുന്ന ചിരിയോടെ മുൻപിൽ നിന്നവളെ കണ്ട് അന്തം വിട്ടു പോയിരുന്നു.

ഒന്നും പറയാതെയവൾ ചാരുപടിയിലേയ്ക്ക് കയറി ശ്രീഹരിയുടെ

മടിയിലേയ്ക്കിരുന്നു നെഞ്ചിൽ തല ചായ്ച്ചുവെച്ചു.

അവളുടെ മുടിയിലെ മുല്ലപ്പൂക്കളുടെ ഗന്ധം അവനെയും പൊതിഞ്ഞിരുന്നു. പതിയെ ശ്രീഹരിയുടെ കൈകൾ അവളെ വലയം ചെയ്തു തന്നിലേയ്ക്ക് ഒന്നൂടെ ചേർത്തിരുന്നു

അവൻ മുഖമവളുടെ മുടിയിലേയ്ക്ക് പൂഴ്ത്തിയപ്പോൾ കാളിന്ദിയിലും മനോഹരമായൊരു ചിരി തെളിഞ്ഞിരുന്നു. അപ്പോഴും മഴത്തുള്ളികൾ അവരെ നനയ്ക്കുന്നുണ്ടായിരുന്നു.

'എന്താണ് പെണ്ണേ ഒരിളക്കം..?'

അവളുടെ മുടിയിഴകളിൽ നിന്നും മുഖമുയർത്താതെയാണ് ചോദിച്ചത്.

കാളിന്ദി കുലുങ്ങി ചിരിച്ചു. വളപ്പൊട്ടുകൾ ചിതറും പോലെ.

'എന്തേ എനിക്ക് പാടില്ല്യാന്നുണ്ടോ..?'

ഹരിയും ചിരിച്ചു.

വിരിഞ്ഞു തുടങ്ങിയ മുല്ലമൊട്ടുകളുടെ സുഗന്ധവും കാളിന്ദിയുടെ ഭാവവും അവളുടെ ഗന്ധവും സാമീപ്യവുമെല്ലാം ശ്രീഹരിയെ വശം കെടുത്തിയിരുന്നു. അവളുടെ നീണ്ടിടതൂർന്ന മുടിയൊന്നാകെയെടുത്തു മുൻപോട്ടിട്ട് ഹരിയുടെ അധരങ്ങൾ അവളുടെ പിൻകഴുത്തിൽ ഇഴഞ്ഞു.

ശ്രീഹരി മറ്റെല്ലാം മറന്നു കാളിന്ദിയിൽ ലയിക്കാൻ തുടങ്ങിയിരുന്നു. എന്നാലും ഒന്നുമൊന്നും എതിർക്കാതെ ചുണ്ടുകളിൽ വശ്യമായ ചിരിയുമായ് കാളിന്ദി അങ്ങനെ തന്നെയിരുന്നു.

പ്രണയം നിറഞ്ഞു തുളുമ്പുമ്പോഴും പുറത്തെ ഇരുളിലും കോരിച്ചൊരിയുന്ന മഴയിലൂടെ അവളുടെ മിഴികൾ മേലേപ്പാട്ടെ പറമ്പിൽ തിരഞ്ഞുകൊണ്ടിരുന്നു.

അവിടെയെവിടെയോ ഇന്ദുബാലയുടെ ഗതി കിട്ടാത്ത ആത്മാവ് നിസ്സഹായതയോടെ നോക്കിനിൽപ്പുണ്ടാവുമെന്ന് അവൾക്ക് അറിയാമായിരുന്നു. കാളിന്ദിയ്ക്ക് അത് ആത്മസംതൃപ്തിയുടെ നിമിഷമായിരുന്നു.

പ്രതികാരം ഇന്ദുബാലയോടും കൂടിയാണല്ലോ. തന്നെയല്ല ശ്രീഹരിയെ ചതിച്ചതിന്. പക്ഷെ ഹരിയുടെ കൈകൾ വീണ്ടും അവളെ തന്നിലേയ്ക്ക് ചേർത്ത നിമിഷം, കാളിന്ദിയുടെ മിഴികൾ അവനുമായി കൊരുത്ത നിമിഷം അവൾ മറ്റെല്ലാം മറന്നുപോയിരുന്നു.

ശ്രീഹരിയും അവന്റെ പ്രണയവും. അത് മാത്രമായി ചുരുങ്ങിപ്പോയി കാളിന്ദിയുടെ ലോകം.

അവനിലേയ്ക്ക് തലചായ്ച്ചവൾ കൈരണ്ടും പിന്നിലേയ്ക്കാക്കി ഹരിയുടെ തലയ്ക്ക് പിന്നിൽ പിടിച്ചു ആ മുഖം തന്നിലേയ്ക്ക് താഴ്ത്തിനി

രുന്നു. ശ്രീഹരിയുടെ പതിഞ്ഞ ചിരിയൊച്ച അവൾ കേട്ടു.

'എന്നെയിങ്ങനെ പ്രലോഭിപ്പിക്കാതെടി.'

മഴത്തുള്ളികൾ നനവേകിയ കവിൾത്തടങ്ങളും കരിമഷി പടർന്ന മിഴിയിണകളും ഹരിയെ അവളിലേയ്ക്ക് ക്ഷണിച്ചുകൊണ്ടിരുന്നു.

ഇടയിലെപ്പോഴോ സാരിത്തുമ്പ് അവളുടെ ദേഹത്തു നിന്നും മാറിയിരുന്നു. ഇടയ്ക്കിടെയുള്ള കാളിന്ദിയുടെ അടക്കിപ്പിടിച്ച ചിരിയും ശ്രീഹരിയുടെ പതിഞ്ഞശബ്ദവും ആ മഴയൊച്ചയിൽ മുങ്ങിപ്പോയിരുന്നു.

ചാരുപടിയിലൂടെ ആദ്യമൂർന്നു വീണ ഹരിയുടെ ഷർട്ടിനു പിറകെ ആ ചുവന്ന സാരിയുമുണ്ടായിരുന്നു.

മഴ നനഞ്ഞുകൊണ്ടവർ അപ്പോഴും അവിടെയിരുന്നുതന്നെ പ്രണയത്തിൽ മധുരം നുണഞ്ഞു കൊണ്ടിരുന്നു.

എന്നത്തേയും പോലെ ഇപ്പോഴും കാളിന്ദി അവനെ അത്ഭുതപ്പെടുത്തിയതേയുള്ളൂ.

നാണത്താൽ പലപ്പോഴും മിഴികൾ കൂമ്പിയടഞ്ഞു പോയെങ്കിലും ദേഹത്തിഴയുന്ന വിരലുകളെയും അധരങ്ങളെയും തടയുവാൻ അവൾ ശ്രമിച്ചതേയില്ല. കാളിന്ദിയുടെ കരങ്ങളും അവനെ ചേർത്തു പിടിച്ചു പുണർന്നിരുന്നു.

ചാരുപടിയിൽ നിന്നും താഴെയിറങ്ങിയവൻ അവളെ കൈകളിൽ കോരിയെടുത്തിരുന്നു. ബാൽക്കണിയിൽ നിന്നും അകത്തേയ്ക്ക് കയറിയപ്പോൾ അവളെ താഴെനിർത്താതെ തന്നെ പുറം കാല് കൊണ്ടു വാതിൽ ചാരിയിരുന്നു.

വെളിച്ചത്തിലേയ്ക്ക് വന്നപ്പോൾ മാത്രം കാളിന്ദിയുടെ മിഴികൾ പിടഞ്ഞു. തന്നിൽ തന്നെ മിഴിയുറപ്പിച്ച ശ്രീഹരിയുടെ നോട്ടത്തെ നേരിടാനാവാതെ അവൾ മിഴികൾ ഇറുകെ അടച്ചിരുന്നു. അപ്പോഴും ആ പതിഞ്ഞ ചിരിയൊച്ച അവളുടെ കാതുകളിൽ പതിഞ്ഞിരുന്നു.

അവളെ കട്ടിലേയ്ക്ക് കിടത്തി തിരിഞ്ഞു ചെന്ന് വാതിലടച്ചു ലോക്ക് ചെയ്തു മുറിയിലെ വെളിച്ചം കെടുത്താതെ തനിയ്ക്കരുകിലേയ്ക്ക് വരുന്നവനെ നോക്കി തലയിണയിൽ മുഖമമർത്തി കമിഴ്ന്നു കിടക്കവേ കാളിന്ദിയുടെ മുഖത്തൊരു പതർച്ചയുമില്ലായിരുന്നു.. മനസ്സും ശരീരവുമെല്ലാം അവനിലേയ്ക്ക് ചേരാൻ തയ്യാറെടുത്തു കഴിഞ്ഞിരുന്നു.

'നിനക്കൊരു പേടിയുമില്ലേ പെണ്ണേ..?'

അവൾക്കരികിൽ കിടന്നുകൊണ്ടു ശ്രീഹരി ചോദിച്ചതും കാളിന്ദി മിഴികൾ മാത്രമുയർത്തി അവനെ നോക്കി. അധരങ്ങളിൽ അപ്പോഴും ഹരിയെ മയക്കുന്ന ചിരിയുണ്ടായിരുന്നു.

'എന്തിന് ?'

ഹരി ചിരിച്ചു പോയിരുന്നു.

'യൂ ആർ അമേസിംഗ് കാളി, ഓരോ തവണയും നീയെന്നെ അതിശയിപ്പിക്കുകയാണ്.'

അവളുടെ ചെവിയ്ക്ക് താഴെ ചുംബിച്ചുകൊണ്ടാണവൻ പറഞ്ഞത്. കാളിന്ദിയുടെ ശേഷിച്ച ഉടയാടകളും അവളിൽ നിന്നും വേർപെട്ടിരുന്നു.

മറയൊന്നുമില്ലാതെ അവളുടെ മേനിയഴക് അവന് മുൻപിൽ അനാവൃതമായപ്പോൾ ഒരു മാത്ര മുഖം അവന്റെ ഇടനെഞ്ചിൽ ഒളിപ്പിച്ചതല്ലാതെ ചുറ്റുമുള്ള വെളിച്ചം കെടുത്തി ഇരുളിൽ ഒളിക്കാൻ അവൾ ആവശ്യപ്പെട്ടതേയില്ല..

കാളിന്ദിയുടെ മുടിയിൽ നിന്നും അടർത്തിയ മുല്ലമൊട്ടുകൾ ഹരി അവളുടെ മേനിയിലാകെ വിതറിയിരുന്നു. ഓരോ തവണ ശ്രീഹരി മുഖമുയർത്തി നോക്കുമ്പോഴും കാളിന്ദിയുടെ മുഖത്ത് ആ ചിരിയുണ്ടായിരുന്നു.

കേവലം ശരീരങ്ങൾ പങ്കിടുകയെന്നതിനപ്പുറം പ്രണയത്തിന്റെ പൂർണ്ണതയിലേയ്ക്കൊരുമിച്ചു ചേരുവാനായിരുന്നു മനസ്സുകൾ മോഹിച്ചത്. വിരലുകളാലും അധരങ്ങളാലും അവളുടെ ദേഹത്തെ ഓരോ അണുവിലും തഴുകിയുണർത്തി, ഇനിയും പിടിച്ചു നില്ക്കാനാവില്ലെന്ന് തോന്നിയ നിമിഷം ശ്രീഹരിയുടെ മിഴികൾ വീണ്ടും അവളുമായി കൊരുത്തു.

കാളിന്ദി അവന്റെ മുഖം ഇരുകൈകളിലും കോരിയെടുത്ത് ശ്രീഹരിയുടെ നെറ്റിയിൽ അമർത്തി ചുംബിച്ചു.

'ഐ ലവ് യൂ.'

നേർത്തു പോയിരുന്നു ശബ്ദം. മിഴികളിൽ നനവൂറിയിരുന്നു. പക്ഷെ അതായിരുന്നു സമ്മതം. അതുമതിയായിരുന്നു ശ്രീഹരിയ്ക്ക് അവളെ സ്വന്തമാക്കാൻ.

പുറത്തെ മഴതോർന്നു കഴിഞ്ഞപ്പോൾ ശ്രീഹരിയെ ചേർന്നു കിടന്നവളുടെ അധരങ്ങളിൽ നിർവൃതിയുടെ പുഞ്ചിരിയായിരുന്നു. കൈകൾ അവനെ ചേർത്ത് പിടിച്ചിരുന്നു... ഇടയിലെപ്പോഴോ നോവിനാൽ ഒഴുകിയിറങ്ങിയ മിഴിനീർത്തുള്ളികൾ കരിമഷി പടർന്ന കവിൾത്തടങ്ങളിൽ തങ്ങി നിന്നിരുന്നു.

ഒന്നും പറഞ്ഞതില്ല. ഒന്നും ചോദിച്ചതും.. പരസ്പരം പുണർന്നവർ പുറത്തെ മഴയുടെ താളത്തിന് കാതോർത്തു കിടന്നു. ചേർത്തു പിടിയ്ക്കലിനും മൃദുലമായ തലോടലുകൾക്കുമപ്പുറം വാക്കുകൾ കൊണ്ടാ നിമിഷങ്ങളുടെ ഭംഗി കെടുത്താൻ ഇരുവർക്കും തോന്നിയില്ല.

മൗനം പങ്കിട്ടു കിടന്നയാമങ്ങളിലെപ്പോഴോ നിദ്രയിലേയ്ക്ക് വീഴുമ്പോഴും കൈകൾ കൊരുത്തിരുന്നു. അധരങ്ങളിൽ നിർവൃതിയുടെ ചെറുചിരിയുണ്ടായിരുന്നു ഇരുവരുടെയും.

പുലർച്ചെ പതിവ് സമയത്ത് തന്നെയവളുണർന്നിരുന്നു. അവൾക്കരികെ കമിഴ്ന്നുകിടന്നു മുഖം അവളുടെ തോളിൽ അമർത്തിവെച്ചവന്റെ വലത് കൈ അപ്പോഴും അവളുടെ ദേഹത്തെ ചുറ്റിയിരുന്നു.

കണ്ണുകൾ തുറന്നവൾ ഒരു മാത്ര കഴിഞ്ഞപ്പോഴാണ് തല ചെരിച്ചു അരികെ കിടന്നവനെ നോക്കിയത്.

നല്ല ഉറക്കമാണ്. കാളിന്ദിയിലൊരു ചിരി തെളിഞ്ഞു. പതിയെ അവന്റെ കൈ എടുത്തുമാറ്റാൻ ശ്രമിക്കുമ്പോഴാണ് കേട്ടത്.

'കുറച്ചൂടെ കഴിഞ്ഞു പോയാൽ മതിയെടോ.'

അതിനൊപ്പം ആ കൈകൾ വീണ്ടും അവളിൽ മുറുകിയിരുന്നു. കാളിന്ദി അമ്പരപ്പോടെ തലചെരിച്ചു നോക്കുമ്പോൾ ആള് കണ്ണുകളടച്ച് തന്നെ കിടപ്പാണ്. പക്ഷെ ഒരു കള്ളച്ചിരി മുഖത്തുണ്ട് താനും.

ഉറങ്ങുവല്ലായിരുന്നോ..?

കാളിന്ദി ആലോചനയോടെ നോക്കിയ നിമിഷം ശ്രീഹരി കണ്ണുകൾ തുറന്നിരുന്നു.

'ഞാനുണർന്നിട്ട് നേരെമേറെയായി. എന്റെയീ ഭദ്രകാളി പെണ്ണിനെ നോക്കിയങ്ങു കിടന്നു. ഉറങ്ങുമ്പോൾ എന്തു പാവമാടി നീ.'

ഹരി അടക്കിച്ചിരിയോടെ പറഞ്ഞതും കാളിന്ദി അവനെ കൂർപ്പിച്ചു നോക്കി.

'ഞാൻ പാവമല്ല, എനിയ്ക്കൊട്ടു പാവം പെണ്ണാകാനുള്ള ഉദ്ദേശ്യവുമില്ല്യ.'

അവൾ ഈർഷ്യയോടെ പറഞ്ഞതും ഹരി പൊട്ടിച്ചിരിച്ചു.

'വേണ്ട.. എനിയ്ക്ക് ഈ ഭദ്രകാളിയെ തന്നെയാ ഇഷ്ടം.'

പറഞ്ഞതും ഹരി അവളിലേയ്ക്ക് ചേർന്ന് കഴുത്തിൽ മുഖം ചേർത്തിരുന്നു.

23

ഹരി ഓഫീസിലേക്ക് പോയി കഴിഞ്ഞാണ് കാളിന്ദി വീട്ടിലേയ്ക്കെന്നും പറഞ്ഞു ഇറങ്ങിയത്. നേരിട്ട് കാണണമെന്ന് പറഞ്ഞു ത്രിപുരസുന്ദരി വിളിച്ചിരുന്നവളെ.

അവളെ കാത്തിരിക്കുകയായിരുന്നു ത്രിപുരസുന്ദരി. അവരുടെ മുഖഭാവത്തിൽ നിന്നും കാര്യത്തിന്റെ ഗൗരവം കാളിന്ദി മനസിലാക്കിയിരുന്നു.

'ജാനകിയുടെയും ശ്രീവേണിയുടെയും ആത്മാക്കളെ സംബന്ധിച്ച് ഇന്നത്തെ രാത്രി നിർണ്ണായകമാണ്.'

നിർദേശപ്രകാരം അരികെ ചെന്നിരുന്നപ്പോൾ കേട്ട ആദ്യ വാചകമാണ്. കണ്ണുകൾ അടച്ചു പിടിച്ചാണ് അവരത് പറഞ്ഞത്.

കാളിന്ദി ശരിക്കും ഞെട്ടിയിരുന്നു. പതിയെ ത്രിപുരസുന്ദരി മിഴികൾ തുറന്നു അവളെ നോക്കി.

'ഇന്ന് ഈ ചാന്ദ്രവർഷത്തിലെ അവസാന അമാവാസിനാളാണ്. ഇന്ന് കർക്കിടകത്തിലെ മൃത്യുനക്ഷത്രമായ പൂരാടത്തിന്റെ അവസാന നാഴിക ഭദ്രകാളിയാമത്തിലാണ് വരുന്നത്. മൂന്നോ നാലോ വർഷങ്ങളുടെ കാത്തിരിപ്പിനുശേഷം മാത്രം വരുന്ന മുഹൂർത്തം.'

കാളിന്ദിയ്ക്ക് കാര്യം മനസ്സിലായിരുന്നു. കുഞ്ഞമ്മ അവളെ നോക്കി.

'അതിനും മുൻപേ കാളിന്ദിയുടെയും വേണിയുടെയും ആത്മാക്കൾക്ക് മോക്ഷം ലഭിച്ചില്ലെങ്കിൽ.'

അവർ പൂർത്തിയാക്കിയില്ല.

ഇന്ന് യക്ഷിക്കാവിലെ കുളത്തിനരികിലെത്തി കർമ്മങ്ങൾ ചെയ്തേ മതിയാവൂ. അല്ലെങ്കിൽ ആ മുഹൂർത്തത്തിനായി കാത്തിരിക്കുന്നുവർ എന്നെന്നേക്കുമായി വിജയിക്കും. ഒന്നും രണ്ടുമല്ല, വർഷങ്ങളുടെ കാത്തിരിപ്പാണ് അവർക്കത്. കഴിഞ്ഞ തവണത്തെ ശ്രമം ഇന്ദുബാലയുടെ മരണത്തിലാണ് കലാശിച്ചതെങ്കിൽ, ഇത്തവണ വിജയിക്കാൻ അവർ എന്തും ചെയ്യും.

അവരുടെ മേൽ ആകെയുള്ളൊരു മേൽക്കോയ്മയെന്ന് പറയുന്നത് ശത്രുപക്ഷത്ത് കാളിന്ദിയുണ്ടെന്ന് അവർക്കറിയില്ല എന്നത് മാത്രമാണ്.

മേലെപ്പാട്ടില്ലത്ത് വന്നു കയറിയ പതിവ്രതയായ പെണ്ണുങ്ങൾക്ക് മാത്രമേ ഏത് അസമയത്തും യക്ഷിക്കാവിൽ ചെന്ന് കയറാൻ കഴിയൂ.

പക്ഷെ ഇന്ന് ത്രിപുര സുന്ദരി കുഞ്ഞമ്മ പറഞ്ഞ ആ മുഹൂർത്തത്തിൽ ആർക്കും യക്ഷിക്കാവിൽ കയറാം. അതിനും മുൻപേ അവിടെയെത്തി കർമ്മങ്ങൾ ചെയ്തേ മതിയാവൂ.

'എന്താണ് കാളിന്ദിയുടെ തീരുമാനം..?'

അവരുടെ ശബ്ദത്തിന് നല്ല മൂർച്ചയുണ്ടായിരുന്നു.

'ഞാൻ പോകും.'

അവളൊരു നിമിഷം പോലും ആലോചിച്ചു നിന്നതില്ല.

'ശ്രീഹരി?'

' എങ്ങിനെയെങ്കിലും ഹരിയേട്ടനെ ഞാൻ മേലേപ്പാട്ട് നിന്നും മാറ്റി നിർത്തിക്കോളാം.'

'ഉം.'

അവരൊന്നു മൂളി. പിന്നെ മിഴികളടച്ചു പറഞ്ഞു.

'അറിയാല്ലോ, കാളിന്ദിയ്ക്ക് തനിച്ചേ യക്ഷിക്കാവിൽ കയറാനാവൂ. തുണയായി എത്തിയാലും എനിയ്ക്ക് പുറത്ത് നിൽക്കാനേ കഴിയൂ. ഭദ്രകാളിയാമത്തിന് മുൻപേ കർമ്മങ്ങൾ പൂർത്തിയാക്കണം.'

'എനിക്കറിയാം ചെറിയമ്മേ. യക്ഷിയമ്മ തുണയുണ്ടാവുമെനിക്ക്. ജാനകിയും ശ്രീവേണിയും യക്ഷിയമ്മയുടെ പ്രിയ ഭക്തരായിരുന്നു വല്ലോ. അവരുടെ മരണത്തിന് കാരണക്കാരായവരോട് തീർത്താൽ തീരാത്ത പക യക്ഷിയമ്മയ്ക്കും ഉണ്ടാവും.'

'അത് ശരി തന്നെ. പക്ഷെ നാളത്തെ ഭദ്രകാളിയാമത്തിലെ രണ്ടര നാഴിക, യക്ഷിയമ്മയ്ക്ക് പോലും അവരെ ഒന്നും ചെയ്യാനാവില്ല.. ഭദ്രകാളിയാമത്തിന് മുൻപുള്ള ഒന്നര നാഴിക മാത്രമാണ് കർമ്മങ്ങൾ ചെയ്തു തീർക്കാൻ കാളിന്ദിയുടെ മുൻപിലുള്ള സമയം.'

ഒരു നിമിഷത്തെ ആലോചനയ്ക്ക് ശേഷമാണവൾ പറഞ്ഞത്.

'എന്തുവന്നാലും ഞാനത് ചെയ്തിരിക്കും ചെറിയമ്മേ, എന്റെ ജീവൻ പകരം കൊടുക്കേണ്ടി വന്നാലും.'

'ഉം. അത്ര എളുപ്പമല്ല കാളിന്ദി, കാവിനുള്ളിൽ കുളം എവിടെയെന്നു പോലും നമുക്കറിയില്ല.'

'യക്ഷിയമ്മ എന്നെ തുണയ്ക്കും.'

കാളിന്ദിയുടെ ആത്മവിശ്വാസം തുടിയ്ക്കുന്ന വാക്കുകളിൽ അവരിൽ നേർത്തൊരു ചിരി തെളിഞ്ഞു. കാളിന്ദി പിറകോട്ടു പോകില്ലെന്ന് ഇതെല്ലാം പറയുന്നതിന് മുൻപേതന്നെ അവർക്കറിയാമായിരുന്നു.

അവരുടെ കണ്ണുകളിലും പകയെരിഞ്ഞു. വർഷങ്ങളായി കാത്തു വെച്ച പ്രതികാരം. പുറംലോകം അറിയാതെ, ചതിയിൽപെട്ടു, മേലത്തൂരിൽ ആഭിചാരകർമ്മങ്ങൾക്ക് ബലിയാവേണ്ടി വന്ന തന്റെ പ്രണയത്തിനു വേണ്ടി. ശിവരാമനെന്ന കാളിന്ദിയുടെ ചെറിയച്ഛന്റെ തിരോധാനത്തിന് പിറകിലുള്ള ആരും അറിയാത്ത ആ രഹസ്യം.

അവിടെ നിന്നും ഇറങ്ങിയപ്പോൾ അവൾ വീണ്ടും പവിയെ വിളിച്ചു.

'പവിയേട്ടാ, എനിയ്ക്ക് ഒരു ഹെല്പ് വേണം.'

മുഖവുരയില്ലാതെയാണ് പറഞ്ഞത്. ഹരിയെ ഇന്നൊരു ദിവസത്തേക്ക് വീട്ടിൽ നിന്ന് മാറ്റി നിർത്തണമെന്ന് പറഞ്ഞപ്പോൾ, ആദ്യം ഒന്നു അമ്പരന്നുവെങ്കിലും, പിന്നെ കാളിന്ദിയുടെ ആവശ്യം പവി പാടെ നിരാകരിച്ചു. ഒത്തിരി പാട് പെട്ടാണവൾ പവിയെ പറഞ്ഞു സമ്മതിപ്പിച്ചത്. അവളെന്താണ് ചെയ്യാൻ പോകുന്നതെന്നെ സംബന്ധിച്ച് പവിശങ്കറിന് ഒരൂഹവുമില്ലാത്തത് കൊണ്ട് മാത്രമായിരുന്നത് സാധിച്ചതും. അവനെ സംബന്ധിച്ച് ഇന്ദുബാലയുടെ മരണവുമായി ബന്ധപ്പെട്ട അന്വേഷണങ്ങളിലാണ് കാളിന്ദി.

മനസ്സിലെന്തോ കനത്തു കിടക്കുന്നുണ്ട്. കാരണവും അവൾക്കറിയാമായിരുന്നു. ശ്രീഹരി അവനാണ് കാരണം.

ഇത്രയും അപകടം പിടിച്ചതല്ലെങ്കിലും മുൻപും ഇതുപോലുള്ള കർമങ്ങളും, തനിയ്ക്ക് വേണ്ടി അല്ലെങ്കിൽ കൂടെ, പ്രതികാരനടപടികളും എന്തിന്, ഒരു തരത്തിലും, അലഞ്ഞു നടക്കുന്ന ചില ആത്മാക്കൾക്ക് നീതി ലഭിക്കില്ലെന്ന് വന്ന സാഹചര്യത്തിൽ, ഒട്ടും മനസ്താപമില്ലാതെ പലതും ചെയ്തിട്ടുണ്ട്.

അന്നൊന്നും ഭയമെന്നൊരു വികാരം മനസ്സിലില്ലായിരുന്നു. ഇന്നും ഭയമെന്നതിലുപരി ജീവിയ്ക്കാനുള്ള കൊതിയാണുള്ളത്. തന്നെ കാത്തിരിക്കുന്നൊരാളുണ്ടെന്ന ചിന്ത മനസ്സിനെ അസ്വസ്ഥമാക്കുന്നുണ്ട്.

അവൾ തിരികെ മേലേപ്പാട്ട് എത്തിയതും ഹരി വിളിച്ചിരുന്നു. സാജന്റെ ഫ്ളാറ്റിലൊരു പാർട്ടിയുണ്ട്. ഓഫീസിൽ നിന്നും നേരെ അങ്ങോട്ട് പോകുമെന്നും പറഞ്ഞു. വരാൻ വൈകുമെന്നാണ് പറഞ്ഞതെങ്കിലും പവി ശ്രീഹരിയെ ഇന്നൊരു ദിവസം അവിടെ പിടിച്ചു വെയ്ക്കുമെന്ന് അവൾക്കറിയാമായിരുന്നു.

പക്ഷെ കാളിന്ദിയ്ക്ക് അവനെ ഒന്ന് കാണാൻ തോന്നി. തിരികെ വന്നുകയറിയതും അവൾ മുകളിലെ അവരുടെ മുറിയിലേയ്ക്ക് പോയി.

ശ്രീഹരിയുടെ ഗന്ധമായിരുന്നു ആ മുറിനിലാകെ. അവനുപയോഗിക്കുന്ന പെർഫ്യൂമിന്റെ സുഗന്ധവും കൂടിക്കലർന്ന മണം.

അവൾക്ക് എന്തിനെന്നറിയാതെ സങ്കടം വന്നു മൂടി. മിഴികൾ നിറഞ്ഞു.

'എന്താണ് പറ്റിയത് എന്റെ ഭദ്രകാളിയ്ക്ക്..?'

കാളിന്ദി ഞെട്ടലോടെ മുഖമുയർത്തി. ചിരിയോടെ മുൻപിൽ ശ്രീഹരി. ഒരുമാത്ര സ്വപ്നമാണോയെന്ന ചിന്തയിലവൾ കണ്ണുകൾ മിഴിച്ചു. ആദ്യം ആ പൊട്ടിച്ചിരിയാണ് കേട്ടത്.

'സ്വപ്നമൊന്നുമല്ലെടോ. ഞാൻ റിയലാണ്.'

അവൾ അമ്പരപ്പോടെ എഴുന്നേറ്റു.

'ആദ്യം ഓഫീസിൽ നിന്നും നേരെയങ്ങു പോകാമെന്നു കരുതി. പിന്നെ.'

അവൻ കാളിന്ദിയെ കരവലയത്തിൽ ഒതുക്കി.

'ഇവിടെ വന്നു എന്റെ പ്രിയപത്നിയെ ഒന്ന് കണ്ടിട്ട് പോകാമെന്നു കരുതി. രാവിലെ എന്തോ സങ്കടമൊക്കെ അല്ലായിരുന്നോ?'

കാളിന്ദി ഒന്നും പറയാതെ ഒരു പൂച്ചക്കുട്ടിയെ പോലെ അവന്റെ നെഞ്ചിൽ പതുങ്ങിക്കിടന്നു.

'ഓക്കേയാണോ താൻ ?'

'ഉം...'

കാളിന്ദി പണിപ്പെട്ട് ഒരു ചിരിവരുത്തി. മുഖമുയർത്തി അവനെ നോക്കി. ഉള്ളിലെ ടെൻഷൻ ഹരിയേട്ടന് മനസ്സിലാവല്ലേയെന്നായിരുന്നു ആ നിമിഷം പ്രാർത്ഥന. സങ്കടം കണ്ടാൽ ആള് ചിലപ്പോൾ പോവില്ല. പോയാലും അവിടെ നിൽക്കാൻ കൂട്ടാക്കില്ല. ഹരി അവളുടെ മുഖം കൈകളിൽ കോരിയെടുത്തു. അവളുടെ നെറുകയിൽ ചുംബിച്ചു.

'ഐ ലവ് യൂ.'

കാളിന്ദി ആ ഇടനെഞ്ചിലാണ് അധരങ്ങൾ അമർത്തിയത്.

'ലവ് യൂ ടു.'

നേർത്തൊരു ചിരിയോടെ ഇരുവരും പരസ്പരം നോക്കി നിന്നു.

'ഈ സങ്കടം കണ്ടു എനിയ്ക്ക് പോകാൻ തോന്നുന്നില്ല പെണ്ണേ.'

കാളിന്ദി അവന്റെ കയ്യിൽ പിടിച്ചു കൊണ്ട് ചിരിച്ചു.

'കൊഞ്ചാൻ നിക്കാണ്ട് പോയി വേഷം മാറി പോകാൻ നോക്ക് മനുഷ്യാ..'

'ങാഹാ, ഭാര്യ സങ്കടപ്പെട്ടിരിക്കുവാന്ന് കരുതി ഓടിപ്പാഞ്ഞു വന്ന ഞാനിപ്പോൾ ആരായി..?'

ഹരി മുഖം വീർപ്പിച്ചതും കാളിന്ദി അവന്റെ കവിളിൽ കുത്തി. പിന്നെ ഏന്തി വലിഞ്ഞു അവന്റെ ഇരുകവിളുകളിലും ഉമ്മ വെച്ചു.

'ഹാ, അങ്ങനെ നല്ലകാര്യങ്ങൾ വല്ലോം ചെയ്യ്.'

കാളിന്ദി കണ്ണുരുട്ടി നോക്കി.

'ഒന്നൂടെ താടീ...'

'പോയേ.. പോയേ..'

ഒരുമിച്ചു തന്നെയാണ് പുറത്തേയ്ക്ക് നടന്നത്. പൂമുഖത്തു എത്തിയപ്പോഴേക്കും പവി വിളിച്ചിരുന്നു. അവനോട് ഉടനെ വരുമെന്ന് പറഞ്ഞുവെങ്കിലും പിന്നെയും താളം പിടിച്ചു നിന്ന ശ്രീഹരിയെ കാളിന്ദി ഉന്തിത്തള്ളിയാണ് പറഞ്ഞു വിട്ടത്. എന്നിട്ടും അവന്റെ ബൈക്ക് ഗേറ്റ് കടന്നു പോയപ്പോൾ അവളുടെ മിഴികൾ നിറഞ്ഞിരുന്നു

അന്നും പതിവിലും മുൻപേ മേലേപ്പാട്ട് എല്ലാവരും അത്താഴം കഴിച്ചു കിടന്നിരുന്നു. പത്തുമണി കഴിഞ്ഞതും അവൾ ജാനകിയുടെ അറയിൽ കയറിയിരുന്നു.

മന്ത്രോച്ചാരണത്തോടെ പൂജാദി കർമ്മങ്ങൾ ആരംഭിച്ചതും മുറിയിലെ ദീപപ്രഭയിൽ ചുമരിൽ തെളിഞ്ഞ ജാനകിയുടെ നിഴൽ കാളിന്ദി കണ്ടു.

സുദർശന ഹോമം കഴിഞ്ഞാണ് ആവാഹനം തുടങ്ങിയത്. ആവാഹന ക്രിയയ്ക്കായി പ്രത്യേകം തയ്യാറാക്കിയ ചന്ദനമുട്ടി കൊണ്ടുള്ള കോലം ഹോമകുണ്ഡത്തിനരികെ വെച്ചവൾ ആവാഹന മന്ത്രങ്ങൾ ജപിച്ചു.

കാലങ്ങളായി ഈ അറയിൽ കുടിയിരിക്കുന്ന ജാനകിയുടെ ആത്മാവിനെ ആ ചന്ദനമുട്ടിയിലേയ്ക്ക് ആവാഹിച്ചു വേണം കാവിലേയ്ക്ക് കൊണ്ടു പോയി ശേഷക്രിയകൾ ചെയ്യാൻ.

കാളിന്ദിയുടെ മുഖം വിളക്കിലെ നാളത്തിനൊപ്പം ജ്വലിച്ചു. ആ മനസ്സ് അത്രമേൽ ഏകാഗ്രമായിരുന്നു. മറ്റൊരു ചിന്തപോലും ഇല്ലാതെ. ഒന്നു പതറിയാൽ തിരിച്ചടിയ്ക്കുന്ന ക്രിയകളാണ് ഇതെല്ലാം.

ചന്ദനത്തിന്റേയും കർപ്പൂരത്തിന്റെയുമുൾപ്പെടെ, പൂജാദ്രവ്യങ്ങളുടെ സുഗന്ധം ആ അറയിലാകെ നിറഞ്ഞിരുന്നു. മന്ത്രങ്ങളോടൊപ്പം താളത്തിൽ മണിയൊച്ചയും മുഴങ്ങുന്നുണ്ടായിരുന്നവിടെ.

ശ്രമകരമായ കർമ്മങ്ങൾക്കൊടുവിൽ ജാനകിയുടെ ആത്മാവ് ആ കോലത്തിൽ കുടിയേറിയിരുന്നു. അതേ സമയം ആ അറയിലെ ചുമരിലെ ജാനകിയുടെ നിഴൽ അപ്രത്യക്ഷമായിരുന്നു.

അതിന് ശേഷം പുറത്ത് വന്നവൾ വീണ്ടും ശ്രീവേണിയുടെ അറയിലേയ്ക്ക് കയറി.

അവിടെയും എല്ലാം ആവർത്തിച്ചുവെങ്കിലും ശ്രീവേണിയെ ആവാ

ഹിക്കുകയെന്നത് അത്ര എളുപ്പമല്ലായിരുന്നു. ജാനകിയെ പോലയല്ല. ശ്രീവേണി സ്നേഹിക്കുന്നവരൊക്കെ ജീവിച്ചിരിപ്പുണ്ട് ഇവിടെ തന്നെ. ഇവിടെ നിന്നും ഒഴിഞ്ഞു പോകാൻ, പൂർണ്ണമായും കൂട്ടാക്കാതെയിരുന്ന വേണിയെ അതിനായി പ്രേരിപ്പിക്കാൻ വളരെയധികം പാടുപെട്ടെങ്കിലും അവളതിൽ വിജയിച്ചിരുന്നു.

ഇരുവരെയും ആവാഹിച്ച കോലങ്ങളുമായി കാളിന്ദി വീണ്ടും അറയിൽ നിന്നും പുറത്തിറങ്ങി. അതുമായി സംസാരിക്കാനോ, എവിടെയും സമയം ചിലവഴിക്കാനോ പാടില്ല.

കാളിന്ദി ഒരു കയ്യിൽ കുടവും മറുകയ്യിൽ കുത്തുവിളക്കുമായി മേലേപ്പാട്ടെ പടിയിറങ്ങി.

മുൻപ് പറഞ്ഞത് പോലെ അവൾക്ക് ആവശ്യമുള്ളതെല്ലാം ത്രിപുര സുന്ദരി യക്ഷിക്കാവിന് മുൻപിൽ എത്തിച്ചിരുന്നുവെങ്കിലും ആളെ അവിടെയെങ്ങും കണ്ടില്ല.

അവൾ കാവിലേയ്ക്ക് കയറുമ്പോൾ പടിയിൽ പതിവ് പോലെ കരിനാഗം കാത്തു നിൽപ്പുണ്ടായിരുന്നു. അവൾ പടികൾക്ക് താഴെ എത്തിയതും കരിനാഗം വഴിയൊഴിഞ്ഞു മാറി നിന്നു.പകല് പോലും വെളിച്ചം കടന്നു ചെല്ലാൻ മടിയ്ക്കുന്ന കാവിനുള്ളിൽ കാളിന്ദിയുടെ കയ്യിലെ വിളക്കിൽ നിന്നുമുള്ള പ്രകാശത്തിന്റെ രേണുക്കൾ നേർത്ത വെളിച്ചം പടർത്തി.

ആൽത്തറയ്ക്കരികെയുള്ള യക്ഷിയമ്മയുടെ കരിങ്കൽ ശിലയ്ക്ക് മുൻപിലെത്തി കാളിന്ദി. കയ്യിൽ കരുതിയിരുന്ന താലം ആൽത്തറയിൽ വെച്ച്, അവൾ ആദ്യം പ്രതിഷ്ഠയ്ക്ക് മുന്പിലെ കൽവിളക്ക് വൃത്തിയാക്കി. പിന്നെ യക്ഷിയമ്മയുടെ കരിങ്കൽ ശിലയും. കൽവിളക്കിൽ എണ്ണയൊഴിച്ചവൾ തിരിവെച്ചു.

എല്ലാത്തിനും സാക്ഷിയായി ആൽത്തറയിൽ തന്നെ ഇരിപ്പുണ്ടായിരുന്നു കാവൽക്കാരൻ. തെച്ചിയും തുളസിയും കൊരുത്തെടുത്ത മാല യക്ഷിയമ്മയുടെ കഴുത്തിൽ ചാർത്തി.

പിന്നെ മിഴികളടച്ചു കൈ കൂപ്പിനിന്നു. ഏറെ നേരം അവളങ്ങനെ നിന്നു. പൊടുന്നനെ തനിയ്ക്ക് മേലെ എന്തോ വന്നുവീഴുന്നത് പോലെ തോന്നിയാണ് കാളിന്ദി മിഴികൾ തുറന്നത്.

മഞ്ചാടിമണികൾ. നിറയെ മഞ്ചാടിമണികൾ അവൾക്ക് മേലെ പതിച്ചു കൊണ്ടേയിരുന്നു.

കാളിന്ദി വിടർന്ന മിഴികളോടെ യക്ഷിയമ്മയെ നോക്കി. ഭംഗിയാർന്ന കരിങ്കൽ ശിലയുടെ അധരങ്ങളിൽ തെളിഞ്ഞ പുഞ്ചിരിയവൾ വ്യക്തമാ

യി കണ്ടു. അവളറിയാതെ കാളിന്ദിയുടെ മിഴികൾ നിറഞ്ഞൊഴുകുന്നുണ്ടായിരുന്നു. പൊടുന്നനെ അവിടെയാകെയൊരു കാറ്റ് വീശി..

കരിനാഗം യക്ഷിയമ്മയുടെ കാലിനു താഴെ പത്തി വിടർത്തി ആടുന്നുണ്ടായിരുന്നു. യക്ഷിയമ്മയുടെ അനുഗ്രഹമാണ് തനിയ്ക്ക് മേലേ മഞ്ചാടി മണികളായി വന്നു വീണതെന്നവളറിഞ്ഞു.

പിന്നെയവൾ കുളത്തിനരികിലേയ്ക്ക് നടന്നു. അതുവരെ നിശ്ചലമായി കിടന്നിരുന്ന കുളത്തിലെ വെള്ളമപ്പോൾ ഇളകി മറിയുന്നുണ്ടായിരുന്നു. സമയമൊട്ടും പാഴാക്കാതെ, പടവിലേയ്ക്കിറങ്ങി നിന്നു അവളൊരു മൺകുടത്തിൽ വെള്ളം കോരിയെടുത്തു.

ഇന്ന് കാര്യമായി മഴ പെയ്യാതിരുന്നത് ഒരാശ്വാസമായിരുന്നു. തിരികെ കയറിവന്നവൾ ഹോമകുണ്ഡത്തിനടുത്ത്, കോലങ്ങൾവെച്ചിരുന്ന കുടത്തിനരികെ, കുളത്തിലെ വെള്ളവും വെച്ചു. അവിടെയാകെ കാറ്റു വീശിത്തുടങ്ങിയിരുന്നു.

ഹോമകുണ്ഡത്തിൽ അഗ്നി ജ്വലിപ്പിച്ചവൾ മന്ത്രങ്ങൾ ഉരുവിട്ടു തുടങ്ങി.വിനായകനെ വന്ദിച്ചതിനു ശേഷമാണ് കർമ്മങ്ങൾ തുടങ്ങിയത്. ആത്മാവും ദേഹവും രണ്ടിടങ്ങളിലായി പോയവരാണ്.

മരണശേഷം ശരീരം അഗ്നിയിൽ ലയിച്ചു ചേർന്നു, കർമ്മങ്ങൾ പൂർത്തിയായി, അതിനൊപ്പം മോക്ഷകർമ്മങ്ങളും കൂടെ ചേരുമ്പോഴേ ദേഹി ഭൂമിവിട്ടു പോകുകയുള്ളൂ എന്നാണ് വിശ്വാസം.

മോക്ഷകർമ്മങ്ങൾക്കൊടുവിൽ ശരപഞ്ജരം ചമച്ചു അതിൽ ശവപൂജയും ശവക്രിയയും ചെയ്തു ആത്മാവിനെ ആവാഹിച്ചുവെച്ചിരിക്കുന്ന ചന്ദനമുട്ടികൾ ദഹിപ്പിച്ചു കഴിഞ്ഞാലേ കർമ്മങ്ങൾ പൂർത്തിയാവുകയുള്ളൂ. ആ ചന്ദനമുട്ടികൾ അഗ്നിയിൽ ലയിച്ചു കഴിഞ്ഞാൽ ജാനകിയുടെയും ശ്രീവേണിയുടെയും ആത്മാക്കൾക്ക് ഇവിടം വിട്ടു പോകാം.

സമയം വളരെ കുറവായത് കൊണ്ടു കാളിന്ദി ധൃതിയിൽ, പക്ഷെ ഏകാഗ്രതയോടെ കർമ്മങ്ങൾ ഓരോന്നായി ചെയ്തുകൊണ്ടിരുന്നു. ഒടുവിൽ മന്ത്രജപത്തോടെ കുടത്തിൽ നിന്നും ആ ചന്ദനമുട്ടികൾ കാളിന്ദി കയ്യിലെടുത്തു.

ഒരു സീൽക്കാരത്തോടെ വായുവിൽ എന്തോ പുളഞ്ഞതിനൊപ്പം പുറത്ത് ശക്തമായ ചാട്ടവാറടിയേറ്റത് പോലെ കാളിന്ദി മുൻപോട്ട് കമിഴ്ന്നിരുന്നു.

24

പിറകിൽ നിന്നുമൊരു പൊട്ടിച്ചിരി കേട്ടു.

ആദ്യത്തെ ഞെട്ടലിൽ നിന്നും മുക്തയായതും കാളിന്ദി ഒരു പിടച്ചിലോടെ നേരെയിരുന്നെങ്കിലും പിറകോട്ടു തിരിഞ്ഞു നോക്കാതെയവൾ തന്റെ അവസാനവട്ട കർമ്മങ്ങൾ പൂർത്തിയാക്കാനുള്ള തത്രപ്പാടിലായിരുന്നു.

ജാനകിയുടെയും വേണിയുടെയും ആത്മാവിനെ ആവാഹിച്ചിരിക്കുന്ന ചന്ദനമുട്ടികൾ അഗ്നിയിൽ അർപ്പിച്ചാലെ അവർക്ക് മോക്ഷം ലഭിക്കുകയുള്ളൂ. അതിലുപരി അവസാനനിമിഷത്തിൽ ഈ കർമ്മം മുടങ്ങിപ്പോയാൽ അതിന്റെ ദോഷം തനിയ്ക്കാണ്. അവർക്ക് പിന്നെ മോക്ഷം അപ്രാപ്യവും.

എന്ത് വില കൊടുത്തും ഈ കർമ്മം പൂർത്തിയാക്കണമെന്ന് മാത്രമായിരുന്നു ആ നിമിഷം കാളിന്ദിയുടെ മനസ്സിലെ ചിന്ത. അപ്രതീക്ഷിതമായേറ്റ ആഘാതത്തിൽ ദേഹം നീറുന്നുണ്ടായിരുന്നുവെങ്കിലും അവളത് അവഗണിച്ചു

'ഓ മേലെപ്പാട്ട് കാളിന്ദി ദേവിയ്ക്ക് അത്രയൊക്കെ മനക്കരുത്തുണ്ടോ..?'

ചിരിയോടൊപ്പം പിറകിൽ നിന്നും ഉയർന്ന ശബ്ദത്തിൽ പരിഹാസമായിരുന്നു.

കാളിന്ദി ഏകാഗ്രത കൈവിടാതെ വീണ്ടും മന്ത്രങ്ങൾ ജപിച്ചു, അഗ്നിയിലേയ്ക്ക് ആ ചന്ദന മുട്ടികൾ അർപ്പിക്കാൻ തുടങ്ങുമ്പോഴാണ് പിറകിൽ നിന്നും അടുത്ത അടിവീണത്. അവളൊന്നു പുളഞ്ഞു പോയി. നോവാൽ കണ്ണിൽ നിന്നറിയാതെ കണ്ണുനീർ വന്നുപോയെങ്കിലും കൈയ്യിൽ മുറുകെ പിടിച്ചിരുന്നത് കൈവിട്ടില്ലെന്ന് മാത്രമല്ല മന്ത്രജപം നിർത്തിയതുമില്ലവൾ .

'ഓഹോ, ഇത്രയ്ക്കും മനഃശക്തിയുണ്ടോ കാളിന്ദി ദേവിയെന്ന പീറപ്പെണ്ണിന്..?'

വീണ്ടും പരിഹാസമുയർന്നു.

മിഴികൾ അടച്ചു പിടിച്ചവൾ ആ ചന്ദനമുട്ടികൾ അഗ്നികുണ്ഡത്തി

ലേക്ക് സമർപ്പിക്കുമ്പോൾ കാളിന്ദിയുടെ കവിളിലൂടെ ഒഴുകിയ കണ്ണു നീർതുള്ളി താഴേയ്ക്ക് പതിച്ചിരുന്നു.

അവസാനമന്ത്രവും ജപിച്ചവൾ മിഴികൾ തുറന്നതും പിറകിൽ നിന്നും ആ ചാട്ടവാർ വായുവിൽ പുളയുന്ന ശബ്ദം കേട്ടെങ്കിലും അത് വീണ്ടും ദേഹത്ത് പതിയ്ക്കുന്നതിനു മുൻപേ കാളിന്ദിദേവി എഴുന്നേറ്റിരുന്നു.

ചാടിയെഴുന്നേറ്റവൾ നിമിഷനേരം കൊണ്ടു തിരിഞ്ഞിരുന്നു. മുൻ പിൽ നിന്നത് പ്രതീക്ഷിച്ച മുഖമായിരുന്നത്കൊണ്ടാവാം കാളിന്ദിയുടെ മുഖത്ത് ഞെട്ടലൊന്നും കണ്ടില്ല.

'കൊള്ളാം നീലകണ്ഠാ, നിന്റെ വരവ് ഞാനും പ്രതീക്ഷിച്ചിരിക്കുക യായിരുന്നു. എവിടെ നിന്റെ അനുചരന്മാർ. അതോ ഇന്ന് തനിയെയാ ണോ വന്നിരിക്കുന്നത്?'

കാളിന്ദിയുടെ ശബ്ദം യക്ഷിക്കാവിൽ മുഴങ്ങി. അവളുടെ മുഖത്തെ കൂസലില്ലായ്മ നീലകണ്ഠൻ മൂസതിനെ അതിശയിപ്പിച്ചുവെങ്കിലും അയാ ളത് പുറമേ കാണിച്ചില്ല.

'ഹഹ, മേലേപ്പാട്ടെ പുതിയ ആത്തോലമ്മയുടെ ചങ്കൂറ്റം എനിക്കി ഷ്ടായി. പക്ഷെ അല്പായുസ്സാണല്ലോ പെണ്ണേ നീയ്യ് '

കാളിന്ദി മുൻപിൽ നില്ക്കുന്നവനെ അളക്കുകയായിരുന്നു..

മേലത്തൂർ നീലകണ്ഠൻ മൂസത്.

റാം കിഷോറിന്റെ അമ്മാവനും മേലത്തൂർ മനയിലെ ഇപ്പോഴത്തെ അധികാരിയും. പൂർവ്വികരെ പോലെ തന്നെ നീചകർമ്മങ്ങൾ മാത്രം ചെയ് തു വരുന്നവൻ.

ഹോമകുണ്ഡത്തിൽ ആളിക്കത്തുന്ന അഗ്നിയിലവൾ കണ്ടു അയാ ളുടെ രൂപം. കട്ടിപ്പുരികങ്ങൾക്കിടയിൽ നീളത്തിൽ വരച്ച രക്ത ചന്ദന ക്കുറിയും ചുവപ്പാർന്ന ഉണ്ടക്കണ്ണുകളും നീണ്ടുവളഞ്ഞ നാസികാഗ്ര വും തടിച്ച ചുണ്ടുകളും അസാമാന്യ ഉയരവും അതിനൊത്ത വണ്ണവു മുള്ളൊരു അതികായൻ.

ഒറ്റനോട്ടത്തിൽ തന്നെ അയാൾക്ക് മുൻപിൽ ആരുമൊന്ന് പതറും. പക്ഷെ കാളിന്ദിയുടെ മുഖത്ത് അല്പം പോലും ഭയമില്ലായിരുന്നു.

'എന്റെ ആയുസ്സ് നീയല്ലല്ലോ തീരുമാനിക്കുന്നത് നീലകണ്ഠാ..?'

'ഹഹ... നിന്റെ ധൈര്യം എനിക്കിഷ്ടായി കാളിന്ദി ദേവി. പക്ഷെ മേ ലത്തൂർ നീലകണ്ഠനു മുൻപിൽ നേർക്കുനേരെ നിന്നു ഏറ്റുമുട്ടാൻ നിന്റെ ഈ സിദ്ധികൾ മതിയാവില്ല്യാ.'

'ഏറ്റുമുട്ടുന്നതിന് മുൻപേ വീരവാദം പറയല്ലേ നീലകണ്ഠാ.'

അയാൾ അവളെ അടിമുടിയൊന്ന് നോക്കി.

വെളുത്തു കൊലുന്നനെയൊരു പെണ്ണ്. ഒറ്റ നോട്ടത്തിൽ അവൾക്കൊരു പ്രത്യേകതയുമില്ല. പക്ഷെ അവളുടെ ശരീരചലനങ്ങളിലോ ഭാവങ്ങളിലോ ഭയത്തിന്റെ ഒരു ലാഞ്ജന പോലുമില്ലെന്നത് അയാളെ ചെറുതായൊന്നു അസ്വസ്ഥനാക്കാതിരുന്നില്ല.

'നിന്നെ തിരിച്ചറിയാൻ ഞാൻ കുറച്ചു വൈകി. അല്ലെങ്കിൽ ഇന്ന് ഈ കാവിൽ ഒരിക്കലും പൂർത്തിയാക്കാനാവാത്തൊരു കർമ്മത്തിന് വേണ്ടി നീയിങ്ങനെ വന്നു കയറില്ല്യായിരുന്നു.'

അവൾക്ക് ചുറ്റുമൊന്ന് നടന്നു കൊണ്ടാണ് അയാൾ പറഞ്ഞത്. കാളിന്ദി ചിരിച്ചു.

'നിന്റെ ആത്മവിശ്വാസം കൊള്ളാം നീലകണ്഻ാ. എനിയ്ക്കും ഇഷ്ടമായി.'

അവളുടെ നിൽപ്പും സംസാരവുമൊന്നും നീലകണ്഻നു ഒട്ടും പിടിയ്ക്കുന്നുണ്ടായിരുന്നില്ല. ഒരു നരുന്ത് പെണ്ണ് തന്നെ വെല്ലുവിളിക്കുന്നോ?

അയാൾ കയ്യൊന്ന് ആഞ്ഞു വീശി. ഒന്നും കാണാനില്ലെങ്കിലും വായുവിൽ ചാട്ടയുടെ ശബ്ദം മുഴങ്ങി. കാളിന്ദിയുടെ മിഴികൾ അയാളിൽ ആയിരുന്നുവെങ്കിലും അധരങ്ങൾ എന്തോ മന്ത്രിച്ചിരുന്നു. അയാൾ വീണ്ടും കൈ ആഞ്ഞുവീശിയെങ്കിലും വായുവിൽ പുളയുന്ന ചാട്ടയുടെ ശബ്ദം കേട്ടെങ്കിലും കാളിന്ദിയ്ക്ക് ഒന്നും സംഭവിച്ചില്ല.

നീലകണ്഻ൻ കോപത്തോടെ കാളിന്ദിയെ തുറിച്ചു നോക്കി.

'മേലേപ്പാട്ടെ ഇളമുറത്തമ്പുരാൻ എന്നോട് ഏറ്റുമുട്ടാൻ പത്നിയെ പറഞ്ഞയച്ചു എവിടെ പോയി ഒളിച്ചിരിക്കുന്നു..?'

കാളിന്ദിയുടെ മുഖം കനത്തു പിന്നെയവൾ ചിരിച്ചു.

'മേലേപ്പാട്ട് ഇളമുറത്തമ്പുരാന് നീയൊരു എതിരാളിയേയല്ല നീലകണ്഻ാ. നീ കൊന്നുതള്ളിയ പെണ്ണുങ്ങൾക്ക് വേണ്ടി പകരം ചോദിക്കാൻ ഒരു പെണ്ണായ ഈ ഞാൻ മതി.'

'നീയീ ഹോമകുണ്ഡത്തിൽ ദഹിപ്പിക്കണെ ചന്ദനമുട്ടികളിൽ ആവാഹിച്ചവളുമാർക്ക് മോക്ഷം കൊടുക്കാൻ നിനക്ക് സാധിക്കുമെന്ന് തോന്നണുണ്ടോ കാളിന്ദി. അവരെ എന്റെ ഈ കൈകൾ കൊണ്ടാണ് ഞാൻ തീർത്തത്.'

ഇരുകയ്യും കാളിന്ദിയ്ക്ക് നേരെ നീട്ടിപ്പിടിച്ചയാൾ. അവൾ അയാളെ പുച്ഛത്തോടെ നോക്കി.

'തെറ്റിപ്പോയല്ലോ നീലകണ്഻ാ... നീ കൊന്നത് ശ്രീവേണിയെയാണ്. ജാനകിയെ കൊന്നത് നീയല്ല.'

ഒരു നിമിഷത്തെ മൗനത്തിനൊടുവിൽ നീലകണ്഻ൻ യക്ഷിക്കാവ്

കുലുങ്ങുമാറുച്ചത്തിൽ പൊട്ടിച്ചിരിച്ചു.

'തെറ്റിയത് നിനക്കാണ് കാളിന്ദി ദേവി. ഞാൻ നീലകണ്ഠൻ മാത്ര മല്ല.'

ഒന്ന് നിർത്തി അയാൾ കാളിന്ദിയെ നോക്കി വീണ്ടും ചിരിച്ചു. പിന്നെ പറഞ്ഞു.

'ഞാൻ മൃത്യുഞ്ജയനും കൂടിയാണ്. മേലത്തൂരിലെ മൃത്യുഞ്ജയൻ.'

അയാളുടെ ചോരക്കണ്ണുകൾ ഒന്നൂടെ ചുവന്നു. ക്രൂരമായി അയാൾ അവളെ നോക്കി.

'ഇനിയും എന്നോട് എതിരിട്ട് നിൽക്കാമെന്ന് കരുതുന്നുണ്ടോ കാളി ന്ദിത്തമ്പുരാട്ടി..?'

കാളിന്ദി ഒന്നും പറയാതെ നോക്കി നിന്നതേയുള്ളു. അയാളുടെ നാവിൽ നിന്നും തന്നെ അറിയണം. ഊഹിച്ചതെല്ലാം സത്യമായിരുന്നു വെന്ന് തെളിയണം.

'മൃത്യുഞ്ജയനോ...എന്നോ മരിച്ചു മണ്ണടിഞ്ഞ മൃത്യുഞ്ജയനോ..? ജാനകിയുടെ മരണത്തിനു കാരണക്കാരി ഹേമാംബികയായിരുന്നു.'

അയാളുടെ മുഖത്ത് പുച്ഛം നിറഞ്ഞു. പുരികം വില്ലുപോലെ വള ഞ്ഞു. പല്ലുകൾ ഞെരിച്ചപ്പോൾ സ്വതവേ തടിച്ച ചുണ്ടുകൾ ഒന്നും കൂടെ മലർന്നു.

'വിഡ്ഢിയായ പെണ്ണേ. എന്റെ... ഈ മൃത്യുഞ്ജയന്റെ വെറുമൊരു കളിപ്പാവ മാത്രമായിരുന്നു മേലെപ്പാട്ടെ ഹേമാംബിക. എന്റെ നിർദ്ദേ ശം അനുസരിച്ചവൾ. ജാനകിയെ ഇല്ലാതെയാക്കിയാൽ അവൾ മോഹി ച്ച പത്മനാഭനെ സ്വന്തമാക്കാൻ കഴിയുമെന്ന് പറഞ്ഞു അവളെ പ്രലോ ഭിപ്പിച്ചത് ഞാനാണ്.'

അയാൾ അക്ഷമയോടെ കൈകൾ പിറകിൽ കെട്ടി അങ്ങോട്ടുമിങ്ങോ ട്ടും നടന്നു.

'അതിൽ നിങ്ങൾക്ക് നിങ്ങളുടേതായ ഗൂഢലക്ഷ്യങ്ങളുണ്ടായിരുന്നു.'

കാളിന്ദി പറഞ്ഞത് കേട്ട് നീലകണ്ഠൻ ചിരിച്ചു.

'തീർച്ചയായും. യക്ഷിയമ്മയുടെ തീവ്ര ഭക്തയായ ജാനകിയെന്ന അടിയാളപ്പെണ്ണ്. ഗർഭിണി കൂടെയായ അവളുടെ ആത്മാവിനെ കൊണ്ട് എനിയ്ക്കുണ്ടാകുന്ന ആരാലും തുല്യം വെക്കാനാവാത്ത ശക്തി.'

അയാളുടെ മുഖം കടുത്തു. വർദ്ധിച്ചു വരുന്ന ദേഷ്യം നിയന്ത്രിക്കാ നാവാതെ അയാൾ അലറി. അയാൾ പറയുന്നതൊക്കെ കേൾക്കുന്നതി നിടയിലും കാളിന്ദിയുടെ മിഴികൾ അഗ്നികുണ്ഡത്തിൽ എരിയുന്ന തീ യിലായിരുന്നു. കുറച്ചു നെയ്യൊഴിച്ചു ആ തീയൊന്ന് ആളിക്കത്തിക്കാൻ

മനസ്സ് കൊതിച്ചെങ്കിലും നടക്കില്ലെന്നു അവൾക്ക് അറിയാമായിരുന്നു.

'അവളുടെ... ആ ജാനകിയുടെ ശവം കിട്ടാതെ പോയത് കൊണ്ടു എന്റെ ലക്ഷ്യങ്ങളൊന്നും നടന്നില്ല്യ. അവളുടെ ആത്മാവ് മേലേപ്പാട്ട് അറവിട്ടു പുറത്ത് വന്നതുമില്ല്യ.'

അയാൾ വീണ്ടും കാളിന്ദിയുടെ മുൻപിൽ വന്നു നിന്നു.

'എന്റെ ലക്ഷ്യം പൂർത്തിയാക്കാതെ, എന്റെ... ഈ മൃത്യുഞ്ജയന്റെ ആത്മാവ് ഈ ലോകം വിട്ടു പോകുമോ ?'

'വിട്ടു പോയില്ലെന്ന് മാത്രമല്ല, യക്ഷിയമ്മയോട് അതിരറ്റ ഭക്തിയുണ്ടായിരുന്ന ജാനകിയെന്ന ഗർഭിണിയുടെ ആത്മാവിനെ കൊണ്ട് നീചകർമ്മങ്ങൾ ചെയ്യിച്ചു ലോകം തന്നെ കീഴടക്കാമെന്ന വിഷം നീ നിന്റെ അടുത്ത തലമുറയിലേയ്ക്കും കുത്തി വെച്ചു മൃത്യുഞ്ജയാ.'

കാളിന്ദി അയാളിൽ നിന്നും കണ്ണെടുക്കാതെ പറഞ്ഞു.

'മിടുക്കിയാണ് നീ, കാര്യങ്ങളൊക്കെ പെട്ടെന്ന് തന്നെ മനസ്സിലാക്കുന്നു.'

'ഇതിൽ അത്രയ്ക്ക് മനസ്സിലാക്കാൻ ഒന്നുമില്ല്യാ. മേലെപ്പാട്ടെ അറയിൽ നിന്നും ജാനകിയുടെ ആത്മാവിനെ പുറത്തെത്തിക്കാൻ നിനക്ക് പിന്നാലെ വന്നവരെല്ലാം ശ്രമിച്ചെങ്കിലും പരാജയമടഞ്ഞു..പക്ഷെ'

ഒന്ന് നിർത്തി കാളിന്ദി അയാളുടെ മിഴികൾ തന്നെ തറച്ചു നോക്കി പറഞ്ഞു.

'നിന്റെ ഇളമുറക്കാരനായ നീലകണ്ഠൻ അതിനൊരു വഴി കണ്ടെത്തി. മേലെപ്പാട്ടില്ലത്തെ ശ്രീവേണിയെ വരുതിയിലാക്കാൻ നീലകണ്ഠൻ പഠിച്ച പണി പതിനെട്ടും നോക്കിയെങ്കിലും ശ്രീവേണിയ്ക്ക് നീലകണ്ഠനെ ഇഷ്ടമല്ലായിരുന്നുവെന്ന് മാത്രമല്ല അവൾക്ക് മറ്റൊരാളോട് പ്രണയവുമായിരുന്നു.'

അയാളുടെ മുഖം വീണ്ടും വലിഞ്ഞു മുറുകുന്നത് കാളിന്ദി കണ്ടു.

'ശ്രീവേണി. ലക്ഷ്യം വേറെയായിരുന്നുവെങ്കിലും അവളെ ഞാൻ ഏറെ മോഹിച്ചിരുന്നു. അതിസുന്ദരിയായ ശ്രീവേണി.'

അയാളുടെ ഭാവം കണ്ടു കാളിന്ദിയ്ക്ക് അറപ്പാണ് തോന്നിയത്.

'നിന്റെ ലക്ഷ്യം നടത്താനായി ശ്രീവേണിയെ ബലമായി പ്രാപിക്കാനായി നീ സഹായിയെയും കൂട്ടി ആരുമില്ലാത്ത നേരത്ത് മേലെപ്പാട്ടെത്തി. പക്ഷെ ബലപ്രയോഗത്തിനിടെയാണ് നീയറിയുന്നത് ശ്രീവേണി ഗർഭിണിയാണെന്ന്. ആ ദേഷ്യത്തിൽ ശ്രീവേണിയെ കൊന്നെങ്കിലും പിന്നെ മറ്റൊരു ചിന്ത കൂടെ നിന്നിലെത്തി, ജാനകിയെ പോലെ എന്തു കൊണ്ടു ശ്രീവേണിയെയും നിന്റെ ലക്ഷ്യത്തിനു ഉപയോഗിച്ച് കൂടെ

ന്ന്... പക്ഷെ എന്നിട്ടും നീ എന്തു കൊണ്ടു ശ്രീവേണിയുടെ ദേഹവും അവിടുത്തെ കുളത്തിൽ ഉപേക്ഷി ച്ചു.?'

'ഞാൻ ഞാനല്ല.. അവളാണ്.. പമ്പര വിഡ്ഢിയായവൾ. ആ മൃത ദേഹം ഒളിപ്പിച്ചു വെക്കാൻ പറഞ്ഞപ്പോൾ അവളത് കൊണ്ടു പോയി കുളത്തിൽ തള്ളി. വെപ്രാളത്തിൽ ചെയ്തു പോയതാണെന്നൊരു വിശദീകരണവും. മഴക്കാലത്തു ആ കുളത്തിൽ എത്തുന്നതെന്തും ഇവിടെയാണ് വന്നു ചേരുന്നതെന്ന് ആ വിഡ്ഢിയ്ക്ക് അറിയില്ലല്ലോ.. യക്ഷിക്കാവിൽ നിന്നും അത് വീണ്ടെടുക്കാൻ ആവില്ലെന്നും.'

ദേഷ്യത്തിന്റെ ഉച്ചസ്ഥായിലായിരുന്നു നീലകണ്ഠൻ. അതാരാണെന്ന് കാളിന്ദി ചോദിച്ചില്ല. മേലേപ്പാട്ട്, മുഖംമൂടിയ്ക്കുള്ളിൽ മറഞ്ഞിരുന്ന ശത്രുവിനെ അവളെന്നേ മനസ്സിലാക്കിയതാണല്ലോ.

'ആ ശ്രമവും പാഴായപ്പോൾ നിങ്ങൾ ഇന്ദുബാലയെ കരുവാക്കി. കൂട്ടിനു നിങ്ങളുടെ അനന്തിരവനും. പക്ഷെ.'

അവൾ ചിരിച്ചു.

'പതിവ്രതയല്ലാത്ത, എന്തിന് കന്യക പോലുമല്ലാത്ത ഇന്ദുബാലയ്ക്ക് യക്ഷിക്കാവിന്റെ പടിയിൽപോലും ചവിട്ടാനാവില്ലെന്ന് നിങ്ങൾ ഓർത്തില്ല. കൂടെ വന്ന അനന്തിരവൻ ജീവശ്ചവമായി കിടക്കുന്നില്ലേ തറവാട്ടിൽ ഇപ്പോഴും?'

കാളിന്ദിയുടെ സംസാരം അയാളെ വല്ലാതെ പ്രകോപിപ്പിച്ചിരുന്നു. അവളുടെ നോട്ടം ഒന്ന് ആ അഗ്നിയിലേയ്ക്ക് തിരിഞ്ഞ നിമിഷം അവൾ മുഖമടച്ചു യക്ഷിക്കാവിലെ മണ്ണിൽ വീണിരുന്നു. നെറ്റി എവിടെയോ ഇടിച്ചത് പോലെ കാളിന്ദിയ്ക്ക് തോന്നി. പതിയെ എഴുന്നേൽക്കാൻ ശ്രമിക്കുമ്പോൾ നെറ്റിയിൽ നിന്നും ചോരയൊഴുകി തുടങ്ങിയിരുന്നു.

'ഇനിയും നിനക്കിത് പൂർത്തിയാക്കാൻ കഴിയുമോ കാളിന്ദി ദേവി..?'

പറഞ്ഞതും അയാൾ തറ്റുടുത്ത കറുത്ത പട്ടിന്റെ അരയിൽ ചുറ്റി വെച്ചിരുന്ന ചുവന്ന കിഴി പുറത്തെടുത്തു.അതിലേക്ക് കയ്യിട്ട് ഒരു പിടി ഭസ്മം എടുത്തു ഹോമകുണ്ഡത്തിലേക്ക് എറിയാൻ തുടങ്ങിയ നിമിഷം. ആരോ പിടിച്ചു നിർത്തിയത് പോലെ അയാളുടെ കൈ അന്തരീക്ഷത്തിൽ തങ്ങി നിന്നു.

ഹോമകുണ്ഡത്തിലെ അഗ്നി വല്ലാതൊന്നാളിക്കത്തി.. ആ നിമിഷം ആ അഗ്നിയിൽ അയാൾ കണ്ടു വാളും ചിലമ്പുമേന്തിയ യക്ഷിയമ്മയുടെ രൂപം.

നിമിഷനേരം കൊണ്ടു, പ്രതികാരദാഹിയായി, ചുവന്നു രക്തമിറ്റുന്ന നാവ് നീട്ടി, കലിതുള്ളുന്ന യക്ഷിയമ്മയുടെ രൂപത്തിനു പകരം, അഞ്ജന

നിറമുള്ള നീണ്ടിടതൂർന്ന മുടിയഴിച്ചിട്ട പൂർണ്ണഗർഭിണിയായ പെണ്ണിനേയും അയാൾ കണ്ടു. ഞെട്ടലോടെ കണ്ണിമ ചിമ്മിയ നിമിഷമയാൾ ആ അ ഗ്നിയിൽ കണ്ടത് ശ്രീവേണിയെയായിരുന്നു.

സ്തംഭിച്ചു പോയ അയാളുടെ മുൻപിൽ, അഗ്നിയിൽ ആ മൂന്നു രൂപങ്ങളും ഒന്നായി, ഒരു പുക പോലെ അന്തരീക്ഷത്തിലേക്കുയർന്നു. പതിയെ അത് കാളിന്ദിദേവിയുടെ ദേഹത്തേയ്ക്ക് അലിഞ്ഞു ചേരുന്ന ത് അയാൾ ഭയത്തോടെ കണ്ടു നിന്നു.

അവളുടെ ഭാവം പാടേ മാറിയിരുന്നു. അവളൊന്നു ആർത്തട്ടഹസി ച്ചു. ചുവന്നപട്ടുചേല ചുറ്റിയവൾക്ക് അപ്പോൾ അഞ്ജനത്തിന്റെ നിറമാ യിരുന്നു. നെറ്റിയിൽ നിന്നും കവിളിലൂടെ താഴേയ്ക്ക് ഒഴുകുന്ന രക്ത വും അഴിഞ്ഞു ചിതറിയ മുടിയുമായി രൗദ്ര ഭാവമണിഞ്ഞു നിന്നവളു ടെ കയ്യിലപ്പോൾ യക്ഷിയമ്മയുടെ വാളും ചിലമ്പുമുണ്ടായിരുന്നു.

ഒരു മാത്ര ദാരിക നിഗ്രഹത്തിനൊരുങ്ങുന്ന ഭദ്രകാളിയെ ഓർമ്മ വന്നു മൃത്യുഞ്ജയന്.

കാളിന്ദി വീണ്ടും യക്ഷിക്കാവൊന്നാകെ നടുങ്ങുമാറുച്ചത്തിൽ അട്ട ഹസിച്ചു. കരിനാഗം അപ്പോൾ കാളിന്ദിയുടെ കഴുത്തിൽ പത്തി വിടർ ത്തി ചുറ്റിപിണഞ്ഞു കിടന്നിരുന്നു. അവളപ്പോൾ നാഗകാളിയായിരുന്നു.

നാഗദേവത കൂടിയായ മഹാകാളിയെപോലെ.

'നിന്റെ സമയം കഴിഞ്ഞു മൃത്യുഞ്ജയാ, അമാവാസി നാളിലെ കർ ക്കിടകത്തിലെ മൃത്യുനക്ഷത്രമായ പൂരാടത്തിന്റെ അവസാന നാഴിക യുമിതാ കടന്നുപോയിരിക്കുന്നു.'

അത് കാളിന്ദി ദേവിയുടെ ശബ്ദമായിരുന്നില്ല. ആ ചിലമ്പിച്ച ശബ്ദം കാവിലാകെ പ്രതിധ്വനിച്ചിരുന്നു. ആ വാക്കുകൾ കേട്ടതും മൃത്യുഞ്ജ യന്റെ മുഖം വിവർണ്ണമായി.

അതേ. സമയം കഴിഞ്ഞിരിക്കുന്നു. സംസാരത്തിൽ കുടുക്കി കാളിന്ദി തന്നെ കബളിപ്പിച്ചിരിക്കുന്നു. സമയം വളരെ കുറവാണെന്നത് ഓർക്കാ തെ അവളുടെ വെല്ലുവിളിയിൽ താൻ സ്വയം മറന്നു പോയി.

യക്ഷിയമ്മ പൂർവാധികം ശക്തിയോടെ കാളിന്ദിയിൽ ആവേശിച്ചിരി ക്കുന്നു. അത് കൂടാതെ, കാളിന്ദിയുടേതുൾപ്പെടെ പ്രതികാരദാഹികളായ മൂന്ന് സ്ത്രീകളുടെ ശക്തികളും.

അയാളുടെ മിഴികൾ ചുറ്റും പരതി. യക്ഷിക്കാവിൽ നിന്നും പുറത്തി റങ്ങാനുള്ള വഴി തേടി.

'ഹഹഹ... രക്ഷപ്പെടാനുള്ള വഴി തേടുകയാണോ മേലത്തൂരിലെ മഹാമാന്ത്രികൻ ?'

'നീ ചെയ്ത ക്രൂരതകൾക്കുള്ള ശിക്ഷ നീ അനുഭവിച്ചേ മതിയാവൂ മൃത്യുഞ്ജയാ... നിന്നെ ഞാൻ ഇവിടെ ഈ മണ്ണിനടിയിലാണ് തളയ്ക്കാൻ പോകുന്നത്.'

മൃത്യുഞ്ജയന്റെ വിറയാർന്ന അധരങ്ങൾ മന്ത്രങ്ങൾ ചൊല്ലുന്നത് ഒരുമാത്ര കൗതുകത്തോടെ നോക്കി നിന്നവൾ. പിന്നെ ഉറക്കെയുറക്കെ പൊട്ടിച്ചിരിച്ചു.

'നിന്നെ ശിക്ഷിക്കാൻ എന്റെ ശക്തിയുടെ ആവശ്യം പോലുമില്ല മൃത്യുഞ്ജയാ. നീ കാരണം, പിറക്കാതെ പോയ കുരുന്നുകളെ ഒരു നോക്ക് കാണാൻ കഴിയാതിരുന്ന ഈ അമ്മമാരുടെ പക. പെണ്ണിന്റെ പക. അതുമതി നിന്നെയിവിടെ ജീവനോടെ ദഹിപ്പിക്കാൻ.'

പറഞ്ഞതും മൃത്യുഞ്ജയൻ നിൽക്കുന്നതിനു ചുറ്റും തീയാളി തുടങ്ങിയിരുന്നു.

'ഒറ്റയടിക്ക് നിന്നെ ഞാൻ തീർക്കില്ല. ഈ അഗ്നിയിൽ അല്പാല്പമായ് നീ വെന്തുരുകും. നിന്റെ ദേഹവും ദേഹിയും ഈ മണ്ണിനടിയിൽ അലിഞ്ഞു ചേരും. ഒരിക്കലും ആരാലും മോചനം ലഭിക്കാനാവാതെ. എത്ര അലറിക്കരഞ്ഞാലും നിന്റെ ശബ്ദംപോലും ആരും കേൾക്കില്ല. ജന്മാന്തരങ്ങൾ കഴിഞ്ഞാലും.'

'അ...അരുത്. എന്നെ ക്ഷ..ക്ഷമിക്കണം.'

അഗ്നി കാലിലൂടെ, തന്നെ പതിയെ വിഴുങ്ങാൻ തുടങ്ങിയതും അയാൾ ഇടറിയ ശബ്ദത്തിൽ അലറി. ചലിക്കാൻ കഴിയാതെ പിടയുമ്പോൾ അയാൾ കണ്ടു താൻ ദ്രോഹിച്ച ആ പെണ്ണുങ്ങളെ. ജാനകിയും ശ്രീവേണിയും. അവരുടെ കണ്ണുകളിലെ പകയുടെ നാളങ്ങളാണ് തന്നെ വിഴുങ്ങുന്നതെന്ന് അയാൾക്ക് തോന്നി.

'കാളിന്ദി ?'

തെല്ലു ദൂരെനിന്നും ഒരു അലർച്ച കേൾക്കുന്നുണ്ടായിരുന്നു.

അടുത്ത നിമിഷം കാളിന്ദിയുടെ ദേഹത്ത് നിന്നും ഒഴുകിയിറങ്ങിയ പുകപടലം പതിയെ തിരികെ ഹോമകുണ്ഡത്തിലെ അഗ്നിയിൽ ലയിച്ചു. ആ ചന്ദനമുട്ടികൾ അഗ്നിയിൽ ദഹിച്ചിരുന്നു. കാളിന്ദിയുടെ കയ്യിലെ വാളും ചിലമ്പും അപ്രത്യക്ഷമായിരുന്നു. കഴുത്തിലെ കരിനാഗവും. മൃത്യുഞ്ജയന്റെ അലറിക്കരച്ചിൽ അവിടെയാകെ മുഴങ്ങുന്നുണ്ടായിരുന്നു.

ഹോമകുണ്ഡത്തിൽ നിന്നും ഉയർന്ന അഗ്നിയിൽ ആ നിഴൽ രൂപങ്ങൾ കാളിന്ദി വീണ്ടും കണ്ടു. ജാനകിയും ശ്രീവേണിയും.

അവരൊന്നു കൈകൾ കൂപ്പിയത് പോലെ കാളിന്ദിയ്ക്ക് തോന്നി.

അവളും കൈകൾ കൂപ്പിയിരുന്നു. അവളുടെ മിഴികൾ നിറഞ്ഞൊഴുകിയിരുന്നു.

പതിയെ ഹോമകുണ്ഡത്തിൽ നിന്നുമുയർന്ന പുകപടലങ്ങൾ അന്തരീക്ഷത്തിൽ ലയിച്ചതും അതിലെ അഗ്നി അണഞ്ഞിരുന്നു.

അപ്പോഴും മൃത്യുഞ്ജയൻ അലറിക്കരയുന്നുണ്ടായിരുന്നു. അയാളിലെ നീലകണ്ഠനും.

'കാളിന്ദി ?'

കാവിന് പുറത്ത് നിന്നും വീണ്ടും ആ വിളികേട്ടതും അവൾ തിരിഞ്ഞുനോക്കി. ത്രിപുര സുന്ദരി കുഞ്ഞമ്മ.

'സമയം കുറവാണ്. കാളിന്ദി, നോക്കി നിൽക്കാൻ സമയമില്ല. അവന്റെ ശരീരം എരിഞ്ഞടങ്ങുന്നതിനു മുൻപേ എനിയ്ക്ക് മേലത്തൂരെത്തണം.'

അപ്പോഴും പിറകിൽ മൃത്യുഞ്ജയന്റെ ദേഹത്ത് തീയാളുന്നുണ്ടായിരുന്നു.

പുറത്തേയ്ക്ക് ഓടുന്ന കുഞ്ഞമ്മയ്ക്ക് പിറകെ നടക്കുമ്പോൾ കാളിന്ദി കണ്ടു യക്ഷിക്കാവിന്റെ പടികളിൽ ചിതറിത്തെറിച്ചു കിടക്കുന്ന ആ മൃതദേഹം.

മേലേപ്പാട്ടെ രാജേശ്വരി.

നീലകണ്ഠന്റെ സഹായി.

25

രാജേശ്വരി മേലേപ്പാട്ട് മനയ്ക്കലെ മാനവേദൻ തിരുമേനിയ്ക്ക് അടിച്ചുതളിക്കാരിയിലുണ്ടായ ജാരസന്തതി. തറവാടിന്റെ അന്തസ്സിനും ആഭിജാത്യത്തിനും മുൻപിൽ അയാൾ പ്രണയിച്ചവളെ കൈവിട്ടു. പിഴച്ചവളെന്ന് പറഞ്ഞു വീട്ടുകാരും നാട്ടുകാരും നടതള്ളിയപ്പോൾ, ജീവിക്കാൻ അവൾ പിഴച്ചവഴി തന്നെ സ്വീകരിച്ചു.

സ്കൂളിൽ പഠിക്കുമ്പോൾ, തന്നെ വേശ്യയുടെ മകളെന്നു വിളിച്ചവന്റെ നെറ്റിയിൽ കല്ല് കൊണ്ടിടിച്ചു ചോര വരുത്തിയിരുന്നു രാജേശ്വരി. പകയായിരുന്നു അവൾക്ക് ലോകത്തോട് മുഴുവനും. അമ്മയും താനും നരകിക്കുമ്പോൾ മാനവേദനും കുടുംബവും സുഖിച്ചു ജീവിക്കുന്നുവെന്ന ചിന്ത അവളെ ഭ്രാന്തമായ പകയ്ക്ക് അടിമയാക്കി. ഒടുവിൽ ആത്മാർത്ഥമായി പ്രണയിച്ചവനും വേശ്യയുടെ മകളെന്ന് തള്ളിപ്പറഞ്ഞപ്പോൾ രാജേശ്വരിയുടെ മനസ്സിൽ മനുഷ്യത്വത്തിന്റെ അവസാനകണികയും വറ്റിയിരുന്നു. രാജേശ്വരിയുടെ അമ്മ മരിച്ചപ്പോൾ മാനവേദൻ അവളെ മേലെപ്പാട്ടേക്ക് കൂട്ടി.

ഹരിയുടെ അച്ഛൻ ശ്രീധരന് അവരെ വലിയ കാര്യമായിരുന്നു. അത് മുതലെടുത്തു പതിയെ രാജേശ്വരി അടുക്കളക്കാരിയിൽ നിന്നും അപ്പച്ചിയായി. അവരുടെ ഭൂതകാലം എല്ലാവരും മറന്നുവെങ്കിലും രാജേശ്വരിയുടെ മനസ്സിൽ മേലേപ്പാട്ട് മനയുടെ പതനം മാത്രമേയുണ്ടായിരുന്നുള്ളൂ.

അവളുടെ മനസ്സിലെ പക തിരിച്ചറിഞ്ഞ നീലകണ്ഠൻ തന്റെ ഉദ്ദേശ്യങ്ങൾക്കായി രാജേശ്വരിയെ സമീപിച്ചപ്പോൾ അവരും അയാളുമായി കൈകോർത്തു. നീലകണ്ഠന്റെ സഹായത്തോടെയാണ് സ്വന്തം അച്ഛനെയുൾപ്പെടെവർ വകവരുത്തിയത്. ശ്രീഹരിയുടെ അച്ഛന്റെയും അമ്മയുടെയും മരണമുൾപ്പെടെ മേലേപ്പാട്ട് മനയ്ക്കലെ ദുരന്തങ്ങളിലെല്ലാം രാജേശ്വരിയ്ക്ക് വലിയൊരു പങ്കുണ്ടായിരുന്നു. അതിന് പ്രത്യുപകാരമായി നീലകണ്ഠൻ ആവശ്യപ്പെടുന്നതെന്തും അവർ ചെയ്തു പോന്നു. ശ്രീവേണിയുടെ മൃതദേഹം കുളത്തിൽ കൊണ്ടിട്ടത് വരെ.

ഭാമയുടെ മനോനില ഇടയ്ക്കിടെ തെറ്റുന്നതിലും അവർ തന്നെയായിരുന്നു കാരണം. ആരുടെയോ മൃതദേഹം കുളത്തിലിടുന്നത് കണ്ടെ

ങ്കിലും അത് ശ്രീവേണിയുടേതാണെന്നോ, അതിന് പിറകിൽ അപ്പച്ചി യായിരുന്നെന്നോ ഭാമയ്ക്ക് ഉറപ്പില്ലായിരുന്നുവെങ്കിലും അവളുടെ ഉപ ബോധമനസ്സിൽ രാജേശ്വരിയമ്മയോട് ഭയമായിരുന്നു. ഇന്ദുബാലയുടെ മരണത്തിന് പിറകിലും അപ്പച്ചിയാണെന്ന് ഭയന്ന ഭാമയുടെ മനസ്സ് കാ ളിന്ദിയേയും അവരെന്തെങ്കിലും ചെയ്യുമെന്ന് ഭയപ്പെട്ടിരുന്നു.

ഒട്ടും നിനയാതെ, ഒരു രാത്രിയിൽ ഭാമ കാളിന്ദിയ്ക്ക് മുൻപിൽ വെളി പ്പെടുത്തിയ രഹസ്യങ്ങളിൽ, അന്ന് ശ്രീവേണിയെ കാണാതായ ദിവ സം രാജേശ്വരി മേലേപ്പാട്ട് ഉണ്ടായിരുന്നുവെന്നത് കാളിന്ദി ശ്രദ്ധിച്ചിരു ന്നു. രുക്മിണിയുടെ അടുത്ത് പോകുകയാണെന്ന് പറഞ്ഞിറങ്ങിയ രാ ജേശ്വരി അന്നവിടെ എത്തിയിട്ടില്ലായിരുന്നുവെന്നും കാളിന്ദി അന്വേഷി ച്ചറിഞ്ഞിരുന്നു.

ഒന്നു നിശ്വസിച്ചു രാജേശ്വരിയമ്മയുടെ മൃതദേഹത്തെ കടന്നു കാളി ന്ദി കാവിൽ നിന്നും പുറത്തേയ്ക്ക് നടക്കുമ്പോഴും യക്ഷിക്കാവിനുള്ളിൽ മഞ്ചാടിമണികൾ പൊഴിയുന്നുണ്ടായിരുന്നു. യക്ഷിയമ്മയുടെ പ്രതിഷ്ഠ യ്ക്ക് മുൻപിൽ പന്തങ്ങൾ ആളി ക്കത്തുന്നുണ്ടായിരുന്നു.

കുളി കഴിഞ്ഞവൾ ബാൽക്കണിയിൽ വന്നിരുന്നു.

മേലത്തൂർ മനയിലിപ്പോൾ ത്രിപുര സുന്ദരി. സംഹാര താണ്ഡവമാ ടുന്നുണ്ടാവുമെന്ന് അവളോർത്തു. അവിടുത്തെ മൂലക്കല്ലിളക്കിയെടുത്തി ട്ടേ അവരടങ്ങൂ.

യക്ഷിക്കാവിലേയ്ക്കാണ് മിഴികൾ ചെന്നെത്തിയത്. ഒരു കണക്കിന് എല്ലാ പ്രശ്നങ്ങളുടെയും തുടക്കം അവിടെനിന്നായിരുന്നു. യക്ഷിയമ്മ യുടെ അതുല്യമായ ശക്തിയ്ക്ക് വേണ്ടി. യക്ഷിയമ്മയുടെ തീവ്രഭക്ത രായ മേലേപ്പാട്ടെ പെണ്ണുങ്ങൾക്കുണ്ടാകുന്ന കു ഞ്ഞുങ്ങൾക്ക് സവിശേ ഷതകളേറെയാണ്. യക്ഷിയമ്മയുടെ അനുഗ്രഹം

ആ കുഞ്ഞുങ്ങൾ ഭൂമിയിൽ ജനിക്കുന്നതിനും മുൻപേ അവരെ ഇ ല്ലായ്മ ചെയ്താൽ, ആ ഗർഭിണിയുടെ ആത്മാവിനെ വെച്ച് യക്ഷിയമ്മ യെ മാത്രമല്ല, ലോകം തന്നെ കീഴടക്കാമത്രേ.

കാരണം കുഞ്ഞു ജീവനെ ഗർഭത്തിൽ പേറുന്ന പെണ്ണ് അതിശ ക്തയാണ്. ദൈവം പോലും ബഹുമാനിക്കുന്ന അമ്മ. ഗർഭസ്ഥശിശുവി ന്റെ സ്ഥാനം ദൈവത്തിനും മുകളിലാണെന്നും പറയപ്പെടുന്നു.

പെണ്ണിന്റെ ഏറ്റവും ശക്തമായ ഭാവം. അമ്മ. അതിനൊപ്പം സവിശേ ഷശക്തികൾ കൂടെയുള്ള ഗർഭസ്ഥശിശു കൂടെ ചേരുമ്പോൾ...

കുഞ്ഞിനെ നഷ്ടമായ അമ്മയുടെ ക്രോധവും തുല്യം ചാർത്താത്ത താണ്. അവരുടെ ആത്മാക്കളെ ദുഷ്കർമ്മങ്ങളിലൂടെ ആവാഹിച്ചു വ

രുതിയിൽ നിർത്താൻ കഴിഞ്ഞാൽ അതിനും മുകളിലൊരു വിജയമില്ല. അതുകൊണ്ട് തന്നെയാണ് മൃത്യുഞ്ജയൻ ഏതെങ്കിലുമൊരു ഗർഭിണിയെ കണ്ടുപിടിക്കാതെ മേലേപ്പാട്ടെ പെണ്ണിനെ തന്നെ തിരഞ്ഞു പിടിച്ചതും.

അതിൽ ഏറ്റവും ശക്ത ജാനകിയായിരുന്നു. അടിയാള പെൺകൊടിയായിരുന്ന അവളോട് യക്ഷിയമ്മയ്ക്ക് മറ്റാരെക്കാളും വാത്സല്യമുണ്ടായിരുന്നു.

പരകായ പ്രവേശം നടത്തിയിട്ടുള്ള ദുർമന്ത്ര വാദിയായിരുന്ന മൃത്യുഞ്ജയന് മേലെപ്പാട്ട് കയറുവാൻ കഴിയുമായിരുന്നില്ല. അതിനവൻ ഹേമാംബികയെ ഉപയോഗപ്പെടുത്തി.

അതേ സമയം മൃത്യുഞ്ജയൻ സൂക്ഷിച്ചു വെച്ച താളിയോലകളിൽ നിന്നും ഇക്കാര്യങ്ങൾ മനസിലാക്കിയ നീലകണ്ഠന് അത്തരം പ്രത്യേകതകളോ മന്ത്രശക്തിയോ ഉണ്ടായിരുന്നില്ല. അയാളുടെ കൈ കൊണ്ടു ശ്രീവേണിയുടെ കൊലപാതകം നടക്കുന്നത് വരെ.

അതിനു ശേഷമാണ് അനാൾ ആവാഹന ക്രിയകളിലൂടെ മൃത്യുഞ്ജയന്റെ ആത്മാവിനെ തന്നിലേയ്ക്ക് ആവാഹിക്കുന്നത്.

ജാനകിയുടെയും വേണിയുടെയും ആത്മാക്കൾ മേലെപ്പാട്ട് ഉണ്ടെന്ന് നീലകണ്ഠന് അറിയാമായിരുന്നെങ്കിലും അയാളുടെ നിർദേശം അനുസരിച്ചിട്ടും രാജേശ്വരിയ്ക്കോ ഇന്ദുവിനോ അവരുടെ സാന്നിധ്യം ഇവിടെ കണ്ടെത്താൻ കഴിഞ്ഞതുമില്ല.

ഇന്ദുബാലയുടെ വരവിന്റെ ഉദ്ദേശ്യം അറിയാമായിരുന്ന രാജേശ്വരി ആദ്യം അവൾക്ക് തുണയായെങ്കിലും വേളി കഴിഞ്ഞതോടെ ഇന്ദുവിന്റെ ശ്രീഹരിയോടുള്ള മനോഭാവം മാറുന്നതറിഞ്ഞു അസ്വസ്ഥയായിരുന്നു. തന്നെ ഭരിയ്ക്കുന്ന ഇന്ദുബാലയുടെ സ്വഭാവവും അവർക്കിഷ്ടമായിരുന്നില്ല.

യക്ഷിക്കാവിലെ കുളത്തിൽ നിന്നും മൃതദേഹങ്ങളുടെ അവശിഷ്ടങ്ങൾ വീണ്ടെടുക്കാൻ കഴിയുമോയെന്നറിയുവാൻ പരീക്ഷണാർത്ഥം ഇന്ദുബാലയെ റാം കിഷോറിനൊപ്പം യക്ഷിക്കാവിലെ കുളത്തിനരികിൽ പോയി വരാൻ നീലകണ്ഠൻ നിയോഗിച്ചുവെങ്കിലും അത് ഇന്ദുബാലയുടെ മരണത്തിലാണ് കലാശിച്ചത്...

യക്ഷിക്കാവിലേയ്ക്കുള്ള വഴിയിൽ മറ്റുള്ളവർക്ക് മുൻപിൽ തടസ്സമായി നിൽക്കുന്ന കരിനാഗം മേലേപ്പാട്ടെ പെണ്ണിന് മുൻപിൽ വഴിമാറുമത്രേ. കാരണം യക്ഷിയമ്മയ്ക്ക് അവർ പ്രിയപ്പെട്ടവരാണ്. അതുകൊണ്ടു തന്നെ ശ്രീഹരിയുടെ ഭാര്യയായ ഇന്ദു ബാലയ്ക്ക് ഏത് സമ

യത്തും യക്ഷിക്കാവിൽ കയറാം. പക്ഷെ അവർ മനസിലാക്കാത്ത ഒരു കാര്യമുണ്ടായിരുന്നു.മേലേപ്പാട്ടെ മരുമകളാണെങ്കിലും യക്ഷിയമ്മയുടെ സന്നിധിയിൽ പ്രവേശിക്കാൻ കളങ്കമില്ലാത്ത മനസ്സും ആത്മസമർപ്പണവും വേണം.

കാളിന്ദി നടന്നതൊക്കെയോർത്ത് നിൽക്കവേ വീണ്ടും മഴ ചാറി തുടങ്ങിയിരുന്നു. പ്രകൃതി പോലും തന്റെ കർമ്മങ്ങൾക്ക് തുണയായി നിന്നുവെന്ന് അവളോർത്തു. സാരിത്തുമ്പ് മുൻപിലേക്കിട്ട് ഇരുകയ്യും കൂട്ടിപ്പിടിച്ചു പുറത്തെ ഇരുളിലേയ്ക്ക് നോക്കിയവൾ.

മഴ കനത്തു തുടങ്ങിയപ്പോഴാണ് അവൾ ഉള്ളിലേയ്ക്ക് കയറിയത്. കിടക്കുമ്പോൾ ആ മനസ്സിൽ ശ്രീഹരി മാത്രമേ ഉണ്ടായിരുന്നുള്ളൂ.

കടുത്ത തലവേദന കാരണം അധികം വൈകും മുൻപേ കാളിന്ദി ഗാഢനിദ്രയിലേയ്ക്ക് വീണുപോയിരുന്നു. രാവിലെ ഏറെ വൈകിയവൾ മിഴികൾ തുറക്കുമ്പോൾ ആരുടെയോ കൈകൾ അവളെ പൊതിഞ്ഞിരുന്നു.

കാളിന്ദി മിഴികൾ ഉയർത്തിയതും കണ്ടു തന്റെ കവിളോട് ചേർന്നു തനിയ്ക്കേറ്റവും പ്രിയമുള്ളവന്റെ മുഖം. അവൾ ചെറുചിരിയോടെ ആ മുഖത്തേയ്ക്ക് നോക്കി കിടന്നു.

'ഇങ്ങനെ നോക്കാതെടി പെണ്ണേ, എനിയ്ക്ക് നാണം വരുന്നു.'

കാളിന്ദി കണ്ണുമിഴിച്ചു നോക്കുമ്പോൾ ആ മുഖത്തൊരു കള്ളച്ചിരിയുണ്ട്. പൊടുന്നനെ ശ്രീഹരി ചിരിയോടെ മിഴികൾ തുറന്നവളെ നോക്കി.

'സോ..?'

കാളിന്ദി നെറ്റി ചുളിച്ചവനെ നോക്കി.

'എന്റെ ഭദ്രകാളി ദാരികനിഗ്രഹം നടത്തി എന്റെ അരികിൽ തിരിച്ചെത്തിയിരിക്കുന്നു. ഒരു പോറലും പറ്റരുതെന്ന് പറഞ്ഞിട്ട് നെറ്റിയിൽ ഇതെന്താടി വാങ്ങിച്ചോണ്ട് വന്നിരിക്കുന്നത്..?'

കാളിന്ദി ശ്വാസമെടുക്കാതെ അവനെ തന്നെ നോക്കി. ശ്രീഹരിയുടെ പതിഞ്ഞ ചിരി അവളുടെ ചെവികളിൽ അലയടിച്ചു..

'താനെന്തു കരുതി, എന്റെ പെണ്ണിനെ ഞാൻ തനിയെ ആപത്തിലേയ്ക്ക് പറഞ്ഞയക്കുമെന്നോ..? തന്നെ പോലെ സവിശേഷശക്തികളൊന്നും ഇല്ലെങ്കിലും ഒരു തേരാളിയായെങ്കിലും കൂടെ നിക്കണ്ടേ ഞാൻ. ഞാനുണ്ടായിരുന്നു കൂടെ നിഴൽ പോലെ. വാളും ചിലമ്പുമേന്തിയ ദേവിയെയും കണ്ടു.'

അവസാനവാചകം പതിഞ്ഞു പോയിരുന്നു. കാളിന്ദിയുടെ മുഖത്ത് വല്ലാത്തൊരു ഷോക്കായിരുന്നു അപ്പോഴും.

'കുഞ്ഞമ്മ എല്ലാം പറഞ്ഞിരുന്നു. പക്ഷെ തന്റെ നിയോഗമായിരുന്നു. അത് പൂർത്തിയാക്കേണ്ടതും കാളിന്ദിദേവിയാണ്. പക്ഷെ തനിക്കൊരു പ്രശ്നം വരുമ്പോൾ ജീവൻ കളഞ്ഞും ഞാൻ കൂടെ നിക്കില്ലേ പെണ്ണേ..? താൻ ആ മണ്ണിൽ വീണ നിമിഷം നീലകണ്ഠനെ തീർക്കാൻ ഒരുങ്ങിയതാണ് ഞാൻ. കുഞ്ഞമ്മ തടഞ്ഞു.'

'പക്ഷെ കാവിൽ. അവിടെ എങ്ങനെ. കുഞ്ഞമ്മയ്ക്ക് പോലും ഭദ്രകാളിയാമം കഴിഞ്ഞപ്പോൾ കാവിനുള്ളിൽ കയറാൻ കഴിഞ്ഞിട്ടില്ല.'

ഹരി ചിരിച്ചു.

'കാളിന്ദിദേവി മറന്നുപോയൊരു കാര്യമുണ്ട്. മേലേപ്പാട്ട് മനയ്ക്കലെ ഇളമുറതമ്പുരാനാണ് ഞാൻ. ഞാൻ അവഗണിച്ചുവെങ്കിലും മുറപ്രകാരം യക്ഷിക്കാവ് സംരക്ഷിക്കേണ്ടത് ഞാനാണ്. എനിയ്ക്കും എപ്പോൾ വേണമെങ്കിലും യക്ഷിക്കാവിൽ പ്രവേശിക്കാം.'

'പക്ഷെ?'

'യക്ഷിയമ്മയുടെ പ്രതിഷ്ഠയ്ക്ക് മുൻപിലുണ്ടായിരുന്ന പന്തങ്ങൾ എവിടെ നിന്നു വന്നുവെന്നാണ് തമ്പുരാട്ടി കരുതിയത്. യക്ഷിക്കാവിന്റെ പടികളിൽ രാജേശ്വരിയമ്മയുടെ ശരീരം ചിതറിക്കിടന്നതിനു പിന്നിൽ യക്ഷിയമ്മയല്ല മേലേപ്പാട്ട് ശ്രീഹരിയാണ്.'

കാളിന്ദിയുടെ കണ്ണുകൾ തള്ളി പുറത്തു വന്നില്ലന്നേയുള്ളൂ.

'ദുഷ്ടനിഗ്രഹം കാളിന്ദി ദേവിയുടെ കുത്തകയാണെന്ന് കരുതിയോ?'

ഒന്നു നിർത്തി ശബ്ദം താഴ്ത്തിയാണ് പറഞ്ഞത്.

'ഒരു സഹോദരനെന്ന നിലയിൽ അത്രയെങ്കിലും ഞാൻ ചെയ്യണ്ടെടോ.'

ആ നെഞ്ച് വിങ്ങുന്നതവളറിഞ്ഞിരുന്നു.

'സമാധാനമായിട്ടാണ് പോയത്.'

'ഉം.'

'അവിടെ നടന്നത് എല്ലാം കണ്ടിരുന്നോ..?'

'ഇല്ലെടോ താൻ വീണത് കണ്ടിരുന്നു. ഒരു മിന്നായം പോലെ വാളും ചിലമ്പുമേന്തിയ കാളിന്ദിദേവിയെ കണ്ടു. അയാളെയും. ബാക്കിയെല്ലാം ഒരു പുകമറ പോലെയായിരുന്നു.'

കാളിന്ദി ഒന്നും പറയാതെ ആ മുഖം തന്റെ നെഞ്ചോട് ചേർത്തു.

'എന്നോട് പറയാനാകാതെ വിഷമിച്ചവല്ലേ?'

'ഉം... ഒത്തിരി...'

'നമ്മുടെ കാഴ്ചപ്പാടുകൾ വ്യത്യസ്തമാകാം കാളി. പക്ഷെ താൻ എന്റെ വഴിയേ നടക്കണമെന്നും, ഞാൻ ചിന്തിക്കുന്നപോലെ ചിന്തിക്ക

ണമെന്നൊന്നും ഞാൻ പറയില്ലെടോ.. ഒന്നേയുള്ളു.'

മിഴികളിലേയ്ക്ക് നോക്കിയാണ് പറഞ്ഞത്.

'എന്നും കൂടെയുണ്ടാകും. ഐ ലവ് യൂ.'

കാളിന്ദി അവന്റെ നെറുകയിൽ മുകർന്ന് ഒന്നൂടെ തന്നിലേയ്ക്ക് ചേർത്ത് പിടിച്ചു അവനെ.

പിറ്റേന്ന് രാവിലെ യക്ഷിക്കാവിന്റെ പടികളിൽ തലയിടിച്ചു ചിതറിയ രാജേശ്വരിയുടെ മൃതദേഹം കണ്ടെത്തിയിരുന്നു. അവരുടെ കൈവെള്ളയിൽ സർപ്പദംശനമേറ്റിരുന്നു.

മേലത്തൂർ മനയിൽ ഒരു തീപ്പിടുത്തമുണ്ടായി. മന പാടേ കത്തിനശിച്ചതായുമുള്ള വാർത്ത എസ്പി അജയഘോഷിന്റെ ഫോണിൽ നിന്നും ഹരിയെ തേടിയെത്തിയിരുന്നു.

റാം കിഷോറിനൊപ്പം ഇന്ദുബാലയുടെ കാണാതായ ആ മൊബൈലും കത്തിക്കരിഞ്ഞു പോയിരുന്നു.

26

'എടീ നീയാ സാരിയുടെ മുന്താണി ഒന്നൂടെ ഒതുക്കി വെയ്ക്ക്.'

കണ്ണാടിയുടെ മുൻപിൽ നിൽക്കുന്ന കാളിന്ദിയെ സാരിയുടുക്കാൻ സഹായിക്കുകയാണ് ശ്രീഹരി.

'എന്റെ മനുഷ്യാ, നിങ്ങളൊന്നു അങ്ങട് മാറി നിക്കണുണ്ടോ. എനിക്കറിയാം സാരിയുടുക്കാൻ.'

ഹരി മുഖം ചുളിച്ചു നോക്കിയതും അവൾ ചിരിച്ചു. ഹരി കെറുവോടെ തിരിഞ്ഞു നടക്കാൻ തുടങ്ങിയതും കാളിന്ദി ആ കയ്യിൽ കേറിപ്പിടിച്ചു.

'ഹേയ് പിണങ്ങാതെ ചെക്കാ. ഈ മുല്ലപ്പൂവൂടെ വെച്ച് തന്നിട്ട് പോ.'

ആദ്യം ഇത്തിരി ഗൗരവമിട്ടെങ്കിലും കാളിന്ദി കൊഞ്ചിയതോടെ ശ്രീഹരി അലിഞ്ഞുപോയിരുന്നു.

അവളുടെ മെടഞ്ഞിട്ട, നീളമുള്ള മുടിയിൽ അവൻ ആ മുല്ലമാല കൊരുത്തുവെച്ചു. പിന്നെ ഇരുകൈകൾ കൊണ്ടു കാളിന്ദിയുടെ അരക്കെട്ടിലൂടെ ചുറ്റിപ്പിടിച്ചു, ഒന്നു കുനിഞ്ഞു, മുഖം അവളുടെ തോളിൽ ചേർത്തു വെച്ചു കണ്ണാടിയിലൂടെയവളെ നോക്കി..

കടും പച്ച പട്ടുസാരിയിൽ സുന്ദരിയായിരുന്നു കാളിന്ദി ദേവി. ശ്രീഹരി ചാർത്തിയ ആലിലത്താലിയ്ക്കൊപ്പം പച്ചകല്ലുള്ള നാഗപടത്താലിയും അല്പം നീളമുള്ള മാങ്ങാമാലയും കാതിൽ പച്ചക്കല്ല് വെച്ച ജിമുക്കിയും കൈകളിൽ വീതിയേറിയ വളകളും ധരിച്ചവളുടെ നെറ്റിയിൽ ചുവന്ന വട്ടപ്പൊട്ടും സീമന്തരേഖയിൽ നിറയെ ശ്രീഹരിയുടെ സിന്ദൂരവുമുണ്ടായിരുന്നു. വിടർന്ന മിഴികൾ മഷിയിട്ടു കറുപ്പിച്ചവൾ മുടി നിറയെ മുല്ലപ്പൂവുമണിഞ്ഞു നിൽക്കുമ്പോൾ ശ്രീഹരിയ്ക്ക് അവളെ കണ്ടിട്ടും കണ്ടിട്ടും മതി വരുന്നില്ലായിരുന്നു..

കടും പച്ച സിൽക്ക് കുർത്തയും കസവു മുണ്ടുമണിഞ്ഞു ശ്രീഹരിയും ഒരുങ്ങിയിരുന്നു. കണ്ണാടിയിലെ പ്രതിബിംബത്തിൽ ഒരു മാത്ര മിഴികൾ കൊരുത്തപ്പോൾ കാളിന്ദി ചിരിച്ചു.

'ഉഫ് ഇങ്ങനെ ചിരിക്കാതെ പെണ്ണേ.'

അവളുടെ കഴുത്തിൽ മൃദുവായൊന്നു ചുംബിച്ചവൻ.

'അതേയ് ഇനിയും ഇങ്ങനെ പുന്നാരിച്ചു നിന്നാൽ പവിയേട്ടൻ ആ പെണ്ണിനേയും കൂട്ടി അമ്പലത്തിൽ പോയി വേളി കഴിച്ചിങ്ങു വരും..'

അതുകേട്ടതും ചിരിയോടെ ശ്രീഹരി അവളിൽ നിന്നുമകന്നു. ഭാമ യുടെയും പവിശങ്കറിന്റെയും വേളിയാണ് ഇന്ന്. അടുത്ത ബന്ധുക്കളെ മാത്രമേ വിളിച്ചിട്ടുള്ളൂ.

പവിയുടെ വീട്ടുകാർക്ക് ഈ വിവാഹത്തിൽ താല്പര്യമില്ല. അമ്മ യും അനിയത്തിയും മാത്രമേ വിവാഹത്തിൽ പങ്കെടുക്കുകയുള്ളൂ.

പവിക്ക് പക്ഷെ അതൊന്നും ഒരു പ്രശ്നമല്ലായിരുന്നു. ഭാമയെ സ്വന്ത മാക്കുകയെന്നതിൽ കവിഞ്ഞൊരു ചിന്തയും അവനുണ്ടായിരുന്നില്ല.

ഭാമയ്ക്ക് ഇപ്പോഴും കൗൺസിലിംഗ് നടക്കുന്നുണ്ട്. അപരിചിതരോ ട് ഇടപെടാൻ അവൾക്കിപ്പോഴും മടിയുണ്ട്. പതിയെയാണെങ്കിലും പൂർ ണ്ണമായും മാറ്റങ്ങൾ ഉണ്ടാവുമെന്ന് ഡോക്ടർ സാജൻ അവർക്ക് വാക്ക് കൊടുത്തിട്ടുണ്ട്.

കാളിന്ദിയും ശ്രീഹരിയും താഴെ എത്തിയപ്പോൾ എല്ലാവരുടെയും കണ്ണുകൾ അവരിലായിരുന്നു.

'എടാ, കല്യാണം ഞങ്ങളുടേത് തന്നെയാണല്ലോ അല്ലേ..?'

പവി അവനെ നോക്കി പല്ലിറുമ്മി.

'എന്ത് ചെയ്യാനാ, ഗ്ലാമർ ലേശം കൂടിപ്പോയളിയാ.'

ഹരി ചിരിച്ചു കാട്ടി. ഭാമ ഹരിയുടെ കാൽക്കൽ നമസ്കരിച്ചപ്പോൾ അവൻ അനിയത്തിയെ നെഞ്ചിലേയ്ക്ക് ചേർത്തു പിടിച്ചു.

പിന്നെ ആരും പറയാതെ തന്നെ ഭാമ കാളിന്ദിയുടെ കാൽക്കൽ കുമ്പി ട്ടിരുന്നു. അവളെ തന്നിലേയ്ക്ക് ചേർത്ത് കാളിന്ദി നെറുകയിൽ ചും ബിച്ചു..

രുക്മിണിയമ്മ എല്ലാത്തിനും സാക്ഷിയായി.

കാളിന്ദിയുടെ അച്ഛനമ്മമാരും അനിയത്തിമാരുമുണ്ടായിരുന്നു മുൻ പിൽ തന്നെ.

ചില്ലി റെഡ്സ് കളറിലുള്ള കാഞ്ചിപുരം പട്ടായിരുന്നു പവി ഭാമയ്ക്ക് വേണ്ടി വാങ്ങിയത്.

മുല്ലമൊട്ടു മാലയും പൂത്താലിയുമടക്കം ഭംഗിയിൽ ആഭരണങ്ങള ണിയിച്ചു കാളിന്ദി ഭാമയെ ഒരുക്കിയപ്പോൾ ഒരു ദേവതയെ പോലെ സുന്ദ രിയായിരുന്നു ഭാമയും.

പവി കണ്ണെടുക്കാതെ ഭാമയെ തന്നെ നോക്കി നിക്കുന്നത് കണ്ടു സാജനും അജിയും അവനെ കളിയാക്കുന്നുണ്ടായിരുന്നു. ഹരി ചിരി ച്ചു. മനസ്സ് നിറഞ്ഞ്...

ഭാമയുടെ മുഖം നാണത്താൽ കുനിഞ്ഞു പോയിരുന്നു.. കവിളുകൾ വീണ്ടും തുടുത്തു നിന്നു.

മഹാദേവക്ഷേത്രത്തിൽ വെച്ചു കാളിന്ദിയുടെ അച്ഛന്റെ കാർമികത്വത്തിലായിരുന്നു വേളി.

ഭാമയുടെ കഴുത്തിൽ പവിശങ്കർ താലി ചാർത്തുമ്പോൾ ഇരുവരുടെയും മിഴികൾ നിറയുന്നതും അവർ പരസ്പരം നോക്കുന്നതും കണ്ടപ്പോൾ ശ്രീഹരി അരികെ നിന്ന തന്റെ പെണ്ണിന്റെ കയ്യിൽ മുറുകെ പിടിച്ചിരുന്നു.

തിരികെ വന്നത് മേലേപ്പാട്ടെയ്ക്ക് തന്നെയായിരുന്നു. കാളിന്ദിയാണ് അവൾക്ക് വിളക്ക് കൊടുത്ത് അകത്തേയ്ക്ക് കയറ്റിയത്.

സദ്യയും തറവാട്ടിൽ വെച്ചു തന്നെയായിരുന്നു.

രാത്രി കാളിന്ദിയാണ് ഒരു ഗ്ലാസിൽ പാലെടുത്തു ഭാമയുടെ കയ്യിൽ കൊടുത്തത്.

'എല്ലാ നോവുകളും മാഞ്ഞു പോയി. സന്തോഷത്തോടെ ചെല്ല്.'

അവളോടൊപ്പം വാതിൽഗൽവരെ ചെല്ലുമ്പോൾ കാളിന്ദി ഭാമയെ ചേർത്ത് പിടിച്ചു പറഞ്ഞു.

ആ രാവിൽ പവിശങ്കറിന്റെ നെഞ്ചിൽ ചേർന്നു കിടക്കുമ്പോൾ ഭാമയും എല്ലാം മറന്നിരുന്നു. അവളും അവളുടെ പ്രണയവും അവരുടെ ജീവിതവും ബാക്കിയാവട്ടെ. മേലേപ്പാട്ടെ മുകളിലെ അറയിൽ രണ്ടുപേരപ്പോഴും പ്രണയകാവ്യങ്ങൾ രചിക്കുകയായിരുന്നു.

അതിരാവിലെ, തെല്ലു ധൃതിയിലാണ് കാളിന്ദി മഹാദേവ ക്ഷേത്രത്തിനു മുമ്പിൽ എത്തിയത്. മതിൽക്കെട്ട് കടന്നു ശ്രീകോവിലിനുള്ളിലേയ്ക്ക് വലത് കാൽ വെച്ചപ്പോൾ അവൾ കേട്ടു. ഇടയ്ക്കയുടെ താളത്തിനൊപ്പം മുഴങ്ങുന്ന ആ ശബ്ദം.

'മഹാദേവ മനോഹര മഹാ മന്ത്രാധിപ പ്രഭോ
മഹാ മായ ഭഗവതി പ്രിയ നിന്നെ തൊഴുന്നേൻ..'

കാളിന്ദി ദേവി അപ്പോൾ ആ പഴയ കൗമാരക്കാരിയായിരുന്നു. ആ ശബ്ദത്താൽ ആകൃഷ്ടയായ പത്താം ക്ലാസുകാരി.

യാന്ത്രികമായാണ് അവൾ ചുവടുകൾ വെച്ചത്. മിഴികൾ, അടഞ്ഞ ശ്രീകോവിലിനു മുൻപിൽ ഇടയ്ക്കയുടെ താളത്തിൽ ലയിച്ചു പാടുന്നവനിലായിരുന്നു. പാതി മാഞ്ഞ, ചന്ദനക്കുറിയുള്ള നെറ്റിയിൽ വിയർപ്പു മുത്തുകൾ തെളിഞ്ഞു നിന്നു.

അംഗചലനങ്ങളാൽ ഇളകിയ നീളൻമുടിയിഴകൾ നെറ്റിനിലേക്ക് വീണുകിടന്നു. രോമങ്ങൾ പൊതിഞ്ഞ കവിൾത്തടത്തിൽ ഇടയ്ക്കൊരു

നുണക്കിഴി മിന്നിമാഞ്ഞു. അത്രമേൽ ലയിച്ചു പാടിയവന്റെ അധരങ്ങളിൽ ഇടയ്ക്കിടെ ചിരി തെളിഞ്ഞു.

കാളിന്ദി കണ്ണിമ ചിമ്മാതെ നോക്കിനിന്നു.

ഒരു മാത്ര, എന്നത്തേയും പോലെ, അമ്പലത്തിൽ വന്നു, അവനെ വായ്നോക്കി നിന്നതിന് ദൈവം കോപിക്കുമോയെന്ന ചിന്ത, ഇന്നും ഉള്ളിൽ എത്തിനോക്കിയപ്പോൾ അവളും ചിരിച്ചുപോയി.

ശ്രീഹരി പാടിയവസാനിപ്പിച്ചതും മിഴികൾ തുറന്നത് കാളിന്ദിയിലേയ്ക്കായിരുന്നു. അവളുടെ ചിരി കണ്ടാണ് ഒന്നു കണ്ണുരുട്ടി നോക്കിയതും, 'എന്താടി' യെന്ന് ശബ്ദമില്ലാതെ ചുണ്ടനക്കിയതും.

അവർക്ക് മുൻപിൽ നട തുറന്നിരുന്നു. പത്നിസമേതനായ മഹാദേവൻ...

ഉമാമഹേശ്വരന്മാരുടെ മുൻപിൽ വണങ്ങി നിൽക്കുമ്പോൾ ഇരുവരുടെയും ഉള്ളിൽ ഒരേയൊരു പ്രാർത്ഥനയേ ഉണ്ടായിരുന്നുള്ളൂ. ജന്മാന്തരങ്ങളിലും പിരിയാനിട വരരുതേയെന്ന പ്രാർത്ഥന.

അവർ... ശ്രീഹരിയും കാളിന്ദിദേവിയും മഹാദേവനും പാർവതി ദേവിയ്ക്കും മുൻപിൽ വെച്ച അപേക്ഷയതായിരുന്നു...

●

www.ingramcontent.com/pod-product-compliance
Lightning Source LLC
LaVergne TN
LVHW100810051026
849519LV00006B/2030
9789393397751